त्रैराशिक

'दिलीपराज प्रकाशन प्रा. लि.'च्या नवीन पुस्तकांची यादी व माहिती हवी असल्यास आपला पत्ता, दूरध्वनी क्रमांक किंवा *Email* आमच्या *diliprajprakashan@yahoo.in* या *Email address* वर पाठवावा किंवा आमच्याशी दूरध्वनी क्रमांक फॅक्ससहित : ०२०-२४४८३९९५/२४४९५३१४ /२४४७१७२३ यावर संपर्क साधावा. आमच्या वेबसाईटला एकदा अवश्य भेट द्या.

Website: *www.diliprajprakashan.com*

त्रैराशिक

(कथासंग्रह)

ग. वा. बेहेरे

दिलीपराज प्रकाशन प्रा. लि.

२५१ क, शनिवार पेठ, पुणे - ४११ ०३०.

प्रकाशक
राजीव दत्तात्रय बर्वे,
मॅनेजिंग डायरेक्टर,
दिलीपराज प्रकाशन प्रा. लि.,
२५१ क, शनिवार पेठ, पुणे - ४११ ०३०

© रवि बेहेरे
४०/२१, भोंडे कॉलनी,
पुणे ४११ ००४
Email : ravirajprakashan@gmail.com

प्रकाशन दिनांक : १५ सप्टेंबर २०१३

प्रकाशन क्रमांक : २०५३

ISBN : 978 - 93 - 82988 - 31 - 1

मुद्रक
Repro India Ltd, Mumbai.

टाइपसेटिंग
मधुराज प्रिंटर्स ॲण्ड पब्लिकेशन्स प्रा. लि.
स. नं. २९/८-९, पारी कंपनीजवळ,
धायरी, पुणे - ४११ ०४१

मुखपृष्ठ व सजावट
हेमंत देशपांडे

त्रैराशिक / Trirashik

माझ्या सर्व मैत्रिणींना.
दुरावलेल्या, हरवलेल्या,
किंवा इतका काळ जाऊनही उरलेल्या–

-ग. वा. बेहेरे

-: अनुक्रम :-

उंच..., उंच... आणखी उंच

लग्नाची गडबड संपली. एक एक पाहुणे परतू लागले. दादासाहेबांची कन्या वसुधा नवऱ्याबरोबर अमेरिकेला गेली. मुलगा अविनाश हा यापूर्वीच अमेरिकेत उच्च अभ्यासक्रमासाठी गेला होता. पेडररोडवरच्या प्रचंड घरात आता ते स्वत: आणि शालिनीबाई एवढीच निकटची अशी मंडळी उरली होती. तसं एकटं राहायला त्यांना आवडतही असे. पण गेले पंधरा दिवस लग्नाच्या निमित्ताने पाहुण्यारावळ्यांच्या गर्दीत ते वावरत होते. त्यामुळं आत्ताचं हे एकटेपण त्यांना जरा त्रासदायक वाटत होतं, ही गोष्ट खरी.

एरवी दादासाहेब सकाळपासून रात्री अकरापर्यंत उद्योगात असत. त्यांनी पंचवीस वर्षांत उद्योगधंद्याचा प्रचंड पसारा उभा केला होता. मुंबईच्या नामांकित उद्योगपतींत त्यांची गणना होत होती. एका छोट्या दलालीच्या व्यवसायापासून वाढत वाढत ते एक नव्हे, तर चार कापडगिरण्यांचे मालक बनले होते. मनात आणलं असतं, तर ते राजकारणातही कुठल्या कुठे जाऊन पोचले असते; नव्हे, त्यांनी राजकारणात भाग घ्यावा यासाठी पुष्कळ यत्न करण्यात आले होते. पण राजकारणाची त्यांना मुळी शिसारीच होती. धंद्यापुरता राजकारणी लोकांशी ते संबंध ठेवत; पण बुद्धिमान माणसाला राजकारणात स्कोप नाही, असं ते म्हणत. आपल्या बुद्धीचा त्यांना गर्व होता आणि तो यथार्थही होता. नशीब काढण्यासाठी म्हणून ते मुंबईला आले, तेव्हा ते एकाकी होते, निर्धन होते. मॅट्रिकची परीक्षा तेवढी पास झालेली होती. पण त्यांची महत्त्वाकांक्षा मात्र जबर होती. किंबहुना ह्या महत्त्वाकांक्षेसाठी सोनगडसारखं छोटं गाव अपुरं आहे, हे लक्षात

घेऊन त्यांनी जाणीवपूर्वक मुंबईच्या उद्योगनगरीत उडी मारली होती. एका गाववाल्या मित्राच्या ओळखीनं त्यांनी मुंबईत बस्तान ठेवलं आणि एम. कॉम. होईपर्यंत आपलं शिक्षण सर्व स्कॉलरशिप मिळवीत पुरं केलं. एकट्याच्या बळावर मुंबईत राहून शिक्षण पुरं करणं ही काही सोपी गोष्ट नव्हे. त्यासाठी त्यांनी पुष्कळ खस्ता काढल्या. घरोघरी वर्तमानपत्रे टाकली. दुधाचे रतीब पोचविले. कागदाच्या घड्या घातल्या. दुकान झाडण्यासारख्या हलक्यासलक्या नोकऱ्या केल्या. कोणतंही काम करण्यात कसूर केली नाही. एम. कॉम. झाल्यावर त्यांना उत्तम नोकरी मिळाली असती; पण ती करायची नाही, असं त्यांनी ठरवलं. वेगवेगळ्या नोकऱ्या करीत असतानाच काही कापडव्यापाऱ्यांशी त्यांचा परिचय झालेला होता. शेअर बाजारातही त्यांची ओळख झालेली होती. छोट्या प्रमाणावर त्यांनी कापडाच्या दलालीचा धंदा सुरू केला, आणि त्याच वेळी ते शेअर बाजारातील तेजी-मंदी न्याहाळीत राहिले. निर्णय घेण्याची त्यांची शक्ती अचूक होती. कापड व्यापारात त्यांचा जम बसू लागला. मग त्यांनी मुळजी जेठा मार्केटमध्ये शांतीलाल मेहता ह्या व्यापाऱ्याच्या सहकार्याने मोठ्या प्रमाणात ठोक व्यापाराला सुरुवात केली. संधी मिळाली, की शेअर बाजारात ते सौदेही करू लागले, आणि बघता बघता त्यांना स्वत:च्या पायावर चांगल्या तऱ्हेनं उभं राहता येईल, अशी स्थिती प्राप्त झाली.

पण मुळातच ते अल्पसंतुष्ट नव्हते. पुष्कळ कापडगिरण्या मोडकळीला आलेल्या होत्या. फावला वेळ ते कंपनीविषयक कायदेकानूंचा अभ्यास करण्यात घालवीत. श्रीमंत आणि महत्त्वाकांक्षी व्यापाऱ्यांशी संधान ठेवून असत. बाजारात काळा पैसा मोठ्या प्रमाणावर येऊ लागला होता. मोठ्या प्रमाणात परकीय कंपन्या येथील कारभार गुंडाळत होत्या. मार्बल आणि कंपनीच्या चालकत्वाखाली असलेल्या चार कापडगिरण्यांचा कारभार त्यांनी चार-पाच व्यापाऱ्यांच्या सहकार्याने ताब्यात घेतला. अनेक कारणांमुळे कंपन्या डबघाईस आलेल्या होत्या. कंपनीचा बॅलन्सशीट मात्र तशी परिस्थिती दाखवत नव्हता. पहिल्याच वर्षी ह्या कंपन्यांचा खराखुरा बॅलन्सशीट सहकाऱ्यांच्या मर्जीविरुद्ध दादासाहेबांनी प्रसिद्ध केला. कंपन्यांचे शेअर्स अतोनात गडगडले. दादासाहेबांना ह्या चारी कंपन्यांच्या संभाव्य फायदेशीरपणाची खात्री होती. त्यांनी आणखी काही नवीन व्यापारी उभे करून त्यांच्याकडून प्रचंड प्रमाणात शेअर्सची खरेदी केली. आपल्याच कंपनीच्या शेअर्सची खरेदी-विक्री करणे हे अनैतिक मानले जाते. परंतु महत्त्वाकांक्षेच्या वेडाने झपाटलेल्या दादासाहेबांनी ते पथ्य झुगारून दिले. त्यांनी बेनामी इन्व्हेस्टर्स निर्माण केले

आणि पाच-सात वर्षांच्या कालखंडात कंपनीचे स्वामित्व आपल्याकडे राहील, अशा तऱ्हेने आर्थिक वर्चस्व संपादन करून कापडव्यवसायात पक्के पाय रोवले.

युद्धकाळात कापडगिरण्यांची देखभाल व आधुनिकीकरण स्थगित झालेले होते. त्यामुळे जुन्या मशिनरीच्या साहाय्याने अद्ययावत कापडस्पर्धेत टिकता येणार नाही, हे त्यांच्या लक्षात आले. स्वातंत्र्यानंतर आपल्या सरकारने देऊ केलेल्या ज्या ज्या सवलती होत्या, त्या सर्वांचा फायदा घेऊन बघता बघता त्यांनी आपल्या चारही गिरण्या आधुनिक यंत्रसामग्रींनी अद्ययावत करून घेतल्या. अमेरिकेतून काही नवी पेटंट्स मिळविली. नवीन तऱ्हांची आणि जातींची कापडे बाजारात येऊ लागली. ते सर्व घडत असताना कंपनी अजून फायदा करू लागली नव्हती. साहजिकच भागधारकांना आपल्या गुंतवणुकीबद्दल विश्वास नव्हता. त्यामुळे मिळतील तेवढ्या प्रमाणात आपल्याच कंपन्यांचे शेअर्स विकत घेण्याचा त्यांनी सपाटा चालू ठेवला होता. मॅनेजिंग एजन्सी पद्धत नष्ट झाली तरीही कंपनीवरील आपली हुकमत नष्ट होता कामा नये, अशी खबरदारी घेतल्यामुळे कापडधंद्यातच नव्हे तर इतरही औद्योगिक साम्राज्यांत त्यांना प्रतिष्ठा लाभत गेली. मग हळूहळू अन्य व्यवसायांतही त्यांनी पदार्पण केले. चांगली कर्तबगार मंडळी अधिक पगार देऊन वेगवेगळ्या कंपन्यांतून आणली आणि आपल्या औद्योगिक साम्राज्याचा पाया घट्ट केला.

परंतु श्रीमंत आणि उद्योगपतींबद्दल ह्या देशात एक अकारण कटुता आहे, हे लक्षात घेऊन आपल्या धंद्यात त्यांनी कधी भपका आणू दिला नाही. दारिद्र्याची नि त्यांची लहानपणापासूनची ओळख होती; त्यामुळे सुखोपभोगाविषयी त्यांच्या मनात अनिवार लालसा असे. पण ही लालसा त्यांनी मनातल्या मनात दाबून ठेवली. आपली राहणी त्यांनी नेहमीच साधी ठेवली. ते परदेशात गेले की मात्र हवी तेवढी मौज करून घेत. त्याचप्रमाणे समाजातील सर्व सामाजिक चळवळींना ते मुक्तपणे साहाय्य करीत. त्यांचे साहाय्य अर्थात हिशेबी असे; पण तो हिशोब सहसा कुणाला कळत नसे. सत्तेवर असणाऱ्या माणसांना खूश करण्यासाठी ते स्वत: कधी पुढे झाले नाहीत; पण त्यासाठी एक स्वतंत्र खातंच त्यांनी निर्माण केलं होतं. जाहिरात, व्यवस्थापन, निर्मितिमूल्य, कामगारविषयक संबंध या सर्वांतच त्यांची म्हणून एक छाप मुंबईच्या औद्योगिक नगरात होती. त्यांच्या मधुर, जिव्हाळ्याने भरलेल्या उदार शब्दलाघवाला राजकारणी लोक तर फसतच; परंतु असंतोष पेटवण्यासाठी उत्सुक असलेले कामगारनेतेही फसत असत. तसे ते प्रत्येक गोष्टीत आग्रही होते. नियमितपणा, शिस्त, सचोटी

ह्यांच्या पालनासाठी ते नेहमीच कठोरपणाचा अवलंब करीत; पण हा कठोरपणा त्यांच्या चेहऱ्यावर कधी दिसत नसे किंवा त्यांच्या कृतीतूनही कधी जाणवत नसे. आपल्याला हवं ते करून घेण्यासाठी त्यांनी एक निराळीच यंत्रणा उभी केलेली होती, आणि ती यंत्रणा ते कौशल्याने राबवीत असत.

त्यांच्यावर कोणतेही कायदे मोडल्याचा कधीही आरोप ठेवला गेला नाही. कारण कायदे करणाऱ्यांपेक्षा त्यांची बुद्धी तल्लख होती. कायदे पाळूनही कायदे निरर्थक करता येतात, हे त्यांना कळलेलं होतं. इनकमटॅक्स, सेल्सटॅक्स, एक्साईज वगैरे बाबतीतील त्यांच्या कंपन्यांतील पत्रकं ही आदर्श असतात, असं नेहमी संबंधित अधिकारी सांगत असत. किंबहुना दादासाहेबांना लहानसहान अधिकाऱ्यांकडून अपमानास्पद वागणूक स्वीकारणं रुचण्यासारखं नव्हतं. म्हणून कायद्याचं काटेकोर पालन करून जास्तीत जास्त फायदे कसे करून घेता येतील, ह्या विषयाचं त्यांनी एक शास्त्र बनवून घेतलं होतं. अनेक उद्योगपती या विषयावर त्यांचा सल्ला घेत असत. सरकार-दरबारी वेगवेगळे मानसन्मान त्यांच्यासाठी राखून ठेवले जात. पंचवीस वर्षांच्या मानाने आपली कमाई काही वाईट नाही, अशा संतोषानं दादासाहेब मनातल्या मनात प्रसन्न होते.

दादासाहेबांचं गृहस्वास्थ्यही वाखाणण्यासारखं होतं. त्यांची पत्नी शालिनी ही लक्षात राहण्याइतकी सुंदर होती, आणि आज लग्न होऊन वीस-बावीस वर्षे झाली, तरी तिच्या सौष्ठवात आणि सौंदर्यात उणेपणा आलेला नव्हता. दादासाहेबांना ती आतूनबाहेरून चांगली ओळखत होती. त्यांचं बाहेरचं औदार्य, सुसंस्कृतपणा, आर्जवीपणा ह्यांमागे एक जळजळीत अहंकार उभा आहे, हे तिनं अनेकदा अनुभवलेलं होतं. तिने तो अहंकार भोगलेलाही होता, आणि आता त्या अहंकाराच्या आगीची तिला सवय झाली होती. दादासाहेब अगदी एकांतात असले, तरीसुद्धा ते आपल्या एकटीचे नसतात, हेही विष तिनं पचविलं होतं. दादासाहेबांच्या चारित्र्याचा लौकिक जेव्हा ती सर्वांकडून ऐकत असे, तेव्हा ती मनातल्या मनात हसत असे. कारण दादासाहेब कोणत्याही एका मिठीत मावण्याइतके लहान नव्हते. ते स्वत:ला विसरू शकत नव्हते. लहानपणापासून जोपासलेला अहंकार त्यांना झुगारून देता येत नव्हता. दिवसाच्या चोवीस तासांच्या प्रत्येक क्षणात नवीन आकांक्षांची स्वप्ने ते पाहत असत. किंबहुना, व्यवसायातील यशाखेरीज अन्य काही त्यांच्या डोक्यातच नसे. अतिरिक्त श्रमामुळे कुठे दमछाक झालीच, तर केवळ जशा अन्य विसाव्याच्या गोष्टी असत, तशीच स्त्रीही असावी, आणि ती स्त्री स्वत:ची पत्नीच असली पाहिजे, असाही त्यांचा आग्रह नसावा. कुणावर

प्रेम करायचं म्हणजे त्याला बरोबरीनं वागवावं लागतं, त्याचा अनुनय करावा लागतो, क्वचित् प्रसंगी कौतुक करून मोठेपणा द्यावा लागतो, ही गोष्टच त्यांच्या संग्रही नव्हती. पण ते सारं शालिनीबाईंनी लग्न होताक्षणीच स्वीकारलेलं होतं. एकतर लग्न झालं तेव्हा त्या दादासाहेबांकडे स्टेनो म्हणून काम करीत होत्या. एका अमेरिकन फर्ममध्ये त्या वेळेस शालिनी चांगल्या पगारावर नोकरीस लागलेली होती. स्टेनो-कम-चिटणीस म्हणून तिच्या गुणवत्तेत कसलीच कसूर नव्हती. दादासाहेबांना नेहमीच पहिल्या क्रमांकावरील माणसं नोकरीवर ठेवण्याचा हव्यास होता. ते हवा तेवढा पगार देऊ करीत. दादासाहेबांच्या पी. आर. ओ. ने ज्या वेळेस शालिनीबाईंना नोकरीची ऑफर दिली, तेव्हा तीही थोडी आश्चर्यचकित झाली होती. एका महाराष्ट्रीय कारखानदाराकडे एवढा पगार दिला जातो, यावर तिचा विश्वासच बसेना. ज्या वेळेस ती इंटरव्ह्यूसाठी दादासाहेबांकडे आली, तेव्हा ती त्यांच्या व्यक्तिमत्त्वाला आणि लाघवाला भुलली, ह्यात काही नवल नाही. दादासाहेबांच्या डोळ्यांत एक भारून टाकणारं तेज होतं. बुद्धिमत्तेचं तेज तर त्यांच्या अंगोपांगांवरून वाहत होतं. का कुणास ठाऊक, त्यांच्या कार्यालयातील नेटकेपणा, व्यवस्था पाहून तिनं ही नोकरी स्वीकारायचं ठरविलं. ती नोकरीवर आली, तेव्हा काम करताना तिला नवा हुरूप आला. दादासाहेबांचा कामाचा वेग पाहून तर ती आश्चर्यचकित झाली. तिला आपल्या कॉन्व्हेंट इंग्लिशचा अभिमान होता; परंतु दादासाहेबांचं डिक्टेशन घेताना ती भारून गेली. दादासाहेब अतिशय अलिप्तपणानं वागत, आपुलकीचा किंवा जिव्हाळ्याचा कोणताही विषय ते काढीत नसत. सात तासांच्या तिच्या नोकरीत काम करून ती कधी कधी इतकी दमून जाई की तिला वाटे, आपण उगाचच आपली सुखाची नोकरी सोडून इथे आलो. तिला कामाचा कंटाळा नव्हता; पण दादासाहेबांचा कामाचा झपाटा यंत्रासारखा होता.

दादासाहेबांचा तिच्यावर एखाद्या मांत्रिकासारखा ताबा बसत चालला होता. काही महत्त्वाची पत्रे डिक्टेट करून घेण्यासाठी एकदा ती रविवारी ऑफिसमध्ये आली, त्या वेळेस प्रथमच दादासाहेब तिला एका निराळ्या मूडमध्ये दिसले. त्यांनी तिला चहासाठी थांबायला सांगितलं. इंटरव्ह्यूच्या वेळेस अनुभवलेला तो जुना जिव्हाळ्याचा स्वर तिला पुन्हा ऐकायला मिळाला.

"तुमचं लग्न झालं आहे का?"

"माझ्या अर्जात मी लग्न झालेलं नाही असं लिहिलं होतं."

"ते मला माहीत आहे. पण कित्येकदा अर्जात नोकरी मिळविण्यासाठी

आपलं लग्न झालेलं नाही, असं मुली लिहितात.''

''पण मी खोटं लिहिलेलं नाही.''

''म्हणजे अजून तुम्ही कुमारिका आहात.''

''असंही मी म्हटलेलं नाही.''

''अच्छा! म्हणजे तुम्ही अनमॅरिड आहात.''

''हो.''

''तुमचं कोणाशी लग्न ठरलंय का?''

''नाही. का?''

''मला माहीत आहे, हे सारे प्रश्न खासगी आहेत. पण तसंच कारण आहे म्हणून विचारतोय. उत्तर द्यायची इच्छा नसेल, तर मी आग्रह धरणार नाही.''

''तसंच काही नाही. उत्तर न देण्यासारखं त्यात काही नाही आणि असले प्रश्न मला खासगीही वाटत नाहीत.''

''दॅट्स गुड! मग तुमचं लग्न ठरलेलं नाही आहे तर!''

''नाही.''

''तुम्ही कोणाच्या प्रेमात पडलेल्या आहात काय?''

''असंही म्हणता येणार नाही.''

''तुमच्यासारख्या सुंदर, देखण्या स्त्रीला आतापर्यंत अविवाहित राहू देणं हा पुरुषजातीला कलंक आहे.''

''ते तुम्हा पुरुषांनाच विचारायला हवं. एवढं खरं, की मला आवडणारा पुरुष अजून भेटला नाही.''

''तुमची आदर्श पुरुषाची कल्पना तरी काय आहे?''

''मला कोणताही आदर्श पुरुष नकोच आहे. मला चांगला पुरुष हवा आहे, जो मला सुखात ठेवील. ज्याच्याजवळ भरपूर पैसे आहेत– एखाद्या मिडिऑकर माणसाशी मी कधीच लग्न करणार नाही.''

''माझ्याबद्दल तुमचं काय म्हणणं आहे?''

''काही म्हणणं असण्यासारखं नाही. मी कधी तसा विचारच केलेला नाही.''

''विचार करून पाहा.''

''अशक्य गोष्टींची स्वप्नं मी कधी पाहत नाही.''

''पण ही गोष्ट अशक्य का वाटते?''

''अनेक कारणांमुळे. तुम्ही चांगले खानदानी कुटुंबातील श्रीमंत आहात.

उद्या आणखीन श्रीमंत होत राहाल. तुम्हांला जी गोष्ट उद्या सांगायची ती आजच सांगितलेली बरी की, मी चांगल्या कुळातील नाही. गरिबीत वाढले. परिश्रमाने शिक्षण पुरे केले, मला आता स्वास्थ्य आणि सुख हवं आहे. हे सारं गृहीत धरून मला कोणी जोडीदार मिळाला, तरच हवा आहे. नाहीतर आज मी सुखात आहे. आई, मी आणि भाऊ असे तिघे राहतो. मला तुम्ही चांगला पगार देता. कंपनीची गाडी जायला-यायला मिळते. नो प्रॉब्लेम्स्! आय ॲम हॅपी! माझं लग्न झालं तर एकतर माझ्या आईला ठेवून घ्यावं लागेल किंवा तिला पाच-सातशे रुपये दरमहा द्यावे लागतील. हे कुणी स्वीकारणार नाही. म्हणून लग्नाचा विचार करता येत नाही.''

''मला तुझी सगळी हकीकत माहीत आहे– म्हणजे मी ती शोधून काढली. मला वाटतं, आहे ही परिस्थिती स्वीकारली, तर लग्नाला तू तयार आहेस का?''

शालिनी त्यांच्याकडे पाहतच राहिली. एरवी अबोल, ताठर वाटणाऱ्या माणसात असा मधाळपणाही असतो तर! त्यांच्या डोळ्यांत आता एक मिश्कील झाक चमकत होती. खरेतर केवळ रविवारी जादा ओव्हरटाइम मिळतो म्हणूनच ती कामाला आलेली होती. एरवी रविवार म्हणजे तिचा अत्यंत चैनीचा वार. पण आजचा रविवार तिच्यासाठी काही नवीनच ताट वाढून घेऊन आला होता. दादासाहेबांच्या प्रश्नाने ती हतबुद्ध झालेली होती. त्यांचे हे प्रपोजल धक्का देणारं होतं, पण तितकंच सुखद होतं. अजून दादासाहेबांचा पसारा वाढलेला नसला, तरी गेल्या दोन-तीन महिन्यांच्या नोकरीतील अनुभवामुळं तिच्या ध्यानात आलं होतं की, हा एक मोठा महत्त्वाकांक्षी माणूस आहे, आणि आज-उद्या हा कुणीतरी फार मोठा होणार आहे. या माणसाने आपल्याला पत्नी म्हणून स्वीकारावं, असं एका रूपाखेरीज आपल्याजवळ काहीही नाही. काही असलंच तर उलटपक्षी आपल्याकडे उणेपणच आहे. तिला वाटले, एकदम आपण हो म्हणून टाकावं. पण तिच्या तोंडून एकदम होकार जाणंही शक्य नव्हतं. कारण अनुभवानं ती फार सावध बनलेली होती. तिनं सांगितलं, ''मी विचार करून सांगेन.''

ती जायला निघाली, तेव्हा दादासाहेब कधी नव्हे ते दारापर्यंत पोचवायला आले. केबिनचा दरवाजा उघडण्यापूर्वी त्यांनी तिच्या खांद्यावर हात ठेवला. तिचं अंग आपोआप चोरलं गेलं. ते नुसतेच हसले आणि म्हणाले, ''मी वाट पाहू शकतो, तशी मला घाई नाही.'' आणि मग खांद्यावरील आपला हात त्यांनी तिच्या मांसल स्कंधात रुतविला. दरवाजा उघडून ती जाण्याची ते वाट पाहू

लागले. पण ती गेली नाही. ती म्हणाली, "मी होकार देण्यापूर्वी तुम्ही नीट विचार करा. वाटलं तर माझ्या घरी या. माझी आधी थोडी चौकशी करा, मागाहून गैरसमज नकोत."

पण तसं काही घडलं नाही. पूर्ण विचार केल्याशिवाय पाऊल टाकण्याचा दादासाहेबांचा रिवाज नव्हता. त्यांनी हिशेब केलेला होता. चौकशा केलेल्या होत्या. त्यामुळं त्यांनी योजल्यानुसार सारं काही घडत गेलं. त्यांचं लग्न झालं, लोकांच्या दृष्टीने का होईना, त्याचं रूपांतर सुखी संसारात झालं.

आपल्या गेल्या वीस-बावीस वर्षांच्या सांसारिक जीवनाचा पट शालिनीच्या नजरेसमोर जेव्हा जेव्हा येई, तेव्हा तिला वाटे, सत्ता, संपत्ती, रसिकता, मनाजोगती मुलं सारं काही आपल्यामागं चालून आलं आहे; पण ज्याच्याशी आपलं लग्न झालं, तो पुरुष काही आपण नीटसा समजू शकलो नाही. दादासाहेबांचं नाव कुठल्याही स्त्रीशी निगडित नव्हतं. उलट, त्यांच्या चारित्र्याबद्दल लोक नेहमी चांगलंच बोलत. परंतु शालिनीबाईंना त्यांची निष्ठा नेहमीच संशयास्पद वाटे. कधीही रसरसून त्यांना पत्नीची गरज वाटली नाही. स्त्रीपुरुष संबंधाची लालसाही कधी उफाळून आली नाही. आपल्याला अभिमान वाटावा अशा सहचरीचं त्यांनी खासगी किंवा सार्वजनिक ठिकाणी कधी कौतुक केलं नाही. पण त्यांना एक मात्र कळत होतं की, व्यक्तित्वास जपणारा हा माणूस कुठल्याही स्त्रीच्या कधी अधीन जाणार नाही. त्यांचा संसार सुरक्षित होता. पण संसार संसार म्हणजे काय? दगड-विटांनी बांधलेली घरं? सुख वाटावं म्हणून जमा केलेली चैनीची साधनं? का शारीरिक गरज निर्माण झाली म्हणजे एकत्र आल्यामुळे निर्माण झालेली मुलंबाळं? खरं म्हणजे एवढ्या भरल्या संसारात राहूनही हा मनुष्य एवढा कोरडा कसा? रखरखीत कसा? ह्याला स्वत:ला आपल्या त्या उंच जागेवरून कधी खाली उतरावंसं वाटतच नाही का? नाही म्हणायला त्यांच्या ह्या एवढ्या सांसारिक आयुष्यात त्यातल्या त्यात त्यांच्या जिव्हाळ्याची गोष्ट म्हणजे वसुधा. त्यांची मुलगी. तिच्यापुरता दादासाहेबांचा ताठा कुठेतरी हरवत असे. त्यांचं कोरडेपण संपत असे. पण किती काळ? एखाद्या अंधाऱ्या रात्री वीज चमकावी तसं निमिषमात्र!

आपल्या मुलीचं नाव कोणतं ठेवायचं, हे स्वातंत्र्यसुद्धा शालिनीबाईंना नव्हतं. वसुधा हे नाव दादासाहेबांनीच ठेवलं. नव्हे, तसा आग्रह धरला. शालिनीबाईंना लीना असं नाव ठेवायचं होतं, पण त्यांचं काही चाललं नाही. त्या मात्र तिचा उल्लेख लीना असाच करीत. वसुधा ह्या नावात काहीतरी संकेत असावा,

असंसुद्धा शालिनीबाईंना वाटून जायचं. पण वसुधा नावाची कोणी व्यक्ती दादासाहेबांच्या आयुष्यात आली असेल, ह्याचा त्यांना शोध घेऊनही काही पत्ता लागला नाही. वसुधेचं लग्न ठरल्यापासून मात्र दादासाहेब एकदम निराळे झाले. एखाद्या स्प्रिंगचा ताण सुटावा, तसं त्यांचं वागणं वाटू लागलं. किंबहुना लग्न ठरल्यापासून त्यांच्यात काही बदल झाला आहे, हे शालिनीबाईंना जाणवत होतं. एरवी, सहसा घरात न सापडणारे दादासाहेब घरात जास्त वेळ राहू लागले. बारीकसारीक गोष्टींत रस घेऊ लागले. लग्नातही त्यांचा एरवीचा अलिप्तपणा विसरून हळवेपणा निर्माण झाला होता. वास्तविक आताच्या आधुनिक जगात मुलीनं सासरी जाणं याला काही फारसा अर्थ नाही. परंतु ती जेव्हा गृहप्रवेशासाठी सासरी जायला निघाली, तेव्हा त्यांच्या डोळ्यांत चक्क पाणी आलं. दादासाहेबांच्या ह्या बदलाकडे शालिनीबाईंना बघवेना. कारण एकतर त्यांना तशी सवय नव्हती आणि त्यांना भीती वाटली की दादासाहेबांच्या प्रकृतीवर त्याचा अनिष्ट परिणाम होईल. इतक्या माणसांच्या देखत दादासाहेबांच्या डोळ्यांत पाणी यावं, पण तरीसुद्धा आपला शोक आवरून त्यांचं सांत्वन करावं, अशी ताकद शालिनीबाईंच्यात नव्हती. जमा झालेली सर्व पाहुणेमंडळी गेल्यावर दादासाहेब एकटे पाहून त्या म्हणाल्या, ''घर किती ओकंओकं वाटतं नाही?''

''हो.''

''तुम्ही फारच मनाला लावून घेताय.''

''असंच काही नाही.''

''नाही कसं? तुमचा मुलीवर फार जीव होता आणि आता स्थळ पाहिलं तेसुद्धा असं की, मुलगी सातासमुद्रांपलीकडे गेली आहे. गाठभेट पडायची तीसुद्धा सटीसामासी.''

''असंच काही नाही. आपण तसं मनात आणलं, तर केव्हाही जाऊन भेटू शकतो. आपल्याला काय कमी?''

''काहीच कमी नाही. पण तुम्ही काय मनात आणलं, तरी केव्हाही जाल. पण मी कशी वाटेल तेव्हा जाऊ शकणार?''

''नाही नाही. तुलाही मी बरोबर घेऊन जाईन.''

दादासाहेबांनी आणि शालिनीबाईंनी एकमेकांकडं रोखून पाहिलं. शालिनीबाई हसल्या. त्या हसण्यात तुच्छता नव्हती. होता केविलवाणा भाव. कारण आजपर्यंत दादासाहेबांनी त्यांना कधीही परदेशच्या प्रवासावर नेलं नव्हतं. दर तीन वर्षांनी पासपोर्ट तेवढा नव्याने रिन्यू केला जाई; पण जायच्या वेळेस मात्र ते एकटेच

परदेशी जात.

"हसू नकोस, तुला खरंच मी नेईन. यापूर्वीच खरं न्यायला पाहिजे होतं. जाऊ दे, एक विचारू शालिनी? तू खरंच सुखी आहेस ना?"

स्वत:ला सावरून घेत एकदम शालिनीबाई म्हणाल्या, "हा काय प्रश्न विचारता? कुणालाही मत्सर वाटेल इतकी मी सुखी आहे. मला खरोखरीच काय कमी आहे? मी मागेन ते मला केव्हाही मिळू शकतं. नोकर, गाड्या, हवा तितका पैसा, कर्तबगार नवरा, हुशार-निरोगी मुलं... स्त्रीला आणखीन काय हवं?"

"एवढं पुरतं?"

"पुरायला पाहिजे."

"मग मलाही पुरायला पाहिजे. जे जे मनात मी बाळगलं त्यांतलं प्रत्येक स्वप्नं मी पुरं केलं. प्रयत्नांची हयगय केली नाही. यश खेचून मी पायाशी आणलं. खरं सांगू, मला तर दु:खी व्हायला काहीच कारण नाही. लहानपणापासून एक सरळ चालीचा रस्ता मी आखला. इकडेतिकडे न पाहता, सुसाट वेगानं मी त्यावरून चालत राहिलो. इतक्या सुसाट वेगानं की, मी किती रस्ता चालून आलो आहे, हेसुद्धा माझ्या लक्षात आले नाही. ज्यांच्यापेक्षा मला मोठं व्हायचं होतं, ती सारी माणसं खूप कुठंतरी मागं राहिली आहेत. पण माझ्या गतीनंच मला जरा भोवळ आल्यासारखं वाटतंय."

"तुम्ही कधी विश्रांतीच घेतली नाही. संसारातसुद्धा तुम्ही कधी फार मन घातलं नाही. म्हणजे घालणं तुम्हाला शक्य नव्हतं. आणि आता वसूचं लग्न झाल्यामुळे तर एकदम तुम्हांला पोकळी निर्माण झाल्यासारखं वाटतंय."

"वसूचं लग्न... वसुधा...!"

"इतके दिवस विचारायचं काही धारिष्ट्य झालं नाही. खरंतर आताही होत नाही. राग येणार नसला तर विचारू?"

"विचार!"

"वसुधा या नावाबरोबर तुम्ही एकदम बदलता. वसुधा हे नाव ठेवतानासुद्धा तुमचा काही आग्रह होता. वसुधा ह्या नावाला काही खास अर्थ आहे का?"

क्षणभर दादासाहेब बावचळले. पण लगेच सावरून ते म्हणाले, "छे छे! काहीच नाही. केव्हातरी मला ते नाव आवडून गेलं म्हणून मला वाटलं, आपल्या पहिल्या मुलीचं ते नाव ठेवायचं." घड्याळाकडे पाहून दादासाहेब म्हणाले, "अरे, किती वाजले? जायला हवं. फार उशीर झाला. वसूच्या लग्नामुळं

कितीतरी कामं तशीच खोळंबून राहिलीत. शिवाय मला उद्या गोव्याला जायचं आहे. तिथे ऑल इंडिया नॉनफेरस मेटल मॅन्युफॅक्चरर्सची मीटिंग आहे. माझं भाषणसुद्धा तयार नाही.''

''मी लिहून घेऊ का? एके काळी मी तुमची स्टेनो होते, हे विसरला नाहीत ना?''

''विसरेन कसा? त्याच्यामुळे तर आपण एकत्र आलो. पण यू आर मच मोअर दॅन स्टेनो!''

''नाही तर असं करू, मीसुद्धा कंटाळले आहे. मीसुद्धा येऊ का तुमच्याबरोबर गोव्याला?''

''तशी काहीच हरकत नाही. पण इतक्या घाईनं जाण्यापेक्षा मी परतल्यावरच कुठंतरी निवांत राहायला जाऊ. हवं त्या ठिकाणी जाऊ. ते मी तुझ्यावरच सोपवितो. तूच प्रोग्रॅम ठरव. तूच रिझर्वेशन कर. मला पत्तासुद्धा लागू देऊ नकोस. मग तर झालं की नाही?''

शालिनीबाईंच्या चेहऱ्यावर एकदम संतोष पसरला. अनेक किल्मिषं दूर झाली. प्रत्यक्ष कुठं जायचं किंवा काय हे सोडून दिलं, तरी दादासाहेबांच्या आजच्या वागण्यानंच ती मनातून हरखून गेली. अगदी पहिल्यांदा जेव्हा ती दादासाहेबांच्या मिठीत आली होती, तेव्हा तिची गात्रं जशी मिलनासाठी व्याकूळ झाली होती, तीच व्याकूळता आता तिला जाणवत होती. प्रौढत्वानं आणि जबाबदारीनं गंजून गेलेलं तिचं सारं चैतन्य जागं झालं. ती चटकन उठली आणि दादासाहेबांच्या मागून तिनं त्यांच्या गळ्यात हात टाकला. या सुखाच्या अनुभवानं एकदम तिच्या डोळ्यांत पाणी आलं. दादासाहेबांना ते अश्रू जाणवताच त्यांनी मान फिरवून पाहिलं, आणि त्यांनीही उठून तिला मग जवळ घेतलं.

दादासाहेब गोव्याला गेले. नेहमीप्रमाणे त्यांचं आगमन हा कौतुकाचा विषय झाला. त्यांचं भाषण हे स्फोटक आकडेवारीनं भरलेलं आणि तरीही नेटकं होतं. अनेकांनी त्यांचं अभिनंदन केलं. मुख्यमंत्र्यांनी दिलेल्या लंचनंतर सभेचं कामकाज संपल्यासारखंच होतं. पुष्कळ मित्रांचा गराडा त्यांच्याभोवती होता. भेटीगाठीची पुष्कळ निमंत्रणं होती. गोव्यात निघणाऱ्या नवीन कापड गिरणीबाबत आणि साखर गिरणीबाबत त्यांच्या समवेत आलेले असिस्टंट मॅनेजर्स गोवा सरकारशी वाटाघाटी करीत होते, त्यातही त्यांना कदाचित भाग घ्यावा लागणार होता. केवळ सवयीनं ते साऱ्या गोष्टी नेटकेपणानं करीत होते; पण कुठेतरी त्यांना मनातून गर्दीचा कंटाळा आला होता. त्यांनी युक्ती-प्रयुक्तीनं सर्वांना वाटेला

लावलं आणि ते एकटेच मांडवीच्या 'सूट'मध्ये येऊन बसले. दारू-सिगारेट ही व्यसनं त्यांनी हेतुपुरस्सर दूर ठेवली होती. केवळ व्यवसायाला गरज म्हणून ते अशा पार्टीत सामील होत; नाही असं नाही. पण प्रत्येक क्षणाचा वाजवी उपयोग करण्याच्या त्यांच्या हट्टाला व्यसन परवडण्यासारखं नव्हतं. त्यांना थकल्यासारखं वाटत होतं. ते अंथरुणावर पडल्या पडल्या शांतपणे विचार करीत होते. पण नेहमीसारखे ते विचार नव्या उद्योगप्रकल्पासंबंधी किंवा व्यवस्थापनातील काही सुधारणांबाबत नव्हते. ते विचार स्वतःबद्दलचे होते. आपण बायकोला प्रश्न विचारला की, तू सुखी आहेस ना? पण तोच प्रश्न तिनं आपल्याला विचारला असता, तर काय उत्तर दिलं असतं आपण?

आपण सुखी आहोत का?

सुख कशाला म्हणतात?

संपत्ती कशासाठी मिळवायची?

स्त्रीचा माणसाच्या आयुष्यात उपयोग काय?

प्रेम प्रेम म्हणतात ते खरं कुठं असतं का?

का स्त्री-पुरुष संबंधाचं सुरक्षित स्वरूप म्हणजेच प्रेम?

आपल्या आयुष्यात तशा खूप स्त्रिया आल्या, नाही असं नाही.

शालिनी ही तर आपण हेतुपुरस्सर आपल्या आयुष्यात येऊ दिली.

लोकांचं लक्ष वेधून घेईल इतकी ती देखणी, सुंदर. संसारातील एक शोभादायक वस्तू. शिवाय आपल्या आयुष्यात व्यत्यय न आणू शकणारी–परावलंबी!

स्वतःच्या हीन कुळामुळं खालच्या मानेनं वावरणारी!

आपण दिलेल्या सन्मानामुळं आपल्याला अंकित असणारी!

तिच्या व्यतिरिक्त ज्या स्त्रिया आयुष्यात आल्या, त्या परदेशात घटकाभर करमणुकीसाठी आल्या. त्यांनीही काही काळ आयुष्य सुखद केलं, पण व्यत्यय आणला नाही. स्त्रियांचा पुरुषांच्या पराक्रमी जीवनात काय उपयोग आहे? कोणत्या स्त्रीनं आपलं आयुष्य बदललं असतं?

आपण बदलू दिलं असतं का?

असा हट्ट कुणी धरलाच असता, तर आपलं त्या स्त्रीशी पटलं नसतं.

का मायेनं, जिव्हाळ्यानं, पुरुषाच्या पराक्रमाला फुंकर घालून तो वाढविणाऱ्या स्त्रिया असतात?

असतील.

नव्हे, होती.

वसुधा!

वसुधेला आपण विसरू शकलो नाही हेच खरं. नाहीतर तिची आठवण व्हावी म्हणून आपण आपल्या मुलीचं नाव वसुधा कशाला ठेवलं असतं? लहानपणी अगदी अर्ध्याकच्च्या तारुण्यात वसुधेला आपण झिडकारलं.

आपण तिच्या प्राप्तीच्या लालसेनं सोनगडमध्येच घुटमळत राहिलो असतो तर? कदाचित पुढंमागं ती मिळालीही असती. पण आजचं आपलं कर्तृत्व जगाला कधी दिसलं असतं काय? फारतर तेथल्या शाळेत एखादा ट्रेंड मास्तर, वसुली कारकून किंवा मुनीमजी यापेक्षा मोठे विश्वच आपल्याला दिसले नसते. वसुधेनं जे अंगार फुलविले, त्यातूनच आपल्या उद्योगप्रियतेची ज्वाला भडकली. तिला त्यातलं काही माहीत असेल का? तिला राहू देच, पण उत्तमला तरी आपलं नाव ऐकून माहीत असेल का? देवधर मास्तरांचा आपल्यावर लोभ होता. त्यांना वर्तमानपत्रातून निदान आपलं मोठेपण कळलं असेल. पण त्या छोट्याशा गावंढ्या गावात दादा चव्हाण नावाचा एक कर्तबगार माणूस मुंबईत वावरतो आहे, ही जाणीव तरी असेल का? आणि आपण तरी ती कुठं करून दिली आहे? आपण तरी आपलं वैभव, कीर्ती याचा थांगपत्ता गावकऱ्यांना कधी लागू दिला नाही. उत्तम निंबाळकर आणि वसुधेचं लग्न झालं एवढं आपल्याला कळलं, तेव्हासुद्धा आपल्याला म्हणावा असा राग आला नाही. कारण तोपर्यंत आपण प्राप्त करून घेतलेल्या मोठेपणाला वसुधासुद्धा जोडीदारीण म्हणून शोभली नसती.

आता सोनगडला जायला पाहिजे.

आत्ताच जायला पाहिजे.

आत्ताच्या आपल्या अवस्थेवर तेच एक औषध आहे.

दादासाहेब चटकन उठले. चौगुल्यांना फोन करून त्यांनी शोफरसकट एक गाडी मागवली. आपल्याबरोबर आलेल्या व्यवस्थापकांसाठी निरोप ठेवले आणि ते गाडी घेऊन सोनगडच्या दिशेला निघाले.

खाणमालकाची ती इम्पाला गाडी वेगानं मार्ग आक्रमण करू लागली, त्याबरोबर शांतपणानं दादासाहेब रेलून बसले. आजपर्यंत सोनगडला जाण्याचं सुचलंच कसं नाही, हेही त्यांच्या मनात येऊन गेलं. हिरव्यागार वृक्षराजीतून भांग काढल्याप्रमाणे रस्त्याचा सरळ पट्टा डोंगरमाथ्यावरून चढत होता आणि वळण घेऊन उतरत होता. इंजिनच्या लयदार आवाजाबरोबर दादासाहेबांचं मनही तृप्ततेनं

डोलू लागलं. सोनगडच्या आठवणी मनात घोळू लागल्या. सोनगडमधील त्यांचं बालपण, डोंगरउतारावर असलेलं ते छोटंसं गाव, कौलारू घर, नारळ-फणस-आंबे यांच्या झाडीत लपलेलं सोनगड. तांबडे-लाल रस्ते. रवळनाथाचं देऊळ. चित्रा आणि सुमित्रांचा संगम, कृष्णतीर्थाचा धबधबा. साऱ्या गोष्टी आणि आठवणी एकामागोमाग एक येऊ लागल्या. किती शांत आणि सुखद असा बालपणाचा काळ आणि त्यातून सर्वस्व व्यापणारी वसुधा...

होय. बालपणाचं सारं काही वसुधेच्या नावात गुंतून पडलेलं होतं. खरं-तर काही समजण्याचं वय नव्हतं. पण नको ते समजून सांगण्याचं शहाणपण वसुधेजवळ होतं. वसुधा दादासाहेबांच्या वडिलांकडे शिकायला येई. तसाच उत्तमही येई. आणखीही गावातील त्यातल्या त्यात श्रीमंतांची मुलं येत असत. शिक्षक म्हणून दादासाहेबांच्या वडिलांचा लौकिक मोठा होता आणि त्यांना मुलांना शिकविण्याची हौसही होती. सोनगडसारख्या कुग्रामात आपल्या वडिलांनी येऊन का राहावं, हा प्रश्न दादासाहेबांना पडत असला, तरी त्या वेळेस सोनगड हे काही कुग्राम नव्हतं. एका जहागीरदाराच्या उपराजधानीचं गाव. मुन्सफाची कचेरी, उत्तम वाचनालय आणि मॅट्रिकपर्यंत शिक्षणाची सोय असलेली शाळा. शाळेत मुले थोडी असत. कारण गावही फार लहान होतं. गावात आसपास थोड्या वाड्या होत्या. म्हणून शाळेत शे-सव्वाशे मुलंतरी होती. एकंदर गावावर दारिद्र्याची कळा होती. त्यामुळं मॅट्रिकपर्यंत शिक्षण पूर्ण करून उच्च शिक्षणासाठी जाणारा एखाद्-दुसराच मुलगा असे. बहुतेक सारी मुलं मधेच कुठंतरी शिक्षण सोडायची. कोणी ट्रेनिंगला जाऊन मास्तर व्हायचे, तर कोणी चित्रा नदीच्या प्रोजेक्टच्या सर्व्हेचं काम होतं, तिथं कामाला जायचे, तर कुणी घरची शेती पाहण्यासाठी, दुकानदारी पाहण्यासाठी शिक्षणाला रामराम ठोकत. परंतु पुष्कळजण सैन्यात भरती होत. त्यामुळे मॅट्रिकच्या वर्गात असताना आपण तिघेच विद्यार्थी राहिलो होतो, हेही दादासाहेबांना आठवलं.

उत्तमचं आणि वसुधेचं लग्न झाल्याचं केव्हातरी मुंबईस दादासाहेबांना कळलं होतं, तेव्हा क्षणभर दादासाहेबांना विलक्षण मत्सर वाटला होता. पण किती झालं तरी उत्तम हा एक खानदानी वतनदार होता. सोनगडची पाटीलकी त्याच्याकडे होती. गावाच्या मानानं मोठी जमीनही होती. त्याच्याशी बरोबरी करणं आपणास कधीही शक्य नाही, हेही दादासाहेबांना माहीत होतं. मुंबईत येऊन आपलं नशीब काढण्यासाठी गड्या-हुजऱ्याची कामं करण्यात दादासाहेब जेव्हा मग्न होते, तेव्हाच वसुधेचं आणि उत्तमचं लग्न झालं होतं. दादासाहेबांचे

वडील जर तेव्हा हयात असते, तर त्यांना भेटण्याच्या निमित्ताने ते त्या लग्नाला गेलेही असते. परंतु मधल्या काळात त्यांचा मृत्यू झाला आणि दादासाहेबांचा एकमेव धागा तुटला. सोनगडला ना त्यांची जमीन होती ना घर होतं. त्यामुळं सोनगडला परत येण्यासाठी त्यांना काही कारणच नव्हतं.

त्यांच्या मनात एक कारण मात्र सारखं येत असे. ते म्हणजे वसुधा. गाव सोडण्यापूर्वी कृष्णतीर्थाच्या धबधब्यावर त्यांनी वसुधेला बोलाविलं होतं. खरं म्हणजे ती आलीही नसती; परंतु दादासाहेब गाव सोडून जाणार म्हणून असेल, पण निरोपासाठी का होईना ती ठरलेल्या वेळी आली होती. उघडपणे तरुण स्त्री-पुरुषांनी भेटण्याची गावात पद्धत नव्हती. त्यामुळे ती एक मैत्रीण बरोबर घेऊन आली. काहीतरी निमित्त काढून दोघांना एकटं जेव्हा बोलायला मिळालं, तेव्हा दादासाहेबांनी आपण गाव सोडतो आहोत हे सांगितलं. त्यांनी अनेक स्वप्नं तिच्यापुढं फुलविली. आजपर्यंत अत्यंत सावधपणे तिनं दोघांच्या स्नेहाचं नातं शाबूत ठेवलं होतं. त्यांच्यात एक जवळीकही निर्माण झालेली होती. असेच काही दिवस गेले असते, तर कदाचित अगदी सहजगत्या ते एकत्रही येऊ शकले असते. पण त्या स्नेहाला प्रेमाची फुलं आलेली नव्हती. धागे कच्चे होते. वसुधेला दादासाहेबांच्या डोळ्यांतील धग नेहमीच जाणवत असे, आणि त्या आगीचं आपणाला आकर्षण आहे हे जसं तिला कळलं होतं, तसंच दादासाहेबांनाही कळलं होतं. पण काही गोष्टी वेळेवरच घडाव्या लागतात. कळ्या जबरदस्तीनं फुलविता येत नाहीत. आपलं तिच्यावर प्रेम आहे, आपण मोठे होणार आहोत, तोपर्यंत तिनं थांबलं पाहिजे, असं काहीसं दादासाहेबांनी तिला सांगितलं. तिनं काहीच उत्तर दिलं नाही, तेव्हा अधीऱ्या मनानं दादासाहेब म्हणाले, ''बोल ना, काहीतरी बोल.''

''काय बोलू? अजून तुमचा कशातच पाय नाही. मी थांबणार कशाच्या जोरावर? त्यातून तुम्ही गाव सोडून जात आहात. तुम्हांला इथं राहूनही काही करता येणार नाही?''

''ह्या गावंढ्या गावात काय करणार?''

''ज्याला काही करायचं आहे, त्याला काय कुठेही करता येइल.''

''पण मला खूप मोठा व्हायचं आहे. खूप शिकायचं आहे. इथं फारतर मास्तर होईल. तलाठी होईन. असल्या आयुष्यात काय मजा आहे?''

''खूप मोठं व्हायचं, खूप पैसे मिळवायचं म्हणजे आयुष्यात सुख नक्की मिळतं काय?''

"मोठं तर झालंच पाहिजे. या एवढ्याशा डबक्यात राहून वळवळणं, कसातरी जीव काढणं म्हणजे आयुष्य फुकट घालविणं आहे. इथून बाहेर पडलंच पाहिजे."

"पण तुम्ही गेलात, तर तुम्हांला परतायला किती वर्षं लागतील कुणास ठाऊक? तोपर्यंत घरच्या लोकांना काय सांगू? असं अधांतरी राहणं नाही जमायचं मला. आत्ता म्हणालात, तर आत्ता तुमच्याबरोबर यायला मी तयार आहे."

"आत्ता? आत्ता मी तुला कुठं नेणार? आणि आपण जगणार कसे? आणि तुला बरोबर घेऊन गेलो, तर मी शिकणार कसा? हा तर अविचार आहे."

"तो निर्णय तुमचा तुम्हांला घ्यायला पाहिजे. मी वादळात उडी मारायला तयार आहे. सर्वनाश झाला तरी मला चालेल; पण असं लोंबकळत मात्र मी राहणार नाही."

"तुला कसं समजत नाही वसुधा? आत्ताच्या माझ्या अवस्थेत नाही मला पुरेसं शिक्षण, नाही कुणाचा आधार, नाही माझ्याजवळ पैसा. मी तुला नेऊन करणार काय?"

"हे पाहा, तुम्हांला लवकर निर्णय घेणं भाग आहे. इतके दिवस मला लग्नावाचून ठेवलंय, हेसुद्धा खरं म्हणजे माझ्यावर उपकारच आहेत. आमच्या कुटुंबात ही पद्धतच नाही आणि ही संधी चुकली, तर तुमची-माझी पुन्हा गाठ पडणार नाही."

"असं करू नकोस वसुधा. मला थोडातरी वेळ मिळालाच पाहिजे. मला थोडेतरी हात-पाय हलविलेच पाहिजेत. तुला सुखात ठेवता येईल का?"

"सुखाच्या तुमच्या आणि माझ्या कल्पना निराळ्या आहेत. मी सुख बाहेर शोधत नाही. आत शोधते. लौकिकात आणि पैशात मला सुख वाटत नाही. तुम्हांला माहीत असेलच की, उत्तमची माझ्याशी लग्न करायची इच्छा केव्हापासून आहे. घरातील लोकांचा त्याला विरोध असण्याचं कारण नाही आणि तुमच्याबरोबर माझं लग्न होणार नसेल, तर उत्तमला नाकारण्यात अर्थही नाही."

"नाही नाही. पण आपलं लग्न होऊ शकत नाही आणि उत्तमशीही होता कामा नये."

"ठीक आहे. मी जाते. तेच तेच बोलायला मला आवडत नाही. माझा निर्णय मी तुम्हांला सांगितला."

ती उठली. त्यांनी हाक मारली, तरी तिनं मान मागे वळविली नाही. ती पुढं पुढं जात राहिली आणि वळणापलीकडे जाऊन अदृश्य झाली. त्यांनी मारलेल्या हाका तशाच त्या नीरव आसमंतात घुमत राहिल्या. आतासुद्धा गाडीत रेलून पडलेल्या स्थितीत त्या ऐकू येत होत्या...

दादासाहेबांना पाठमोरी जाणारी ती वसुधा अजूनही आठवत होती. तिचा सडसडीत बांधा, लयबद्ध चाल आणि पावलागणिक नितंबावरून मागे फेकले जाणारे लांबसडक केस अगदी जसेच्या तसे त्यांना आठवत होते. इतका काळ लोटून गेला; पण वसुधेचे हे पाठमोरे चित्र त्यांना कधीही पुसून टाकता आले नाही. तिनं चापून-चोपून नेसलेल्या आणि नितंबावरून वर खांद्यावर जाणाऱ्या साडीच्या घडीत त्यांचं एक भाबडं मन तेव्हा जे अडकून पडलं होतं, ते त्यांना मागं फिरवता आलं नव्हतं. मागे कोजागिरीच्या रात्री तिला घरी पोचविण्यासाठी ते गेले असता दार उघडेपर्यंत त्यांनी तिचा हात आपल्या हातात घेतला होता. तिची सडसडीत निमुळती बोटं त्यांच्या बोटांत जेव्हा गुंफली, तेव्हा त्यांच्या स्पर्शाच्या आवेगाला तिनंही जबाब दिला होता. किंचित कलती मान करून तिनं त्यांच्याकडं जेव्हा पाहिलं, तेव्हा चंद्रप्रकाशानं उजळलेल्या तिच्या नजरेतलं आमंत्रण त्यांना कळलं. ते त्या आमंत्रणानं मंत्रमुग्ध झाले. तेवढ्यात दार वाजलं. हाताची पकड सुटली. नजरही फिरली आणि ती घरात निघून गेली. तसा क्षण पुन्हा आलाच नाही. ते आमंत्रण डोक्यात तिष्ठत राहून गेलं. खेड्यातल्या छोट्या जगात चहुबाजूंनी पहारे असतात. या पहाऱ्यांतून एकांत मिळायला पुन्हा पौर्णिमा उगवलीच नाही. पुन्हा स्पर्शाची भेट झालीच नाही.

पण तो जळता स्पर्श दादासाहेब आयुष्यभर बरोबर वागवीत आले. पहिल्याप्रथम त्यांनी शालिनीच्या स्पर्शात पहिल्या आठवणी विझविण्याचा यत्न केला. पण त्या विझल्या नाहीत; उलट, त्या अधिक पेटत गेल्या. शालिनी सुंदर होती. देहाचा नजराणा कसा द्यायचा याचं तिला ज्ञान होतं. परंतु दुसऱ्या देहाचा नजराणा कसा घ्यायचा यात ती अगदी अनभिज्ञ होती. पुन्हा पुन्हा दादासाहेबांनी पहिल्या स्पर्शाची आग विझविण्यासाठी आवेगानं नव्या संगमोत्सुक स्पर्शाच्या डोहात बुडी मारली. पण तो स्पर्श तसाच राहिला. पेटलेला, चेतलेला. स्त्रीत्वाचं सारं कसब, लाघव शालिनीजवळ होतं. पण प्रत्येक वेळेला काहीतरी अपुरं राहिलं आहे, अशी दादासाहेबांची जाणीव कधी संपली नाही. त्यांचा आवेग मध्येच संपे. वासना मधेच विझून जात आणि अलिप्तपणे ते एकदम दूर होत. पहिल्यापहिल्यांदा शालिनीला हे विचित्र वाटे; पण मग असतात एकेकाच्या

सवयी, म्हणून तिनं तिकडं दुर्लक्ष केलं. तिच्यात समर्पणाचं आसव भरपूर होतं; पण चेतविणारं इंधन नव्हतं, हे तिच्या कधी लक्षातच आलं नाही.

दादासाहेबांच्या हे लक्षात आलं होतं. त्यांनी चातुर्यानं आपली अतृप्ती अलिप्ततेत बुडवून टाकली आणि अलिप्ततेचं आणि व्यग्रतेचं एक नाटक उभं केलं. ते नाटकच अखेरी वास्तव बनलं. दुसऱ्या स्त्रीकडे जाण्याचा प्रयत्नही त्यांनी केला नाही तो याच भीतीनं की, तिथंसुद्धा वसुधा पुन्हा येणार आणि ऐन रतिसुखाच्या उत्कर्षाच्या वेळी सारा रंग बिघडवून टाकणार. पुढं जसजसे ते मोठे झाले, पैसा मिळू लागला, नावलौकिक होऊ लागला, वेगवेगळ्या उच्चभ्रू स्त्रिया अवतीभवती वावरू लागल्या, तेव्हा प्रत्येक सुंदर स्त्री दिसली की वसुधाचाच भास होऊ लागला. सात्त्विक, भाबडं तरीही ईर्षेनं पेटलेलं आणि आक्रमक आव्हान त्यांना शोधून मिळालं नाही.

परदेशात गेल्यावर नावलौकिक किंवा प्रतिष्ठा ह्यांची संगत सोडून पुरुषी अहंकारानं त्यांनी पुन्हा काही स्त्रियांशी मैत्री केली. तिथल्या स्त्रियांचं दर्शन हे अगदी वेगळं होतं. त्यांतल्या एक-दोन स्त्रिया त्यांच्या चांगल्या लक्षात राहिल्या. त्या पुरुषांपेक्षा कोणत्याही तऱ्हेनं कमी नव्हत्या. आणि मुख्य म्हणजे आपण स्त्री आहोत, याची त्यांना जाणीवच नव्हती. स्त्रीपुरुषसंबंध ही एक नेहमीच्या गरजेची गोष्ट आहे, यापेक्षा तिला त्यांच्या लेखी महत्त्वही नव्हतं. वेगवेगळ्या कॉन्फरन्समध्ये त्या त्यांच्याबरोबर असत तेव्हाचा त्यांचा युक्तिवाद, व्यवस्थापन-कौशल्य, अर्थशास्त्राच ज्ञान या साऱ्या गोष्टींनी ते चकित झाले होते. नाजूकपणाशिवाय, किंवा भावुकपणाशिवाय स्त्रीपुरुष संबंध असू शकतो; नव्हे, तो अधिक चांगला असण्याची शक्यता असते, हा नवीन शोध त्यांना लागला होता. प्रथमत:च आपला पौर्वात्य संस्कार आणि पाश्चिमात्य संस्कार यांचा खरा संघर्ष त्यांना सोसावा लागला. उघडउघडपणे त्या वाटेल त्या लैंगिक गोष्टींवर चर्चा करीत. सुखाचे नवीन नवीन मार्ग शोधीत. एवढंच नव्हे तर दादासाहेबांचं अज्ञान त्यांच्या लक्षात आणून देत. त्यांना स्त्रीपुरुष संबंधातील सहकार्याचं, जबाबदारीचं ज्ञान शिकवीत. आपल्याला पुष्कळ गोष्टी कळत नाहीत, हे त्यांच्या लक्षात आलं. पण त्याबद्दल त्यांना खंत वाटण्याऐवजी कुतूहल वाटत राहिलं, आणि त्या कुतूहलाच्या ओढीनंच ते काहीतरी निमित्त काढून परदेशात जात-येत.

परंतु हे सारं नवीन ज्ञान होऊनही त्यांच्या अंत:करणातून वसुधेला त्यांना निपटून टाकता आलं नाही. एखाद्या गोष्टीचं फाजील ज्ञान, अतिरिक्त सहकार व समानतेची जाणीव यांमुळे बौद्धिक आनंद सापडला, तरी त्यांची काहीतरी इच्छा

अपुरीच राहिली होती. आपल्याला काय हवंय, हे त्यांना नक्की कळत नव्हतं. पण आपलं काहीतरी हरवलं आहे, ही जाणीव त्यांना कधी विसरता येत नव्हती. आरोग्यानं मुसमुसलेल्या, रतिसुख हवं आहे अशी मागणी करणाऱ्या निरोगी, बुद्धिमान स्त्रियांच्या शरीराशी एकरूप होतानासुद्धा एकदम अवचितपणे त्यांना आपल्या अंगाखाली वस्त्रविहीन वसुधा आहे, असं वाटे. त्यांना हे कोडं कधी उलगडलं नाही. वसुधेमुळं आपलं आयुष्य पूर्ण झालं असतं का? ही अवस्थतेची ओढ कायमची थांबली असती का?

आणि मग लख्खकन एक गोष्ट त्यांच्यासमोर उभी राहिली. जी गोष्ट मिळायला हवी ती गोष्ट मिळाली नाही, म्हणून तर हे दुःख नाही? जी गोष्ट मिळण्यासारखी होती ती गोष्ट आपण नाकारली, म्हणून तर ही अस्वस्थता नाही? वसुधा सुंदर होती. कमनीय होती. चतुर होती. मग सुंदर, कमनीय, चतुर स्त्रिया भेटूनही तिची ओढ का वाटते? सतरा-अठरा वर्षांची तरुण, कोवळी वसुधा मॅट्रिक झालेल्या, भवितव्य शोधू पाहणाऱ्या आपल्यासारख्या तरुणाबरोबर कोणत्या ओढीनं पळून जायला तयार होती? प्रतिष्ठा, सुस्थिरता धोक्यात टाकायला तिच्या मनात कोणतं सामर्थ्य निर्माण झालं असावं? ती तारुण्याची नैसर्गिक हाक होती, की आपल्या कर्तृत्वावरील विश्वास होता? तिनं आपली निवड स्पष्ट शब्दांत केली. आपणही आपली निवड तितक्याच स्वच्छपणानं केली. तिची निवड बरोबर होती, का आपली बरोबर होती? आपण निवड केली त्याप्रमाणे आपलं भवितव्य घडविलं. नावलौकिक मिळवला. पैसा आणि कीर्ती पायाशी खेचून आणली. ठरविल्याप्रमाणे आपण सारं काही केलं. तरीही आपल्या मनात हुरहुर आहे, हा भाग निराळा. पण आपला अंदाज काही चुकला नव्हता. आपण योजलेल्या रस्त्यावरून चालत गेलो आणि मुक्कामापर्यंत आलो. पण वसुधानं निवड केलेल्या रस्त्यावरून तिला जाता आलं नाही. आपण तिच्या हाकेला ओ देऊ शकलो नाही. मग ज्या रस्त्यानं तिला जावं लागलं, त्या रस्त्यानं ती सुखी झाली असेल का?

खरंच वसुधा आपल्या संसारात आता रमली असेल. उत्तम तसा हौशी आणि कर्तबगार माणूस होता. घरचा सधन होता. तिचा संसार फुलला असेल. आपल्याप्रमाणे तिलाही मुलं झालेली असतील. आपण सुखी झालो तशी तीही झाली असली पाहिजे. पण आपण सुखी झालो का? आपण यशस्वी झालो, सुखी झालो असं काही म्हणता यायचं नाही. वसुधेनंसुद्धा सुखी होता कामा नये. आपण तिला विसरू शकलो नाही. तिनंसुद्धा आपल्याला विसरता कामा नये.

तिनं सुखी होताच कामा नये.

गाडीला करकचून ब्रेक लागले, तेव्हा दादासाहेब एकदम भानावर आले आणि त्यांनी बाहेर पाहिले. त्यांच्या लक्षात आलं, की सोनगडचा परिसर जवळ आला आहे. ब्रेक लागला होता तो गाडी सोनगडच्या रस्त्याला आत वळली म्हणून. कितीतरी वर्षांपूर्वीचे सोनगडच्या झाडाझुडपांचे सुगंध रानचा वारा, त्यांच्या अंत:करणात दडून बसले होते, ते एकदम जागे झाले. अजून थोडा थोडा सूर्यप्रकाश होता. ओढाळ गुरं झपाट्यानं सोनगडच्या दिशेनं चालली होती. रवळनाथाच्या मंदिराचा कळस आता दिसू लागला होता. सोनगडच्या परिसराचा स्पर्श त्यांच्या स्मृतिकोशांना झाला आणि एकदम ते भारावून गेले. असंच डाव्या बाजूच्या रस्त्यानं मैलभर गेलं, की संगम लागतो. उजव्या बाजूला रस्त्यानं चढ चढत गेलं की कृष्णतीर्थाचा धबधबा लागतो, आणि रस्त्यानं सरळ गेलं की पहिल्यांदाच शाळेची इमारत लागते. मात्र आता खूप बदललं असलं पाहिजे. त्यांनी नुकताच 'न्यू व्हिलेज इकॉनॉमिक्स' या विषयावर एक प्रबंध वाचलेला होता. प्रबंध अर्थात त्यांच्या इकॉनॉमिक अॅडव्हायझरने तयार केला होता. नवनव्या औद्योगिक प्रगतीमुळे खेड्यात झालेले बदल हे त्या प्रबंधामागचे मूळ सूत्र होते. भारतातील सगळी खेडी बदलली, तरी त्याला त्यांची हरकत नव्हती; पण सोनगड मात्र त्यांना तसंच पाहायचं होतं. त्यांच्या मनातील तीस-पस्तीस वर्षांपूर्वीचं चित्र त्या रंगांत त्यांना हवं होतं. पण त्याचबरोबर त्यांना हेही माहीत होतं, की ते चित्र जसंच्या तसं त्यांना पाहायला मिळणार नाही. गाडी एका पेट्रोलपंपाशी थांबली तेव्हा ड्रायव्हरने विचारलं, "गाडी कुठं न्यायची?" तेव्हा ते बावचळलेच. त्यांनी काही विचारच केलेला नव्हता. गावात जायचं म्हणजे कुणाकडे जायचं? कुठं उतरायचं? हे प्रश्न त्यांच्या डोक्यातच आले नव्हते. वसुधा आता कुठे असेल? उत्तमचं घर पूर्वीच्याच ठिकाणी असेल का? त्याच्याकडे उतरणं बरोबर दिसेल का? हे सारे प्रश्न झटकन त्यांच्या डोक्यात येऊन गेले. मग त्यांनी पेट्रोलपंपावरील अटेंडंटला खूण करून बोलावलं. तो जवळ येताच त्यांनी त्याला विचारलं,

"गावात कुठं उतरण्यासारखं हॉटेल आहे का?"

"छे हो! या गावात उतरणार कोण?"

"मग इथं उतरायचं कुठं? काहीच सोय नाही?"

"नाही असं कसं? धरणावर डाकबंगला आहे ना!"

"तिथं सोय होईल?"

"हो. न व्हायला काय झालं? उत्तम डाकबंगला आहे."

"किती लांब आहे इथून?"

"जवळच आहे दोन-तीन मैलांवर. परत थोडं मागं गेलं की, 'कृष्णतीर्थाकडे' असा बोर्ड लागेल. त्या रस्त्यानं दोन-अडीच मैल वर जा."

"कृष्णतीर्थ म्हणजे धबधबा ना?"

"होय साहेब. पण तुम्हांला काय माहीत?"

"अरे, मी या गावचाच आहे. फार वर्षांनी येतोय."

"साहेब, आपलं नाव काय?"

"माझं नाव होय? नाव डी. एन. चव्हाण. पूर्वी मी इथं या गावात राहत होतो. माझे वडील इथं मास्तर होते. इथं माझा एक बालमित्र राहतो. उत्तम निंबाळकर म्हणून."

"मग साहेब, तुम्ही डाकबंगल्यावर कशाला राहता? त्यांच्याच घरी राहा ना. त्यांचाच आहे हा पंप."

"असं होय? पण आत्ता जात नाही. आता संध्याकाळ झालेली आहे. आता डाकबंगल्यावर जातो. उद्या सकाळी जाईन त्यांच्याकडे."

"मग साहेब, असं करा. तुम्ही बरोबर आमचा पोऱ्या घेऊन जा. म्हणजे तुमची सोय व्यवस्थित होईल."

दादासाहेब डाकबंगल्यावर पोचले, तेव्हा चांगलंच अंधारून आलं होतं. डाकबंगला धरणाच्या अगदी काठावर होता. एक प्रचंड जलाशय त्यांच्या दृष्टिपथात आला. त्यांनी धरणाच्या भिंतीपलीकडच्या बाजूला पाहिलं, तो त्यांना तिथं एक वसाहतही दिसली आणि तिकडून मोठ्या रस्त्याला जाणारा एक रस्ताही दिसला. बराच वेळ त्या साऱ्या दृश्याकडे ते पाहत राहिले. या धरणामुळं सारं सोनगड बदललं असलं पाहिजे, याविषयी त्यांच्या मनात खात्रीच झाली. या धरणाचं काम कितीतरी वर्षं रेंगाळलं होतं, पण बहुधा ते नुकतंच पुरे झालं असलं पाहिजे.

दादासाहेब डाकबंगल्यात आले आणि त्यांनी खानसाम्याला आपल्याला काय पाहिजे, काय नको, हे सांगितलं. बंगला नवीन होता, अद्ययावत साधनांनी व सोईंनी संपन्न होता. धरणामुळेच तिथं डाकबंगला बांधला गेला, हेही उघड होतं. नाहीतर पूर्वी कृष्णतीर्थाच्या धबधब्याजवळ जी धर्मशाळा होती ती एकमेव उतरण्याची जागा ह्या गावाला उपलब्ध होती. या आडबाजूच्या गावाला आधी येणार कोण? ना इथं उद्योगधंदा, ना सधन शेती... पण तसं नसेल. धरणाच्या पाण्यामुळं शेतीची कळा आता नक्कीच बदलली असेल. गावात वीजही आलेली

होती. म्हणजे लहानमोठे उद्योगधंदे अपरिहार्य. आपलं स्वप्नातील सोनगडचं चित्र वाहून गेलं असणार, हे कळायला दादासाहेबांना फारसा वेळ लागला नाही. दादासाहेबांनी मग गिझर लावून गरम पाण्यानं मनसोक्त स्नान केलं. डाकबंगल्यामध्ये अन्य कुणी नसल्यामुळं त्यांनी पायजमा-शर्ट घातला आणि ते जेवणाची वाट पाहत व्हरांड्यातील आरामखुर्चीवर लवंडले आणि बघता बघता आठवणी चाळविताना त्यांना डुलकीही लागली.

पण त्या अर्धनिद्रित अवस्थेत अनेक आठवणी होत होत्याच... रवळनाथाच्या देवळात वाडीकरांचे कीर्तन रंगे आणि चातुर्मासात सारा गाव तिथं लोटे. गावाला तेवढीच एक करमणूक होती. वाडीकरांची वाणी रसाळ होती. आणि ते पुराणातील आख्यानं समोरच्या श्रोत्यांना अशी रंगवून सांगत, की मध्यरात्र उलटली तरी कीर्तन संपूच नये, असं लोकांना वाटे. त्यांचा आवाज गोड होता. त्या महिनाभराच्या मुक्कामात त्यांचा मुक्काम देवधरमास्तरांकडे असे आणि तिथं ते गावातील मुलांना भजनं, भूपाळ्या अशी सोपी गाणी शिकवीत असत. सगळी भल्याघरची मुलं तिथं जमायची, म्हणून दादासाहेबही तिथं जायचे. पण दादासाहेबांना गाण्याची गोडी नव्हती. वसुधेनं मात्र बुवांकडून खूप गाणी शिकून घेतली. बुवांचा अधिकमास संपल्यावर बुवांनी एक दिवस वसुधेकडून चक्क एक कीर्तनच करवून घेतलं आणि गावातील लोकांना चकित केलं. वसुधेचा सभाधीटपणा, आवाज, उभं राहण्याची ऐट पाहून दादासाहेबांच्या मनात प्रथम काहीतरी जाणवलं. दादासाहेब तिच्याशी ओळख वाढविण्याची खटपट करू लागले आणि त्या खटपटीला तसं यशही पुष्कळ आलं. मग असे पुष्कळ प्रसंग आले, की ज्यांत एकमेकांसाठी एकमेक सामील होत. दहीहंडी फोडण्याचा कार्यक्रम असो, दिव्याच्या अवसेला संगमावरचा उत्सव असो किंवा रंगपंचमीचा केवळ पुरुषी धुल्ला असो. उत्तमसुद्धा त्यांच्याबरोबर असेच. तोही वसुधेची ओळख वाढवून घ्यायची खटपट करीत होता. त्याला ते अधिक सोपं होतं; कारण गावावर निंबाळकर घराण्याचा चांगला वचक होता. वसुधेचे वडील त्याच घराण्याचे आश्रित होते. आपल्या पिढीजात खानदानी श्रीमंतीचा तोरा जेव्हा उत्तम दाखवत असे, तेव्हा वसुधा तुच्छतेने तो सारा फुंकरून टाकी. दादासाहेबांना तेव्हा मनातून बरे वाटे. साऱ्या गावात वसुधेच्या चुणचुणीतपणाचे कौतुक होई. एरवी, मुलींना अशा खेडेगावात हिंडण्या-फिरण्याचे ही स्वातंत्र्य नसे. पण आपल्या व्यक्तिमत्त्वानं तिनं ते स्वातंत्र्य मिळविलं होतं. करवंदाच्या जाळ्यांतून करवंदं शोधत हिंडताना, भराला आलेल्या जांभळीवर तुटून पडताना, गावचे उत्सव-जत्रा यांत सामील होत असताना दादासाहेब आणि

वसुधा जवळ येत चालली होती. फार थोड्यांच्या ध्यानात ही गोष्ट आली होती, पण यात गैर मानण्यासारखेही काही नव्हते. देवधरमास्तरांच्या करड्या शिस्तीखाली सारी तरुण मुलं नि मुली निकोप मनानं वाढत होती. चव्हाणमास्तर हेसुद्धा गावात लोकप्रिय होते. तेव्हा वसुधा आणि चव्हाणमास्तरांचा मुलगा काही नात्याने बांधले गेले, तर कुणालाच धक्का बसण्यासारखा नव्हता.

पण दादासाहेब मॅट्रिकची परीक्षा होताच गाव सोडून गेले, या गोष्टीमुळे मात्र गावाला धक्का बसला. मॅट्रिक परीक्षेत चांगला नंबर मिळाल्यामुळे दादासाहेब ट्रेनिंगला जाऊन येऊन शाळेत मास्तर होणार, आपल्या बापाची गादी चालविणार, गावलाडक्या वसुधेशी कदाचित विवाहबद्ध होणार असं साधारणतः सारेजण धरून चालले होते. परंतु दादासाहेबांनी पुढचं शिक्षण घेण्यासाठी मुंबईला जायचं ठरविलं, ही गोष्ट खुद्द देवधरमास्तरांनाही आवडली नाही. निरोप घेण्यासाठी म्हणून दादासाहेब देवधरमास्तरांच्या घरी गेले, तेव्हा त्यांनी त्याला परावृत्त करण्याचा यत्न केला.

''हे बघ, तू हुशार आहेस. शिक्षणात नाव काढशील हे खरं आहे; पण हे सगळं कशाच्या जोरावर करणार?''

''तुमचे फक्त आशीर्वाद द्या गुरुजी.''

''अरे, माझे आशीर्वाद आहेतच. पण आशीर्वादांनी जर कामं व्हायला लागली, तर माणसात आणि देवात फरक काय? मुंबईसारख्या प्रचंड गावात तू एकटा जाणार कुठं? जगणार कसा? फी-पुस्तकांसाठी पैसे आणणार कोठून? मला तर तुझा अचंबा वाटतोय.''

''गुरुजी, आजपर्यंत तुम्ही शिकवलेत, की प्रयत्न केल्याशिवाय माणसाला मोठं होता येत नाही. मी इथंच राहिलो तर जास्तीत जास्त काय होईन? कदाचित लग्न करीन. मुलंबाळं होतील. ह्यापेक्षा माझ्या आयुष्यात फार काही घडणार नाही. मला खूप खूप मोठं व्हायचंय. सर्वांना अभिमान वाटेल इतकं मोठं व्हायचंय. हे एवढंसं गाव माझ्या बुद्धीला फार तोकडं वाटतंय. लहान तोंडी मोठा घास घेणं बरं नाही गुरुजी. पण खरंतर तुम्हीच मला सांगायला पाहिजे, की ह्या डबक्यात राहू नको. जास्तीत जास्त काय होईल? मला त्रास सोसावा लागेल. अपमान सोसावा लागेल. पण तो मी सोशीन. पण मोठा झाल्याशिवाय राहणार नाही.''

देवधरमास्तर त्यांच्याकडे बघतच राहिले. त्यांच्या डोळ्यांत आग होती. नवीन स्वप्नं होतं. ईर्षा होती. संयमाचा बांध घालून किंवा विवेकाची शिकवण

देऊन आग विझणार नव्हती. ईषा लोपणार नव्हती, आणि अशी मुलं थोडी असतात, की जी स्वत:च्या पायावर उभे राहण्याची इच्छातरी करतात. देवधर-मास्तरांनी त्याला आशीर्वाद दिला, निरोप दिला. एवढंच नव्हे, तर मुंबईतील एक-दोन मित्रांना पत्रं लिहिली आणि पाथेय म्हणून पंचवीस रुपये हातावर ठेवले. त्यांचे डोळे भरून आले होते. तो त्यांचा लाडका विद्यार्थी होताच; पण त्याहीपेक्षा आपल्या तारुण्यात आपल्याला काही असा निर्णय घेता आला नाही, याची त्यांना खिन्नताही होती. ते म्हणाले, "जपून जा. नीट वाग. कोणाचेही श्रम फुकट घेऊ नकोस. कोणालाही श्रम फुकट देऊ नकोस. सद्बुद्धीचा आश्रय सोडू नकोस. पत्र पाठवीत जा. गावाची आठवण विसरू नकोस. देव तुझं कल्याण करील!"

आरंभी आरंभी दादासाहेबांनी पत्रं पाठविली. पण पत्र पाठवायलासुद्धा पैसे लागतात. गावातील लहान-मोठ्या सुंदर आठवणी त्यांच्या मनात नेहमी जाग्या व्हायच्या आणि मुंबईच्या धकाधकीच्या जीवनात ते बेचैनही व्हायचे. एका डोंगराच्या उतारावर दोन्ही अंगांनी वसलेलं सोनगड त्यांच्यापुढं साक्षात उभं राही. डोंगराच्या दोन्ही घळींतून दोन छोट्याशा नद्या वाहत येऊन त्यांचा सपाटीवर जो संगम झाला होता, तिथल्या कातळाची त्यांना आठवण येई. एखाद्या कॅलेंडरमध्ये जशी रेखीव चित्रं असतात, तसंच त्यांच्या गावाचं एक रेखीव चित्र त्यांच्या अंत:करणात रुतून बसलेलं होतं. मुंबईच्या गजबजाटाच्या पार्श्वभूमीवर तर ते शांत, रम्य ग्रामसौंदर्य त्यांच्या डोळ्यांसमोरून हलत नसे. मुंबईत माणसांची एवढी गर्दी होई, की इतकी माणसं एकमेकांच्या अंगावर जणू कोसळत आहेत, पण तरीही आपण एका निर्जन वाळवंटात राहत आहोत असं त्यांना वाटे. उलट, सोनगडमध्ये माणसं किती थोडी; परंतु जिव्हाळ्याच्या आणि मायेच्या तुडुंब तडागात आपला वावर होतो आहे ह्यामुळं त्यांना एकटेपणा कधीच जाणवला नाही. मुंबईतील डोळे फिरवून टाकणारी ती उंच उंच घरे त्यांना माणसांची वाटत नसत. खेड्यातील पडकी, आकारहीन कौलारू घरं मात्र त्यांना मित्रासारखी खुलवून त्यांच्याशी संभाषण करीत. मुंबईतील एक समुद्र सोडला तर त्यांना दुसरं काहीही आवडलं नव्हतं. समुद्राच्या काठाशी ते वेळीअवेळी, मध्यरात्रीसुद्धा एकटे जाऊन बसले होते. एखाद्या धीरगंभीर वृद्ध माणसासारखा कधी तो समुद्र त्यांच्या अंगाखांद्याला वत्सल स्पर्श करी, कधी रागावून-ओरडून त्यांच्यावर संतापे तर कधी पांघरूण घेऊन सोप्यावर झोपावे, तसा शांत झोपे.

पण हळूहळू गावाचं चित्र अस्पष्ट होऊ लागलं. मुंबईतील माणसं, घरं,

वाहनं त्यांच्या ओळखीची झाली. मुंबईचा वेग हळूहळू त्यांच्या रक्तात येऊ लागला आणि त्यांचं मन मुंबईत रमू लागलं. मुंबईतही त्यांना जिव्हाळा भेटू लागला. बुद्धीपुढे, कर्तृत्वापुढं इथली माणसंसुद्धा नम्र होतात, हे त्यांच्या लक्षात आलं आणि मग ते एक एक साधन जमवू लागले. पैशाचं महत्त्व त्यांना पटलं. उपयुक्ततेशिवाय इथं पैसा मिळणार नाही; एवढंच नव्हे तर इथं राहताही येणार नाही, हे लक्षात येताच जे जे मिळेल ते ते, ते शिकू लागले. अनुभव साठवू लागले. उपयोगी माणसाची पारख करू लागले. प्रत्येक क्षणाला इथं काही अर्थ आहे, हे लक्षात येताच त्यांनी एक क्षणही फुकट घालवू द्यायचा नाही, हे ठरविलं. आपल्यासारखी पुष्कळ माणसं गोळा झालेली आहेत. त्या सर्वांतून आपल्याला मान वर काढायची आहे, हे लक्षात येताच ते अधिक सावध होऊ लागले. सोनगडचं चित्र हळूहळू पुसट होऊ लागलं. परीक्षेतील एक एक यश, व्यवसायातील एक एक नवीन दालन, कर्तबगार, नव्या नव्या माणसांची संगत यांमुळे त्यांच्या आयुष्याला अर्थ येतो आहे, असं त्यांना वाटू लागलं. वसुधेचं लग्न झालं आहे ही बातमी कळली, तेव्हा ते क्षणभर गांगरले; पण एक नाही अशा अनेक वसुधा या मुंबईत पावलोपावली आहेत, असा एक बेहिशेबी हिशेब त्यांनी मांडला आणि मग काही काळ ते अशा वसुधांच्याच शोधत राहिले. रतिलाल नावाच्या एका शेअर ब्रोकरकडे काम करीत असताना काही काळ त्यांना गुंतवून टाकणारी एक तात्पुरती वसुधा त्यांना भेटली. तिनं त्यांचं आयुष्य पुन्हा एकदा शिलगाविलं. तिच्या लेखी तो एक चाळा होता, गंमत होती; पण दादासाहेबांच्या लेखी तो एक अभूतपूर्व असा मनाचा आनंद होता. जगात काहीच फुकट मिळत नाही, हे ते शिकले होते. त्याचा त्यांना विसर पडला. रतिलाल हा आपला मालक आहे, त्याची बायको मृदुला ही आपली मालकीण आहे, याचं भानच ते विसरले. इतक्या श्रीमंत, प्रतिष्ठित, सुंदर कुटुंबातील स्त्री आपल्यासारख्या एका सामान्य नोकरावर आषक का झाली, हे लक्षात यायच्या आतच, एक दिवस त्यांना ते घर बंद झालं. ते अस्वस्थ झाले. त्यांनी खूप, पुन:पुन्हा प्रयत्न केला; परंतु त्या घरात त्यांना पुन्हा प्रवेश मिळाला नाही. उलट, त्यांची अवहेलना झाली. एक चांगली नोकरी सुटली. एक दिवस त्यांच्या लक्षात आलं, की रतिलालला मूल नव्हतं आणि त्याच्या संमतीनंच मृदुलानं आपल्याला जवळ केलं होतं. तिच्या आषक होण्याचा अथवा प्रेम असण्याचा काही भागच नव्हता. ती त्यांची केवळ एक गरज होती. बोभाटा न होता त्यांना ती गरज पुरी करून घ्यायची होती. गरज संपल्याबरोबर केळ्याची साल फेकून देतात त्याप्रमाणे

रतिलालनं त्यांना फेकून दिलं होतं.

त्यांना स्वत:चीच किळस आली. आपल्या बुद्धीचा त्यांना गर्व होता आणि ती बुद्धी कोणी वापरली, तर त्यासाठी मोल घेऊन ती विकायची त्यांची तयारी होती. पण एखाद्या मादीला गाभण करण्यासाठी आपल्या देहाचा वापर केला गेला, या गोष्टीची त्यांना किळस आली. या जगाच्या व्यवहारात प्रतिष्ठित समाजाच्या नीतिमत्तेशी, स्त्रीच्या कुटिलतेशी ही त्यांची केवळ ओळख होती. त्या धक्क्यातून सावरायला त्यांना वेळ लागला नाही. पण तो संताप त्यांच्या मनात सारखा सलत होता. स्त्रीजातीपासून दूर पळून जाण्यापेक्षा तिच्यावर सूड घेतला पाहिजे, या विचाराने ते भारून गेले. मग त्यांच्या योजनाबद्ध आयुष्याला अधिकच वेग आला आणि बऱ्या-वाइटाची क्षिती न बाळगता त्यांनी मोठेपणाच्या एक एक पायऱ्या चढायला आरंभ केला. आपण इतका पैसा मिळवायचा आणि एवढी कीर्ती मिळवायची, की जगातील कोणतीही स्त्री कुत्रीप्रमाणे आपल्यापुढं शेपटी हलवेल. स्त्रियांचा एक विकृत हव्यास त्यांच्या मनात निर्माण झाला... पण तोही फार काळ टिकला नाही. ज्याला कर्तृत्वाची खूप मोठी क्षेत्रं काबीज करावयाची असतात, त्याला दुसरी कोणतीही नशा असता कामा नये. पैशाची नशा, कीर्तीची नशा. मग पैशासाठी पैसा. कीर्तीसाठी कीर्ती अशी एक लांबलचक मालिका निर्माण होते. बाकी जगातील सर्व गोष्टी दुय्यम आहेत अणि बघता बघता दादासाहेब एक अग्रगण्य उद्योगपती झाले...

या अर्धनिद्रिस्त अवस्थेत आयुष्यातील सारी साहसं, साऱ्या स्त्रिया, सारी कावेबाज चातुर्यं त्यांना आठवली. काही गोष्टींबद्दल आज त्यांना खंत वाटत होती. आरंभीच्या काही व्यवहारांत त्यांनी दुसऱ्यावर कुरघोडी करताना कठोरपणा स्वीकारला होता. सहकाऱ्यांना अडचणीत आणले होते. उद्योगाचे एक एक नवीन दालन खोलताना कायद्याची कक्षा न ओलांडता अधिकाधिक स्वार्थ साधण्यासाठी त्यांनी कसलीही दयामाया दाखवली नव्हती. आज त्यांनी कित्येक गोष्टी त्या पद्धतीने केल्या नसत्या आणि त्या कराव्याही लागल्या नसत्या. पण तो काळच वेगळा होता. ती लढाई एकाकी होती. अल्प सामग्रीवर, एकट्याच्या बळावर, वेगवेगळ्या लोकांनी श्रमपूर्वक जमविलेल्या औद्योगिक साम्राज्यातून त्यांना वाट काढायची होती. त्यांनी फसवणूक केली असं कुणाला म्हणता आलं नसतं. उलट, कायद्याच्या घट्ट चौकटीचा आधार त्यांनी कधी सोडला नव्हता. पण कायद्याबाहेर आणखी एक नीतीची चौकट असते; तिचा मात्र त्यांनी मुलाहिजा ठेवला नाही.

एकदम गाडी थांबल्याचा आवाज आला आणि ते अर्धनिद्रेतून जागे झाले. गाडीतून कुणीतरी अवजड देहाचा, पांढरेशुभ्र कपडे घातलेला माणूस फाजील उत्साहानं उतरत होता. त्यांना वाटलं, असेल कुणीतरी मंत्री. ते जागचे उठलेही नाहीत. तो माणूस पायऱ्या चढून वर आला आणि चव्हाण... चव्हाण आहेत का, असं घवघवीत आवाजात ओरडला. मग मात्र दादासाहेबांना उठून उभं राहणं भाग होतं. ते पुढे होताच त्या समोरच्या माणसानं एकदम घवघवीत हास्य केलं आणि तो म्हणाला,

''दादू, अरे मला कळवायचं तरी! आणि डाकबंगल्यावर का उतरला आहेस?''

''उत्तम? तुला ओळखलंच नाही. काय बदलला आहेस रे तू! आणि मी इथं आलेलं तुला कसं कळलं? च्यायला, कमाल आहे!''

''आमच्या पंपावरून तू इथं माणूस घेऊन आला होतास ना?''

''म्हणजे तो पंप तुझा आहे काय?''

''तर रे! आपला नाहीतर तो दुसऱ्या कोणाचा असणार? पंपावरून घरी फोन आला, की मुंबईचे साहेब आलेले आहेत आणि त्याने सगळं तुझं झालेलं संभाषण सांगितलं. म्हटलं, आपला बालमित्रच आलेला असणार. पकडला की नाही तुला येऊन?''

''पकडला बुवा! मी विचार केला होता, रात्री विश्रांती घ्यावी आणि सकाळी तुझी चौकशी करावी.''

''अरे हट्! या डाकबंगल्यात काय राहतोस? आपलं घर आहे इथं, आणि असा पाहुण्यासारखा काय राहतोस? विसरलास की काय आम्हा गावंढळ मित्रांना?''

''नाही रे बाबा. तुम्हांला कसा विसरेन, तुम्हांला भेटायला तर आलोय मी. नाहीतर माझं काय काम आहे? इकडं गोव्याला आलो होतो एका कॉन्फरन्सला. वेळ कधी मिळत नाही. म्हटलं, आता गावाजवळ आलो आहे. भेटावं आता आपल्या मित्रांना, गाव बघावं, आणि गाव आता बदललं असेल, नाही?''

''खूप! धरण झालं ना, त्यामुळं इकडे सगळंच बदललं. धरणाच्या पाण्याचा आम्हांला उपयोग नाही. कारण कॅनॉल निघतात खाली दहा-बारा मैलांवरील ओतूरजवळ. पण धरणामुळे वीज आली. रस्ते चांगले झाले. वर्दळ वाढली. चार चांगले लोक गावात यायला लागले. गावच्या विहिरींना पाणी आलं. साखर कारखाना निघाला आहे पाच-सहा मैलांवर. त्यामुळं नाही म्हटलं

तरी शेती सुधारलीच. को-ऑपरेटिव्ह बँक आहे. पोस्ट-ऑफिस आहे. गेल्या वर्षी म्युनिसिपालिटीसुद्धा मिळाली. मीच आहे ना प्रेसिडेंट इथल्या म्युनिसिपालिटीचा!''

"मोठा मनुष्य झालेला दिसतो आहेस.''

"कसला मोठा? या छोट्या गावात बेडकानं मोठं व्हायचं ठरवलं, तरी किती व्हायचं हो? आता बँकेचा चेअरमन मीच आहे. साखर कंपनीच्या बोर्डावर पण मीच आहे. गावात पेट्रोलपंप आहे. एक मोठं प्रोव्हिजन स्टोअर्स आहे. देवदयेनं, बरं का! पण तुझी सर काही आम्हांला येणार नाही.''

"ती कशी काय रे बाबा?''

"अरे, तू म्हणजे केवढा मोठा माणूस झालास! गिरण्या काय, कारखाने काय! सारखे फोटो येतात तुझे. भाषणं होतात. उदार उद्योगपती म्हणून तुझा परिचय येतो. परवा तुझ्या पोरीचं लग्न झाल्याचं वर्तमानपत्रात वाचलं. जावई विलायतवाला काढलास. मोठी मजा आहे बुवा!''

"आणि तुला काय कमी आहे?''

"बाकी तेही खरं आहे म्हणा. अरे, मी इथला आमदारसुद्धा झालो असतो. तिकीट मिळालंसुद्धा; पण बायकोनं सांगितलं, राजकारणबिजकारण काही करायचं नाही.''

"बायकोचं एवढं ऐकतोस?''

"नको ऐकायला बाबा? तिच्या पायानं तर लक्ष्मी आलीय माझ्या घरात.''

"काय सांगतोस?''

"देवाशपथ! आम्हांला 'हे' जरा कमीच. आमची बायको सगळं बघते आहे. आम्ही नावाचे गणपती.''

"काहीतरी सांगू नकोस.''

"अरे, खरंच सांगतोय दादू. आमची हुशारी आहे, नाही असं नाही; पण ती गावरान हुशारी. शेतीतील आम्हांला काहीही विचारा, तिथं आम्ही कुणाचं ऐकणार नाही. तुला बाकी सगळे उद्योग दिसताहेत ना, ही तिची कर्तबगारी!''

"म्हणजे वसुधेची?''

"अरे हो, तुला माहीतच असेल म्हणा तू गाव सोडून गेलास म्हणून बरं झालं; नाहीतर हे रत्न काही आपल्याला घावत नव्हतं.''

दादासाहेब एकदम गोरेमोरे झाले. त्यांना काय बोलावं, हेच कळेना. ते नुसते उत्तमकडे बघतच राहिले.

"आता उभ्यानं किती वेळ बोलत राहायचं? घरी चल आता. तिथं

जाऊन निवांत बोलू.''

''आता रात्री नको रे! उद्या सकाळी येतो. दमलोय खूप. मला कपडे-बिपडे बदलायचे आहेत.''

''ही अंगावरची कापडं काय वाईट आहेत? असंच चालेल की रे!''

दादासाहेबांनी खूप विरोध करून पाहिला; पण उत्तमनं काही ऐकलं नाही. मग सगळे कपडे आवरून आणि सामान घेऊन दोघांच्याही गाड्या परत सोनगडच्या दिशेनं धावू लागल्या.

चांगलंच अंधारून आलं होतं. रस्तेही जवळपास निर्मनुष्य होते. गावात शिरताक्षणीच दादासाहेबांच्या लक्षात आलं, की गाव तसं काही बदललेलं नाही. गावात वीज आल्यामुळे थोडा नटवेपणा आला होता. दुकानं थोडी झकपक झाली होती. पण माणसं पूर्वीसारखीच होती. सुस्त. आळशी. कोपऱ्याकोपऱ्यांत गप्पा ठोकत बसणारी. गावात रस्ते तसेच अरुंद, खडबडीत होते आणि म्हणण्यासारखे गाव वाढलेलेही नव्हते. उत्तम निंबाळकरचा वाडा गावाच्या अगदी टोकाला टेकडीवर बराच उंच होता. लोक पूर्वी त्याला निंबाळकरांची गढीच म्हणायचे. गढीचे रंगरूप फारसे पालटलेले त्यांना दिसले नाही. गढीच्या दरवाजातून दोन्ही गाड्या आत आल्या आणि एका मागोमाग दरवाजाशेजारी उभ्या राहिल्या. दोन-तीन गडी पूर्वीच्याच अदबीनं दरवाजाकडे धावले व उत्तम आणि दादासाहेब यांचं सामान घेऊन वाड्यात शिरले.

सोप्यावर चार-पाच मंडळी बसलेली होती, ती एकदम उभी राहिली. त्यांतल्या दोन-चार वृद्ध माणसांनी वाकून मुजरे ठोकले. एकदोघांनी हसून नमस्कार केला. ''बसा मंडळी. आलोच.'' असं म्हणून उत्तम आणखी पुढे गेला. ह्या सोप्याच्याच अंगाला आणखी एक दालन होतं. पूर्वी दादासाहेब तिथं आलेले होते. तो वाडा आपला सारा इतिहास अंगावर वागवीत अजूनही तसाच उभा आहे, हे त्यांच्या ध्यानात आलं. निंबाळकरांच्या कर्त्या पुरुषांच्या बैठकीची जागा पूर्वीसारखीच जुन्या पद्धतीनं सजवलेली होती. लोड, गाद्या-गिरद्या, हंड्या-झुंबरं सारं काही लखलखीत होतं. त्यावर काळानं किंचित झळाळी आणली होती. पण इतिहासाचा आधार सोडलेला नव्हता. त्या सबंध दालनात एकुलता एक सोफासेट होता. पण त्याचंही वळण जुनंच होतं. घरात बरीच माणसं नांदत असावीत, असं उगीचच दादासाहेबांना वाटलं. त्यांनी अंधारातून पलीकडं पाहण्याचा प्रयत्न केला, तेव्हा त्यांच्या लक्षात आलं, की वाड्यातील मोठ्या चौकात बरीच फुलझाडं फुललेली होती आणि मोगऱ्याचा एक धुंद सुगंध साऱ्या वातावरणात

भरून राहिला होता. या मोगऱ्याच्या वासानं त्यांच्या काही जुन्या आठवणी पुन्हा चाळविल्या आणि एकदम त्यांना वसुधेची आठवण झाली. वसुधेला मोगऱ्याची फुलं फार आवडायची. तेवढ्यासाठी ती रोज देवधरमास्तरांच्या घरी सकाळी यायची आणि हक्कानं तेथली फुलं खुडून केसात गुंफायची. पूर्वी तिच्या घरी बाग नव्हती; पण आता तिच्या घरीच मोगरा फुललेला दिसत होता. बागेच्या पलीकडे लांबलचक अंधारात विलीन होत जाणारी एक पडवी होती. तिथं बहुतेक निंबाळकरांची गोशाळा आणि कोठी असणार, असं दादासाहेबांनी अनुमान केलं. वाड्यातील बदल त्यांना जाणवत होता; पण तरी साऱ्या जुन्या आठवणींना उजाळा देणारा जुनेपणा शिल्लक होता. कोचावर दोघेही स्थानापन्न झाले आणि तेवढ्यात नोकरानं पाणी आणि चहाचे पेले आणून ठेवले. चहाबरोबर अर्थात बिस्किटं होती आणि काही सुका मेवाही होता. गड्यानं पेल्यात चहा ओतून दोघांच्याही हातात दिला आणि तो निघून गेला.

"दादू, आहे तसंच आहे की नाही आपलं घर? हां, आता किरकोळ रंगरंगोटी केलीय. चार-दोन खिडक्या पाडल्या आहेत. पण बापजाद्यांचा वाडा जसाच्या तसा ठेवला आहे की नाही?"

"खरंच, मला अगदी लहानपणी मी या वाड्यामध्ये आल्याची आठवण झाली."

"आता गढी मात्र पाडून टाकली आहे सगळी. त्यामुळे खूप जागा रिकामी झाली आहे. आमच्या बाईसाहेबांनी खूप मोठी बाग केली आहे. दाखवीन मी तुला सकाळी. आता तू दमला असशील. कपडे वगैरे बदल आणि खोलीत विश्रांती घे. तोवर बाहेरच्या मंडळींशी बोलून येतो."

दादासाहेबांना घेऊन दिवाणखान्यालगत असलेल्या एका खोलीचा दरवाजा उघडून उत्तम आत गेला. खोली चांगली प्रशस्त होती आणि त्यात बरीच नवीन बांधकामं केलेली दिसत होती. एखाद्या आधुनिक हॉटेलात असावा, असा त्या खोलीचा थाट होता. खोलीला छान मंद असे रंग दिलेले होते. खिडक्यांच्या रंगाला शोभतील असे पडदे होते. जुना आरामदायक असा छपरी पलंग होता आणि विशेष म्हणजे खोलीला सीलिंग फॅनसुद्धा होता. पायाखाली चांगलं उंची कारपेट होतं. खोलीत शिरताशिरताच दादासाहेबांच्या लक्षात आलं, की आपलं सामान खोलीत घेऊन पोचलेलं आहे. आणखी एक वुडन पॅनेलचा दरवाजा पाहून ते आश्चर्यानं पाहत होते, तेव्हा उत्तम हसून म्हणाला, "बाथरूम ही. तुझी काही गैरसोय होणार नाही. काही लागलंच तर इथं घंटा आहे. बाथरूममध्ये

गिझरसुद्धा आहे. हवंतर स्नान कर. ताजातवाना हो. मी आलोच.''

उत्तम निघून गेला आणि त्यांच्या लक्षात आलं, की त्याच्यामागोमाग दार आपोआप बंद झालं. एवढंच नव्हे तर लॅचही आपोआपच लागलं. डोअर क्लोजर्स, वुडन पॅनेलचे दरवाजे, कारपेट, खोलीचे रंग हे सारं या जुनाट गढीला एकदम अपरिचित होतं. मग हे जर सारं करता येत होतं, तर गढीचं बाह्यरूप असं जुनाट का असावं?

दादासाहेबांनी सगळी खोली आतून, बाहेरून न्याहाळली. इतकी स्वच्छता, नेटकेपणा त्यांना त्यांच्या मुंबईच्या घरातसुद्धा आढळला नव्हता. त्यांनी बाथरूमचं दार उघडून पाहिलं, तेव्हा तिचं अद्ययावत रूप पाहून तर ते चकितच झाले. तिथं खरोखरच सोनगडच्या एका जुनाट वाड्यात आपण आहोत, हे खरंसुद्धा वाटेना.

ते खरंतर मनातून चक्रावून गेले होते. हे सारं काय आहे, याचाही त्यांना विचार करता येत नव्हता. मग त्यांनी तो विचार करायचंच सोडून दिलं. त्यांनी कपडे बदलले. पण कपडे बदलताना हौसेनं प्रवासात बाळगलेलं धोतर ते नेसले आणि त्यावर त्यांनी रेशमी झब्बा चढविला. वसुधेची आणि आपली गाठभेट पडणार आहे. ती कशी असेल? पंचवीस वर्षांमध्ये किती बदलली असेल? आपल्याला पाहून तिला काय वाटेल? या विचारांचा चाळा करीत ते एका आरामखुर्चीत बसले. हे सारं सुखस्वास्थ्य, श्रीमंती अंगावर घेऊन ती सुखानं निथळत असेल. कुठेतरी, कसल्यातरी अनामिक हुरहुरीनं झुरत असेल? किंवा खेड्यातील खानदानी घराण्यात तिचं व्यक्तिमत्त्व चुरगळलं असेल की फुललं असेल? आपण उत्तमला ''मुलं किती?'' असं विचारलंच नाही. तिला मुलं झाली असतील, तर ती केवढी असतील? कुठं असतील? उत्तमशी जेव्हा तिचं लग्न झालं, तेव्हा ती संतोषानं त्यात सामील असेल की अगतिकतेनं?

पण तेवढ्यात दरवाजा वाजला आणि त्यानं उठून दरवाजा उघडला. उत्तमच आलेला होता. मग तो आत येऊन बसला. हसला. त्याच्या हसण्यात एक सलील तृप्तता होती. त्यानं दादासाहेबांच्या अंगावर उगीचच शहारा आला.

''बाहेर मंडळी होती. त्यांना रजा दिली. एरवी खरंतर आमची दहा-अकरा वाजेपर्यंत बैठक असते. गावातील पुढारीमंडळी जमतात. काही चर्चा निघतात. घराण्याच्या रिवाजाप्रमाणे ती आपली इथं येतात, मानतात. सहसा वाईटपणा न घेता, कुणाच्या भांडणात खोल न जाता आम्ही निवाडा देतो; त्यामुळं मंडळी खूश असतात. मिळालेलं आमदारपद नाकारलं, त्यामुळं तर माझा भाव चांगला आहे इथं. बरं, ते जाऊ दे. आमच्या गावंढळ गोष्टीत तुला

काय इंटरेस्ट? आता नवीन काय काढलं आहेस? तुला माहीत नसेल; पण तुझ्या कंपन्यांकडचे सगळे शेअर्स आहेत हं आपल्याजवळ.''

''काय म्हणतोयस काय?''

''अरे खरंच! आता शेतीत काय पैसा घालता येत नाही. कारण सीलिंग आहे. खेड्यात काढता येतील तेवढे सारे उद्योग काढून झाले. दोन हातांनी भरून पैसा घरी आहे. तेव्हा मग पैसा गुंतविला पाहिजे की नाही चांगल्या ठिकाणी? मुंबईला एक चाळ घेतली परवा. स्वस्तात मिळाली. पुण्यातही एक मोठा प्लॉट घेतला आहे. इथल्या लोकांच्या समोर इस्टेट करायची सोय नाही. हल्ली आता खुळं निघाली आहेत ना, की प्रत्येक श्रीमंत माणूस हा कुणाची तरी पिळवणूक करूनच श्रीमंत होत असतो म्हणून!''

''मग तुला मान्य नाही असं दिसतंय ते.''

''छा:! मुळीच मान्य नाही. खरी गोष्ट अशी की, माझ्याजवळ मुळात जमीन होती, थोडंफार सोनंनाणं होतं, हा वाडाही होता. पण आजचं सारं वैभव काही वडिलोपार्जित संपत्तीतून आलेलं नाही. आम्ही खूप कष्ट घेतले. शेती अधिकाऱ्यांची मदत घेतली. नवनवी पिकं लावली. कर्जं काढली. विहिरींना पंप बसविले. आजच्या जगातील ज्ञान, खूपसे कष्ट, थोडंसं धैर्य आणि सरकारी धोरण यांमुळं हळूहळू शेतीसुद्धा फायदेशीर होऊ लागली. शेतीला पूरक धंदे पाहिजेत. ते आधी एकट्यानं, मग इतरांच्या साहाय्यानं सुरू केले. शेतीत मिळालेला पैसा शेतीतच ओतला. हे धरणाचं काम जेव्हा झालं, तेव्हा छोटी मोठी कॉन्ट्रॅक्ट्स घेतली. तेव्हाच पेट्रोलपंप काढला. गावकऱ्यांसाठी काही गोष्टी करत गेल्यामुळे पैसा उभा करायला फारशी अडचण पडली नाही. सगळे कायदे पाळून सावधगिरीनं उद्योग केले आणि चैनीवर पैसे उडविले नाही. हळूहळू पैसा जमत जातो. या गावात मी काही एकटाच सधन झालो नाही. तुला कल्पनाही करता येणार नाही, अशी पुष्कळ कुटुंबं गावात चांगला पैसा बाळगून आहेत. पण एक पथ्य पाळलं. कोणाचे श्रम फुकट घेतले नाहीत आणि कुणाला श्रम आणि सल्ला फुकट दिला नाही.''

''देवधरमास्तरांच्याच शिष्य आहेस तू. त्यांचाच सल्ला आहे तो.''

''त्यांचातर फार उपयोग झाला या कामात. हा उसाचा कारखाना काढायचं ठरविलं मी, तेव्हातर अक्षरश: मैलन् मैल ते माझ्याबरोबर पायी हिंडले, त्यांनीच लोकांची मनं वळविली. तुला आश्चर्य वाटेल, हा खरा मागासलेला भाग. इथल्या जमिनी काही फार चांगल्या नाहीत. पण इथला शेतकरी कष्टाळू आहे आणि या

भागात अवर्षण कधी पडत नाही. त्यामुळं बघता बघता उसाची शेती इथल्या लोकांना मानवली. पण गावात झगमगाट मात्र येऊ दिला नाही. या झगमगाटावर आणि झकपकीवर फार पैसा खर्च करण्याची लोकांना सवय लागलेली आहे. एवढा साखर कारखाना या परिसरात आहे, पण कुणाच्या खासगी मोटारगाड्या नाहीत. कुणी उगीच उंच उंच हवेल्या बांधल्या नाहीत. तुला जे गाव अजून साधं दिसतंय, त्यात आमच्या यशाचं सारं रहस्य आहे.''

''पण ही तर तुझी खोली पाहिली...''

''अरे, हे तर काहीच नव्हे. तुला खूप गमती दाखविणार आहे. बरं, ते जाऊ दे. तू तुझ्याबद्दल काहीच सांगत नाहीस. तुला मुलं किती?''

''एक मुलगी. तिचं परवा लग्न झालं. आणि एक मुलगा. तो अजून शिकतोय. पण हुशार आहे. काही प्रॉब्लेम नाही. तुला किती मुलं आहेत?''

''एकच मुलगा आहे. खरी हवी होती दोन-चार मुलं. पण देवाची कृपा नाही एवढंच!''

''देवाची कृपा? देवाच्या कृपेचा काय संबंध?''

''बायकोनं सांगितलं एक मुलगा, झाला बस्स झालं. त्यालाच भरपूर ठेवा. मुलांचं लेंढार करून काय करायचं?''

''तुला पटलं ते?''

''नाही पटलं ना. पण काही चालत नाही बुवा आपलं तिच्यापुढं.''

''काय सांगतोस?''

''अरे खरंच सांगतोय. खरं सांगायचं तर मी तिच्यावर रागवावं, नाराज व्हावं, असं तिच्यात काही नाही रे! म्हणून भांडताही येत नाही. तुला सांगतो, सकाळपासून रात्रीपर्यंत ती सारखी इतकी उद्योगात असते, की कधी कधी माझ्या वाट्यालाच येत नाही. तिनं या तालुक्यात वीस-पंचवीस शाळा स्थापन केल्या. गेल्या वर्षी अनेवाडीला कॉलेज काढलं. साखर कारखान्याच्या हॉस्पिटलवर तिची देखरेख असते. खरं सांगायचं, माझ्या पन्नासाव्या वाढदिवशी आमच्या सर्व सभासदांनी ही गाडी दिली; पण ही गाडी तीच पिदाडत असते. पायाला चक्र लागल्याप्रमाणे सकाळपासून संध्याकाळपर्यंत ही सारखी कुठल्या ना कुठल्या संस्थेत, कसल्यातरी उद्योगात धावपळ करीत असते. अगदीच मी वैतागलो म्हणजे एखादा दिवस ती म्हणते, आज सामाजिक कामाला सुट्टी आणि मग आम्ही दोघंजण आमच्या शेतावरील घरावर जातो. ती फारशी बोलत नाही; पण बोलायला लागली, तर नुसतं ऐकत राहावंसं वाटतं. कधी कधी मला वाटतं

सुद्धा, मी हा असा अडाणी शेतकरी, माझ्याशी तिनं लग्न तरी का केलं?''

"तू आणि अडाणी?''

"अरे, तू माझा जुना दोस्त आहे म्हणून सांगतो, ती किती किती वाचते. शेतीची, शिक्षणाची मासिकं मागविते. शाळा-कॉलेजांतील प्राध्यापक, मास्तर-मंडळी तिला देवतेसारखं मानतात. पण गंमत आहे हं! ती कोणत्याही बोर्डावर नाही. कुठल्याही कमिटीवर नाही, कुठल्याही सार्वजनिक सभेत ती बोलत नाही. साधा गौरवानं उल्लेख केलेलासुद्धा तिला आवडत नाही. हे सगळे एवढे उपद्व्याप करून, घराचा एवढा हा प्रचंड पसारा, आमचे पैशाचे व्यवहार, माझी व्याख्यानं सगळी तीच करते.''

"काय म्हणतोस?''

"आपल्याला तर काही कळत नाही बुवा. माणसानं इतकं चांगलं असू नये. तिच्यावर रागवायची मी खूप संधी शोधत असतो. एखाद्या वेळेस मी रागावण्याचं नाटक करतो. आवाजसुद्धा चढवितो. ती काय करते माहीत आहे? नुसतं हसते. हसली की आम्ही मेलो!''

"तू सुखी आहेस, हे पाहून मला फार बरं वाटलं.''

"देवाची कृपा, एवढंच! मी तरी यातलं काहीही स्वप्नातसुद्धा पाहिलेलं नव्हतं. मी तिला म्हटलं, आता आपलं उतारवय झालं. तीर्थयात्रा करू. देश बघून येऊ. ती म्हणते, तीर्थ काय, आपण जी जागा पवित्र मानतो, तेच तीर्थ असतं, आणि अशी नाटकी आहे बघ, चटकन खाली वाकून ती माझ्या पायाला शिवते आणि म्हणते, हेच माझं तीर्थ. आयला! मी अगदी बावचळून जातो रे! पुण्या-मुंबईला कामासाठी जावं लागतं. चल म्हटलं तर म्हणते, आहे काय पुण्या-मुंबईत? तिला शहराची एकदम नफरत आहे. मागं एकदा साखर कारखान्याच्या कॉन्फरन्ससाठी गेलो होतो ना, तेव्हा एकदा बंगलोरला गेलो होतो आणि गेल्या वर्षी आमचा पोरगा अमेरिकेला गेला, तेव्हा मुंबईला गेलो होतो. बस्स! तेवढीच काय ती गावाबाहेर पडली. मुलाचं विमान सुटलं आणि लगेच म्हणाली, परत जाऊ या. म्हटलं नाटक, सिनेमा बघू; चौपाटी, मलबारहिल फिरू. ऐकलं नाही. ती म्हणते, मला हा कोंडवाडा वाटतो. त्यापेक्षा आपलं गाव किती छान आहे. मी म्हणालो, अगं, मुंबई केवढं मोठं शहर आहे, गावोगावचे लोक इथं नशीब काढायला येतात. ती काय म्हणाली माहीत आहे? ज्याचंत्याचं नशीब त्याच्याजवळ असतं. ते शोधायला कुठं गावोगाव हिंडावं लागत नाही.''

दादासाहेब एकदम सावरून बसले. एकदम अचानक कुणीतरी आपल्या

मुस्काटात मारावी आणि आपण हतबुद्ध होऊन अवाक् व्हावं म्हणजे जसं होतं, तसं त्यांना झालं. ज्याचंत्याचं नशीब त्याच्याबरोबर आहे, त्यासाठी रानोमाळ हिंडावं लागत नाही, हे जणू ती उत्तमला बोललीच नाही; हे ती त्यांनाच बोलली! नुसतीच बोलली नव्हती, तर तिनं आपलं म्हणणं खरंही करून दाखविलं होतं. ह्या एवढ्याशा गावात तिनं फक्त महत्त्वाकांक्षेची झाडंच लावली नव्हती, तर त्यांची फळंही ती आता चाखत होती. कर्तृत्वाला कुठंही फुलता येतं, कुठल्याही मातीत रुजता येतं. त्यासाठी मातीचा शोध घेत वैराणपणे हिंडावं लागत नाही. निर्धारानं आणि अचूकपणानं यशाचे तुरे कुठेही फुलविता येतात.

पण छे! असं होत असेल एखाद्या वेळी योगायोगानं. पण एरवी अनेक फुलं फुलतात, त्यांचं बी मातीत गळून पडतं. आणि त्यातून रोपटी उगवतच नाहीत. आपण गावंढं गाव सोडलं. जिवाच्या करारावर आणि कष्टाच्या डोंगरावर कर्तृत्वाची शिखरं उभी केली, ती काय अगदी सहजसाध्य गोष्ट होती? उत्तमला खानदान होतं. घरची मोठी शेती. हातात रुपया असला तर त्याचे शंभर करता येतात; पण भिकाऱ्याची झोळी मात्र गळकीच राहते. आपण जाणीवपूर्वक, यत्नपूर्वक जे स्वप्न पाहिलं ते खरं करून दाखविलं. त्यासाठी तर आपण गाव सोडलं. जे जे योजलं, त्यापेक्षा थोडं अधिकच यश आपण खेचून आणलं. आपला नावलौकिक, आपला औद्योगिक पसारा, आपली निर्णयशक्ती, बुद्धिमत्ता या साऱ्यांकडे लोक विस्मयानं पाहतात. आपण इथं राहिलो असतो, तर त्यांतलं काही मिळालं असतं का? आपल्या कर्तृत्वाला इथं काही बहर आला असता का? वसुधेच्या मोहात आपण अडकलो असतो, तर कदाचित वसुधा केवळ मिळाली असती. तीही आपल्याला सांभाळता आली नसती. आपल्या दारिद्र्यात तिचीही कोमलता कोमेजली असती.

पुन्हा एकदा दादासाहेबच चमकले. वसुधेची एवढी किंमत होती काय? असली पाहिजे. वसुधेची किंमत एवढी असलीच पाहिजे. पाच-दहा लाखांचा चेक आज आपण सहज फाडू शकतो, पण चार-दोन आण्यांचा गजरा आपण आजपर्यंत शालिनीला घेऊन गेलो नाही. आजपर्यंत अनेक स्त्रियांच्या मिठीत आपली गात्रं तृप्त झाली. नवनव्या मांसल शय्यांनी आपल्याला ऊब दिली. आपल्या तृप्तीसाठी त्या तत्पर होत्या. त्यांनीही तृप्त झाल्याचं नाटक केलं असलं पाहिजे. पण खऱ्या अर्थानं तृप्तीचं समाधान आपल्याला त्यांच्या डोळ्यांत कधी दिसलं नाही. आपण भेटताक्षणी त्या आपल्या मिठीत येत. त्यात तत्परता किती? कर्तव्यपालन किती? आणि व्याकूळता किती, याचा अंदाज नाही घेता

येणार. आपल्याबद्दल आदर बाळगणारे पुष्कळ लोक आहेत; पण आदरात लाचारी किती? आणि जिव्हाळा किती? आपल्या प्रचंड उद्योगाच्या साम्राज्यात अनेकांचे संसार आपण चालविले; पण त्या संसारांतील एकांतात कधीतरी आपल्याविषयी कृतज्ञता व्यक्त होत असेल का?

आणि वसुधा! हिच्याबद्दल लोकांच्या मनात कोणती भावना असेल? किती घरं तिनं उभी केली असतील, किती निराधार स्त्रियांना तिनं आश्रय दिला असेल? ती येताच किती जिव्हाळ्यानं तिचं स्वागत होतं असेल? तिचंच नव्हे, तर तिच्यामुळं सुफलित झालेल्या उत्तमचं स्वागत कसं होत असेल? आपली स्वप्नं आपण पुरी केली आणि वसुधानंही तिची स्वप्नं पुरी केली; पण आपल्या स्वप्नांच्या रस्त्यावर पुष्कळांचे सुस्कारे, हुंदके पसरलेले आहेत. तिची स्वप्नं निर्मळ असतील का? का उंच जाणाऱ्या प्रत्येक माणसाला पायाखाली कुणाला तरी चिरडावंच लागतं?

जेवणाची वर्दी आली, तेव्हा दोघे उठले. जेवणघर जुन्या पद्धतीचं होतं. जेवतानाही वसुधा बरोबर नव्हती. पण जेवणात आणि स्वयंपाकात कुठंतरी स्त्रीचं लाघवी अस्तित्व जाणवत होतं. शेवटी राहवलंच नाही, तेव्हा दादासाहेबांनी विचारलं, "अरे, वहिनी कुठं आहेत?"

"आज कॉलेजच्या सभेला गेली आहे. अजून कॉलेज नीट मार्गावर लागलेलं नाही. येईल आता तासा-अर्ध्या तासात. मघाशी तिचा फोन आला होता. फोन आला तेव्हा सांगितलंय मी तू आल्याचं. तेव्हा तिनं आग्रहानं तुला ठेवून घ्यायला सांगितलं आहे. म्हणाली, चार-दोन दिवस अजिबात मित्राला सोडू नका. त्यांना तरी विश्रांती कुठं मिळतेय?"

जेवण संपलं; पण जेवणात दादासाहेबांना गोडी वाटली नाही. त्यांना वसुधा पाहायची होती. तिच्या डोळ्याला डोळा लावून तिच्या तृप्तीतील रहस्य शोधायचं होत. तिथं असमाधान दिसलं, तर त्यांना हवं होतं. पण वसुधेच्या अभावी त्यांना ते सारं घरच आता निरर्थक वाटलं. गप्पांतील रसही आटला होता. त्यांनी संभाषण आटोपतं घेतलं आणि ते खोलीत विश्रांतीसाठी परतले. नोकरानं पाण्याचा तांब्या आणून दिला. मच्छरदाणी सारखी करून दिली. त्यांच्या सांगण्यावरून दिवाही मालविला आणि तो निघून गेला.

दादासाहेब अंथरुणावर पडले, पण त्यांना झोप येईना. मध्येच गुंगी आल्यासारखे वाटे, तर मधेच जाग येई. जीपचा आवाज ऐकल्यासारखा वाटला. जीप थांबली, मग तीन-चार माणसांचं बोलणं ऐकलं आणि त्यात अनेक वर्षं

जतन करून ठेवलेला वसुधाचाही आवाज ऐकला. त्यांना वाटलं, उठून बाहेर जावं. पण ते बरं दिसलं नसतं, म्हणून ते तसेच पडून राहिले. बाहेर बराच वेळ चर्चा चालू होती. कपबशांचे आवाज येत होते आणि थोड्या वेळानं निरोपाचे शब्द ऐकू आले. वाडा शांत झाला. दरवाजाबाहेरून कुणीतरी गेलं, एवढंच त्यांना जाणवलं आणि त्यामागोमाग मोगऱ्याच्या फुलांचा गंधही आला आणि मग सारं एकदम नि:शब्द झालं. माडीवरती थोडा वेळ पावलांचे आवाज ऐकू आले. हलक्या आवाजात काही संभाषण झालं एवढंच जाणवलं आणि मग अंधाराच्या साम्राज्यात तो वाडाही बुडून गेला, आणि दादासाहेबांना झोप केव्हा लागली, हे त्यांचं त्यांनाही कळलं नाही.

दादासाहेबांना जाग आली ती कोंबड्याच्या आरवण्यामुळं; पण त्याबरोबरच कुणाचीतरी सुंदर भूपाळी त्याच्या कानांवर पडली. पहाटेची ती चाहूल त्यांना मोठी प्रसन्न वाटली. ते लगबगीनं उठले. त्यांनी तोंड धुतलं. सगळं आन्हिक आटोपलं. तोवर बाहेर अंधारच जाणवत होता. खरंतर ते एरवीही इतक्या लवकर उठत असत; पण आज का कुणास ठाऊक, त्यांना एक वेगळाच ताजेपणा जाणवत होता. आपल्या बालपणी ज्या अनोख्या, स्वच्छ, टवटवीत हवेची अंधूकशी पहाट त्यांना आठवत होती, तीच पहाट आता पुन्हा अवतरली होती. एरवी सकाळी उठताक्षणीच दिवसभराचे कोणकोणते कार्यक्रम कसे पार पाडावयाचे, याची ते आखणी करीत; पण आज तसा काही त्यांच्यापुढं विचारच नव्हता. जणू काही तीस-एक वर्षांपूर्वीची एक तरुण पहाट त्यांच्यासमोर कुणी आणून ठेवली होती! त्या टवटवीत हवेत गरम पाण्याच्या स्नानाचं सुख त्यांना मोह पाडीत होतं; पण त्याहीपेक्षा बाहेरची हवा त्यांना निमंत्रण देत होती. त्यांचं गाव त्यांनी नीट पाहिलंच नव्हतं. ते त्यांना पुन्हा एकदा नीट पाहायचं होतं. एवढंच नव्हे तर ते देऊळ, संगम, शाळा, देवधरमास्तरांची फुलबाग, सारंसारं एकदा पूर्वीप्रमाणे फिरून पाहायला हवं होतं. ही ओढ आताच एवढी उचंबळून का यावी, हे त्यांना कळत नव्हतं. इतकी वर्षं या आपल्या लोभस गावाची आठवणच का झाली नाही? देशादेशींच्या नानाविध सुंदर स्थळांत सोनगडचा हा परिसर काही उणा ठरला नसता. ज्या मातीत आपली पावलं एकदा चालली, ज्या शाळेनं आपली बुद्धी चेतविली, ते सारं आपण एकदम इतके दिवस विसरलोच कसे?

त्यांनी पायांत चपला अडकविल्या आणि ते खोलीचा दरवाजा उघडून बाहेर आले. पायाखालचं दिसेल इतपत प्रकाश पसरला होता. गोठ्यात हालचाल

सुरू होती. बागेत यापूर्वीच कोणीतरी पाणी शिंपडून बागेला टवटवीतपणा आणला होता. बागेतून ते गढीच्या मागच्या बाजूला पायऱ्या उतरून आले. तिथंतर एक बाग चांगलीच फुलविलेली दिसली. फुलांनी वेली डवरलेल्या होत्या. झाडंसुद्धा धुऊन-पुसून काढावीत अशी लखलखीत दिसत होती. पाला-पाचोळा कुठंही दिसत नव्हता. पायवाटा झाडलेल्या होत्या. ते तसेच चालत चालत बागेच्या टोकाशी आले. तिथलं छोटंसं गेट उघडून ते गढीच्या बाहेर आले आणि टेकडीचा चढ चढू लागले. त्यांनी मागं एकदा वळून पाहिलं, तर सोनगडची एक पाकी त्यांच्या दृष्टिपथात आली. गढीवरून खाली रस्ता उतरत उतरत मोठ्या रस्त्याला मिळालेला दिसत होता. गावाची दुसरी पाकी टेकडीच्या दुसऱ्या अंगाला असल्यामुळं दिसत नव्हती. सारं गाव एकाच वेळेला न्याहाळता यावं म्हणून ते टेकडीवर चढू लागले. हळूहळू सारं गाव दिसू लागलं आणि टेकडीच्या माथ्यावर पोचताच धरणाची भिंतही दिसू लागली. साराच परिसर एखाद्या चित्रकारानं चित्र काढावा, असा रेखीव होता. काल वाटलं तेवढं धरण आता मोठं वाटलं नाही. पण याच धरणामुळे पाण्यासाठी होणारे गावाचे हाल आता संपले असले पाहिजेत, हे लक्षात येण्यासारखं होतं. टेकडीच्या माथ्यावर पोचताच त्यांना सपाट माळ दिसला. याच माळावर पूर्वी करवंदीची दाट बनं होती. आता मात्र त्यांचा मागमूसही नव्हता. अधूनमधून चर खणून त्यात नुकतीच झाडं लावलेली असावीत, हे लक्षात येत होतं. एका कातलवर ते विसावले आणि गावाकडे बघू लागले.

गावाला जाग येऊ लागली होती. कारण पेटलेल्या चुलींतून धुराची वलयं हलक्या गतीनं आकाशात वर चढत होती. रवळनाथाचं शिखर आता प्रकाशात चमकू लागलेलं होतं. पूर्व दिशेला जमा होऊ लागलेल्या सोनेरी रंगाच्या छटा संगमाच्या डोहातून परावर्तित होत होत्या. पाण्याचा ओहोळ लांब लांब जात आणखी एका टेकडीच्या मागं जाऊन अदृश्य होत होता. दादासाहेबांनी दूरवर न्याहाळून पाहण्याचा प्रयत्न केला. पुष्कळ ठिकाणी हिरवीगार शेतं पाणी पिऊन तरारली होती. हा हिरवागार रंग धरणाच्या आधारानंच या परिसराला लाभला आहे, हे कळायला त्यांना वेळ लागला नाही. आपल्या आठवणीतील प्रत्येक वस्तू ते शोधू लागले, आणि ती सापडली की लहान मुलाच्या आनंदानं ते संतुष्ट होऊ लागले. काळ्याभोर रस्त्याचा एक पट्टा लांबवरच्या टेकड्यांतून येऊन दुसऱ्या कुठल्यातरी टेकड्यांच्या वळणात गडप झालेला होता. याच रस्त्यानं आपण काल गावात आलो आणि याच रस्त्यानं आपण हे गाव सोडूनही जाणार,

जावं लागणार होतं. आणि एकदम त्यांचं लक्ष परत गढीकडं गेलं.

गढीची दर्शनी बाजू सोडून बाकीच्या सर्व बाजूंच्या भिंती आता सपाट केलेल्या होत्या. पण टेकडीच्या उतारामुळं आपोआपच गढी दोन-तीन पातळ्यांवर उभारली गेली होती. त्यांचं लक्ष आणखी वेधून घेतलं ते गढीतल्या बागेत बसलेल्या दोन व्यक्तींनी आणि त्यांच्या लक्षात आलं, की वसुधा आणि उत्तम दोघेजण बसलेली आहेत, वसुधेला ओळखताच एकदम त्यांच्या अंत:करणात एक नवीनच कळ उठली आणि त्या दोघांना एकत्र पाहून ते अस्वस्थ झाले. ते दोघे एकत्र असणार हे त्यांना कळत नव्हतं, असं नाही. त्याची त्यांनी मनानं तयारीही केलेली होती. पण इतक्या सकाळच्या नीरव वेळी दोघेजण बागेतील लताकुंजांच्या सान्निध्यात काही सुखदु:खाच्या गोष्टी बोलत असतील ही गोष्ट त्यांना एकदम चमत्कारिक वाटली. त्या दोघांचंही लक्ष आपल्याकडे गेलं, हे त्यांच्या लक्षात आलं. उत्तम हातानं काहीतरी खुणा करून त्यांना सांगायचा प्रयत्न करीत होता. तो बहुतेक त्यांना चहा घेण्यासाठी बोलावत असावा. पण दादासाहेबांच्या पायांतील बळच गेलेलं होतं. त्यांच्या संसारचित्रात अशा आमोद-प्रमोदाला कुठंच स्थान नव्हतं. त्यांना इतक्या निकट आणि सुखी अवस्थेत पाहून कधी नव्हे ती त्यांच्या मनात असूया निर्माण झाली. त्यांनी पायात बळ उभं केलं आणि ते हळूहळू टेकडी उतरू लागले. इतका वेळ एका निरामय सुखद अनुभवात ते मग्न होते आणि आत्ताच त्यांच्या सुखात मत्सराच्या मिठाचा खडा पडला.

वसुधा सुखी असेल, असायला हवी. असं ते मनाला बजावीत असले, तरी ती सुखी नसली, तिच्या मनात कुठं विषादाची लकेर असली, तर त्यांना कदाचित अधिक सुख वाटलं असतं. आपलं अस्तित्व या साऱ्या चित्रात नगण्य आहे, ह्या कल्पनेनं ते भांबावले.

बागेचं फाटक उघडून ते आत आले. तेव्हा वसुधा आणि उत्तम दोघेही उभे राहिले. वसुधेला पाहून ते चकितच झाले. पंचवीस-तीस वर्षांचा काळ जाऊनही तिच्यात म्हणण्यासारखा काहीच बदल झालेला नव्हता. अजून ती तशीच सडसडीत, अजून तिचे डोळे तसेच चमकदार आणि तेजस्वी, तिचा उभा राहण्याचा डौल तसाच अजिंक्य असल्याचा भाव दाखविणारा होता. तिच्या अस्मितेला आता तृप्तीची आणि शालीनतेची किनार लागली होती एवढंच. उलट ती पूर्वीपेक्षा जास्तच तेजस्वी वाटली. पांढऱ्याशुभ्र साडीत ती अधिकच सात्त्विक आणि वेगळी वाटत होती. श्रीमंतीचा, सत्तेचा, तृप्तीचा अकारण कोठेही

परिणाम झालेला दिसत नव्हता. तिनं नमस्कारासाठी हात जोडले, तेव्हा ती मनातल्या मनात आपल्याला हसत असेल, असं दादासाहेबांना वाटलं. पण तसं तिच्या बोलण्यात कुठं जाणवलं नाही. तिचं हास्य लाघवी होतं; पण खानदानीपणाच्या आणि शालीनतेच्या कोंदणात ते अधिकच सुरूप झालं होतं. तिनं केसांत मोगरीची माळ माळली होती. आपला आणि वसुधेचा तेवढा एकच धागा उरला आहे, असं त्यांना वाटलं.

"गाव कसं वाटलं?"

"फारच छान! साऱ्या सोई आहेत शहरासारख्या. पण शहराचा बकालपणा नाही. यापूर्वी मी इथं का आलो नाही, याचं मला आश्चर्य वाटतंय."

"उंच उंच जाणाऱ्या माणसाला तळाची आठवण होत नाही."

दादासाहेबांनी चमकून तिच्याकडं पाहिलं.

"असंच काही नाही. आपण किती उंच आलो, हे कळण्यासाठी तरी तळाकडं लक्ष दिलं पाहिजे."

"पण तळ जर फार दूर राहिला असेल, तर मग भोवळ येते माणसाला."

"नक्की उंची ठरलेली असली म्हणजे खोलीचाही अंदाज असतो. पक्षी आकाशात उडतात ते पृथ्वीकडे पाहून काय घाबरतात?"

"पण ते पृथ्वीकडे पाहतच नाहीत. त्यांचं लक्ष आकाशाकडेच असतं. ते थकले म्हणजे आपोआप पृथ्वीकडे येतात."

दादासाहेबांनी तिच्या डोळ्याला डोळा दिला. ती नुसती हसत होती. पण त्या हसण्यात कुठंही विखार नव्हता. एखाद्या निर्झराच्या शुभ्र प्रवाहाप्रमाणे तिचं ते हसणं होतं. दादासाहेबांना काय उत्तर द्यावं, ते समजत नव्हतं. त्यांना शब्दांनी जिंकायचंच नव्हतं. खरं म्हणजे त्यांना काय हवं, ते त्यांचं ठरलेलंच नव्हतं. इतकं सात्त्विक तरीही मनमोकळं हास्य त्यांना सहजासहजी गमवायचं नव्हतं. या हास्याच्या शोधासाठी तर ते आले होते. मग तेही हसले आणि म्हणाले, "उंच उंच जायचं असलं, तर त्या उंचीला अर्थ केव्हा येतो? काहीतरी खोल संदर्भ असला, तर त्या उंचीला अर्थ आहे. पण कितीही डोंगर चढून वर आलं तर लक्षात येतं की, आपल्याबरोबरचे सारे आपल्याबरोबर आले आहेत. तेही तितक्याच उंच आले आहेत. मग उंची, खोली याला काहीच अर्थ राहात नाही. मग केवळ चालणं एवढंच लक्षात येतं." आता मात्र वसुधा मोठ्यानं हसली. तिनं पदर सावरला. ती म्हणाली, "आताच तुम्ही टेकडीवर गेला होता. तेवढ्यापुरते तरी तुम्ही उंच गेला होतात की नाही? आम्हांला बोलावलं असतं तर आम्ही नसतो

का आलो?''

''न बोलवायला काय झालं? पण सारं कस शांत शांत दिसलं. म्हणूनच नाही उगीच झोपमोड केली.''

''कमाल आहे! आम्हांला इथं खेड्यात फार लवकरच उठावं लागतं. जनावरांकडे बघावं लागतं. सातच्या आत शेतावर पोचावं लागतं. नोकर-चाकरांना कामं वाटून द्यावी लागतात. सूर्य उगवायच्या आत इथली चाकं चालू होतात.

बाकी तुझ्यासारख्यांच्या बाबतीत आमच्यासारखंच असणार म्हणा. त्याशिवाय तुझ्या एवढा पसाऱ्याचा कारभार होणार कसा? काही म्हण दादू, तुझा आम्हाला अभिमान वाटतो. कसला आधार नाही, एकट्याच्या बळावर नाव मिळविलंस, पैसा मिळविलास.''

''ठीक आहे. ज्यासाठी झगडलो ते काही प्रमाणात मिळविलं. वसुधा, तुझ्या नवऱ्याला तुझं फार कौतुक. काहीतरी जादूटोणा असला पाहिजे तुझ्याजवळ.''

वसुधा हसली. उत्तमही हसला. उत्तम अर्थात रांगडेपणानं खळखळून हसला, तर वसुधा गालातल्या गालात हसली आणि लज्जेनं तिनं मान खाली घातली. अजूनही तिच्या गालावर खळी पडत होती. त्या खळीकडे दादासाहेब वेड्यासारखे पाहतच राहिले.

''जादूटोणा वगैरे काही नाही. पण ह्यांना काही कळत नाही. हे सगळ्या जगावर खूश असतात. ह्यांना सगळीच माणसं चांगली दिसतात. आणखी, बायकोची स्तुती करायची त्यांना एक खोड आहे.''

''हे बघ, असलं काही मला बोललेलं खपणार नाही. दादू मी तुला सगळं गाव फिरून दाखविणारच आहे; म्हणजे तुझ्या लक्षात येईल की, मी जे काही बोललो, त्यात अतिशयोक्ती मुळीच नाही. खरं म्हणजे मला हिचं नीट कौतुकसुद्धा करता येत नाही. मी रांगडा शेतकरी माणूस. मला शब्द नीट वापरता येत नाहीत. पण खरं सांगू का, गृहिणीला गृहलक्ष्मी म्हणतात. ते माझ्या लेखीतरी शब्दश: खरं आहे. सकाळी देवाची मी पूजा करतो, त्या वेळेस खरं सांगू, हिलाच मी डोळ्यांपुढं आणतो आणि म्हणतो, माझ्यावर, माझ्या घरावर ही गृहदेवता प्रसन्न आहे, हिची कृपा अशीच कायम राहो.''

''असं काहीतरी बोलून का हो लाजविता दुसऱ्याला सारखं?''

''अगं, पण खरंच बोलतोय, आणि दुसऱ्या कोणाजवळ तर बोलत नाही. लहानपणाचा आपला मित्र आहे. त्याच्यापाशीच बोलतो आहे.''

''हे कसले तुमचे मित्र? तीस वर्षांत तुमची वास्तपुस्त न करणारे.''

“मी नसेल केली वास्तपुस्त; पण तुम्ही तरी माझी चौकशी केली का?”

“मी तुमची चौकशी का केली नाही, हे सांगायलाच पाहिजे का?”

दादासाहेब एकदम गोरेमोरे झाले. आपल्या नवऱ्यासमोर इतक्या उघडपणे असं बोलण्याचं हिला धाडस आहे, हे पाहून ते चकित झाले. दादासाहेबांच्या चेहऱ्यावरील भाव उत्तमनं आणि वसुधेनं दोघांनी ओळखले, आणि उत्तम चटकन म्हणाला, “अरे, काही चहा वगैरे घेणार की नाही? की नुसत्या कोरड्या गप्पा मारणार? बरं वसुधा, चहा कुठं घ्यायचा? इथं घ्यायचा की...”

“कुठंही. तुम्ही म्हणाल तिथं.”

“नाहीतरी दादूला घर दाखवायचंच आहे. आपण वरच चहा घेऊ.”

तिघेही वरच्या दालनात आली. वर येताच दादासाहेब आश्चर्यचकित झाले. इथंतर खेड्याचा भासच नव्हता. जवळ जवळ वरच्या सर्व मजल्याची एकच मोठी प्रचंड खोली होती, आणि ती सर्व शहरी अद्ययावत साधनांनी सुसज्ज होती. एका कोपऱ्यात डबलबेड होता. चेस्ट ऑफ ड्रॉवर्स होते. लोखंडी आलमारी होती. एका कोपऱ्यात सुंदर स्टडी होती. कितीतरी सुंदर पुस्तकं वेगवेगळ्या कपाटांत डोळे वेधून घेत होती. एक रायटिंग टेबल होतं आणि शेजारी दोन फायलिंग कॅबिनेट्स होत्या. कपडे बदलण्यासाठी आडोसा केलेला एक ड्रेसिंग कॉर्नर होता आणि मध्यभागी अत्यंत महागडे असे सोफासेट्स कलात्मक पद्धतीनं ठेवलेले होते. कोणत्याही दर्जेदार हॉटेलात शोभतील, अशी कारपेट्स होती. वेगवेगळ्या प्रकारची वीजदिव्यांची झुंबरं होती. फॅन्स होते. एच. एम. व्ही. चा रेडिओग्रॅम दिमाखानं लक्ष वेधून घेत होता. दोन कोपऱ्यांत दोन स्पीकर्स दिसत होते. ही प्रचंड खोली जपानी पद्धतीच्या सरकत्या पडद्यानं विभागता येईल अशी होती. दादासाहेब कुतूहलानं प्रत्येक गोष्ट न्याहाळून पाहात होते. पलीकडचा कारिडॉर बंद होता. तिकडे त्यांचं लक्ष जाताच उत्तम पुढं झाला आणि त्यानं दरवाजा उघडला. दादासाहेब मागोमाग गेले. तिथं कोपऱ्यात अगदी अद्ययावत असं छोटं किचन होतं. डायनिंग टेबल होतं. तिथली सर्व विद्युत उपकरणं पाहून त्यांपैकी काही तरी आपल्याकडे नक्की नसतील, असं दादासाहेबांच्या मनात येऊन गेलं. दादासाहेबांनी कुतूहलानं बाथरूमचा दरवाजा उघडून पाहिला. तिथं एक गिझर, वॉशिंग मशीन हे तर सारं होतंच; परंतु एवढी मोठी बाथरूम त्यांनी अमेरिकेच्या अनेक हॉटेल्समध्येही पाहिली नव्हती. ते आश्चर्यचकित झाले होतेच; पण तरीही त्या बाथरूमचा आकार पाहून त्यांना बोलल्यावाचून राहवलं नाही. ते म्हणाले, “एवढी प्रचंड बाथरूम कशासाठी रे?” उत्तम काही उत्तर

देणार, तोवर वसुधेनं बोटांनी उत्तमला दटावलं. नजरेनं त्यांचे काही संकेत झाले. वसुधेचा नकार आहे हे लक्षात असूनही उत्तम हसून म्हणाला, ''एवढी मोठी बाथरूम नको काय? दोघांनी एकदम आंघोळ करायची म्हणजे...''

वसुधा एकदम पुढं झाली आणि तिनं उत्तमच्या तोंडावर हात ठेवला. उत्तमनं तिचा हात बाजूला केला आणि तो हसायला लागला आणि तो म्हणाला, ''अगं दादूला हे नवीन नसणार. शहरातल्या माणसांना हे माहीत असतं.''

वसुधा लाजेनं लाल झाली. तिची मान खाली गेली. असल्या गोष्टी दुसऱ्या कोणाला कळायला नकोत, हे तिचं म्हणणं अगदीच बरोबर होतं. पण उत्तम हवेतच होता. काय काय गोष्टी दाखवाव्यात आणि दाखवू नयेत, असं त्याला झालं होतं. पुष्कळ गोष्टी कशा आणल्या, कोणी आणल्या, अमेरिकेत असणाऱ्या मुलानं केव्हा पाठविल्या, हे उत्तम खुलासेवार सांगत होता; पण तिकडं दादासाहेबांचं लक्षच नव्हतं. वसुधा आणि उत्तम हे एकत्र आंघोळ करतात, या कल्पनेनं त्यांचा तोलच एकदम बिघडला. बाकीच्या साऱ्या वैभवाच्या गोष्टी दादासाहेबांना नवीन नव्हत्या. याहून अधिक वैभवसंपन्न गोष्टी त्यांनी पाहिल्या होत्या. अनुभवल्या होत्या. पैशानं विकत मिळणाऱ्या साऱ्या गोष्टी त्यांच्या लेखी कःपदार्थ होत्या. जमीन-जुमले, इमारती, कारखाने या साऱ्या गोष्टी ते बघता बघता खरेदी करत किंवा विकत. मनात आणलंच तर हवं ते दान देऊन निंबाळकरांची ही गढी, जमीनजुमला सारं काही विकत घेऊ शकले असते. पण त्यांना विकत न घेण्यासारख्या काही गोष्टी इथं होत्या. त्यांनी ते हादरले. असला तेढा व्यवहार त्यांच्या कोष्टकात कधी आलेलाच नव्हता. आपल्या चेकबुकच्या जोरावर जगातील यच्चयावत गोष्टी म्हणू तेव्हा विकत घेता येतात, असा त्यांचा आजपर्यंतचा अनुभव होता.

त्यानंतर त्यांना चहाही गोड लागला नाही आणि वसुधेची संगतही प्रिय वाटली नाही. वसुधेनं आणि उत्तमनं आज सुट्टी घेतलेली होती; त्यामुळे दादासाहेबां- बरोबर ते हिंडायला मोकळे होते. दादासाहेबांना घेऊन ते दोघे शेतावर गेले. साखर-कारखान्यावर गेले, धरणावर गेले. गावातूनही त्यांनी त्यांना फिरवून आणलं. वसुधेला पाहिलं की, लोक दुकानातून खाली उतरत, आदबीनं नमस्कार करीत. दादासाहेबांचं मन सोनगडमधून एकदम उडालं होतं. ऊन आता चांगलं वाढलं. तिघांची गाडी शाळेच्या आवारात शिरली, तेव्हा दादासाहेब एकदम जागे झाले. त्यांनी पुष्कळ तोल सावरला. शाळेची इमारत आता खूप मोठी झालेली होती. शाळेत ते येऊन पोचताच हेडमास्तर बाहेर आले आणि त्यांच्याबरोबर

काठी टेकीत देवधरमास्तरही आले. देवधरमास्तर खूपच म्हातारे झाले होते. गाडीतून उतरताक्षणीच वसुधेनं देवधरमास्तरांना वाकून नमस्कार केला आणि नकळत दादासाहेबांनीही वाकून नमस्कार केला. देवधरमास्तरांनी त्यांना एकदम जवळ घेतलं. त्यांचा स्पर्श होताच दादासाहेबांच्या सर्व जुन्या आठवणी एकदम खडबडून जाग्या झाल्या.

"मास्तर, तब्येत कशी आहे?"

"अरे! आता माझ्या तब्येतीचं काय विचारता? मी आता पिकलं पान. केव्हाही गळून पडणार. तुम्ही तब्येती सांभाळल्या पाहिजेत."

हेडमास्तरांच्या खोलीत सर्वजण जाऊन बसले. हेडमास्तरांनी चार शब्द बोलण्याची विनंती केली. दादासाहेबांना काही बोलण्याची इच्छा नव्हती. पण देवधरमास्तरांनी फार आग्रह केला. सर्व वर्गांत निरोप गेले, आणि पाच-सहा मिनिटांत सभागृहात सर्व विद्यार्थी जमले. देवधरमास्तरांनी बोलायला सुरुवात केली. आपला गुणगौरव होतो आहे, हे दादासाहेबांच्या कानी येत होतं. पण त्यांना त्यात रस नव्हता. शेवटी देवधरमास्तर बोलत होते, "हा माझा सर्वांत लाडका विद्यार्थी. मॅट्रिक झाला तेव्हा माझा निरोप घ्यायला आला होता. मी म्हणालो की, 'बाबा इथंच राहा. एकटा कुठं जातोस नशीब काढायला? ना तुझ्याजवळ संपत्ती, ना ओळखीपाळखी. कोणाच्या आधारावर मुंबईत शिकशील, मोठा होशील?' तेव्हा तो म्हणाला, 'गुरुजी, तुम्ही आशीर्वाद द्या. मला या छोट्याशा गावात राहायचं नाही. इथं माझ्या बुद्धीचं चीज होणार नाही. मला बाहेरच्या जगात जाऊ द्या. मी कष्टांचे डोंगर उपशीन. पण मी मोठा झाल्याशिवाय राहणार नाही. इतका मोठा होईन की, सगळ्यांचे डोळे फिरले पाहिजेत.' आणि मला अभिमान वाटतो की, माझ्या या विद्यार्थ्यानं जगात मोठा नावलौकिक मिळविला. मोठा कारखानदार म्हणून त्याचा लौकिक आहे. मोठमोठ्या सभांतून भाषणं करतो. सरकारनं मोठमोठ्या कमिट्यांवर त्याला नेमलं आहे. हजारो लोकांना कामधंदा पुरवतो. माझे सगळेच विद्यार्थी चांगले निघालेत. पण त्यांत हा माझा विद्यार्थी सर्वांत बुद्धिमान आणि गुणी निपजला. मला अभिमान आहे तो याच्या दानतीचा, दातृत्वाचा. केव्हातरी यानं आपल्या गावाला यावं, या शाळेला भेट द्यावी अशी माझी खूप इच्छा होती. आम्हाला निंबाळकरकुटुंबाच्या कृपेनं कसल्याही मदतीची अपेक्षा नाही. अपेक्षा आहे ती फक्त आमच्या जुन्या विद्यार्थ्यांनी या मातीबद्दल कृतज्ञता दाखवावी एवढीच. माझा आशीर्वाद घेऊन हा जग जिंकायला बाहेर पडला. परमेश्वरानं त्याला उदंड यश दिलं. आता त्याच्या

आशीर्वादानं इथल्या विद्यार्थ्यांनी गावाबाहेर वेगवेगळ्या क्षेत्रांत जाऊन नावलौकिक मिळवावा, अशी इच्छा मी व्यक्त केली तर ती चूक ठरणार नाही. आता दादासाहेब चव्हाणांना मी बोलण्याची विनंती करतो.''

आपण काय बोलतोय हे दादासाहेबांना समजत नव्हतं. सरावानं ते बोलत होते. त्यांचा कंठ अकारण दाटून येत होता. शाळेला कोणत्याही आर्थिक मदतीची गरज नाही, हे तर देवधरमास्तर बोलले होते. त्यामुळे देणगी जाहीर करण्यात स्वारस्य नव्हतं, आणि देणगी जाहीर करण्याची गरज नव्हती. त्यांनी भाषण संपविलं. विद्यार्थ्यांनी टाळ्या वाजवल्या. हारतुरे झाले. पण दादासाहेब मात्र अस्वस्थ होते.

समारंभ संपला आणि सारेजण निघाले. बाहेरच्या पडवीत खूप माणसं गोळा झालेली होती. निंबाळकरांच्या पूर्वीच्या प्रथेप्रमाणे अजूनही उत्तमचा दरबार भरलेला होता. दादासाहेब आपल्या खोलीत आले आणि उत्तम जमलेल्या लोकांशी काहीतरी बोलत राहिला. वसुधा ताटं लावण्याच्या तयारीसाठी स्वयंपाकघराच्या दिशेनं गेली. दादासाहेब येऊन आरामखुर्चीवर बसले. आता त्यांना परतीची ओढ लागलेली होती. गाव पाहून झालं होतं, बालमित्र भेटून झाले होते. दोन चित्रं स्वतंत्रपणे रंगतदार असली, तरी ती शेजारी शेजारी कित्येकदा विशोभित दिसतात. दादासाहेबांना वाटलं, या अगदी निराळ्या जगात आपण तितकेसे शोभून दिसत नाही. आपलं मोठेपण, बुद्धी, संघटनाकौशल्य हे सारं या इथल्या पार्श्वभूमीवर निरर्थक वाटतंय. त्यांना थोडं थकल्यासारखं झालं. दुपार चांगलीच झाली होती. जेवण होताक्षणीच त्यांनी निघायचंही ठरविलं होतं. येताना ड्रायव्हरला त्यांनी सूचनाही दिल्या होत्या; पण सकाळच्या या गडबडीत उत्तमला हे सांगायचं राहूनच गेलं होतं. एवढ्यात उत्तम आत आला.

''मंडळींच्या बरोबर तालुक्याला जायला हवं. जेवण झाल्यावर जाईन म्हणतो. तू निवांत झोप. साडेचारपर्यंत येतो मी.''

''छे रे बाबा! जेवण झाल्याबरोबर मलाही निघायला पाहिजे. अंधाराच्या आत घाट ओलांडायला पाहिजे. काही झालं, तरी उद्या सकाळच्या आत मुंबई गाठली पाहिजे.''

''इतकी घाई-गर्दी काय करतोस? आल्यासारखा राहा दोन दिवस. तुझा पाहुणचारसुद्धा आम्ही नीट करू शकलो नाही. वाटलं तर रात्री शेतावर जेवायला जाऊ.''

''इथं राहायला मला नक्कीच आवडलं असतं. पण या खेपेला नाही.

पुढच्या खेपेला नक्की येईन.''

पंक्तीला बरीच माणसं होती, त्यामुळं संभाषण बरंच औपचारिक स्वरूपाचं होतं, आणि त्या संभाषणात दादासाहेबांना फारसा रसही नव्हता. वसुधा जेवणावर देखरेख करीत होती. कुटुंबातील लहानसहान गोष्टींवर तिची चांगली नजर असली पाहिजे. आलेल्या पाहुण्यांशी तिचा चांगला परिचय असला पाहिजे. जेवण झालं आणि दादासाहेब आपल्या खोलीत आले. वसुधाही त्यांच्या मागोमाग आली. सगळ्यांच्या देखत वसुधा आपल्या मागोमाग आपल्या बंद खोलीत येईल, अशी त्यांना मुळीच अपेक्षा नव्हती. तिला पाहताच ते थोडे भांबावले; पण त्यांना बरंही वाटलं. एका बंदिस्त चौकटीतून वसुधा आता बाहेर आलेली होती. वसुधा उभ्याउभ्याच म्हणाली,

''आज काही जाऊ नकोस. कामं काय रोजचीच मागं असतात. तुलासुद्धा विश्रांतीची गरज नाही का?''

दादासाहेब हसले, ''मला राहायला आवडलं असतं वसुधा, पण खरंच राहणं शक्य नाही. पुन्हा नक्की येईन.''

''पुन्हा एकटा मात्र येऊ नकोस. बायकोला घेऊन ये.''

''तिला आणू?''

''आणायलाच हवं. तिचा काय तुझ्यावर हक्क नाही का?''

''हक्क कसला? ती कुठेही जाऊ शकते. जातेही. तिला स्वतंत्र अस्तित्व आहे.''

''संसारात स्वतंत्र अस्तित्वाला काही अर्थ असतो का?''

''तुझ्या संसारात तुला स्वतंत्र अस्तित्व नाही?''

''नाही; असताही कामा नये. केवळ लग्नाच्या नात्यानं नव्हे, पारंपरिक पातिव्रत्यामुळेही नव्हे. पण सुखी संसारातील जोडीदारानं जास्तीतजास्त एकमेकांत आपखुशीनं मिसळून घेतलं पाहिजे.''

''तू तसं घेतलेलं दिसतंय. मला तितकं जमलं नाही.''

''प्रयत्न केला असतास तर जमलं असतं. कुणालाही जमतं. आपल्याला हवा तसा शंभर टक्के जोडीदार प्रत्यक्षात कधीच नसतो. पण जो जोडीदार आपण निवडतो, तो आपल्याला हवा तसा करून घेता येतो.''

''तुला जमलेलं दिसतंय.''

''खात्री नाही. जेव्हा मी उत्तमशी लग्न करायचं ठरविलं होतं, तेव्हा उत्तमला मी सारं काही सांगितलं होतं. तुझं-माझं कृष्णातीर्थावर झालेलं शेवटचं

संभाषणसुद्धा सांगितलं. तो एवढंच म्हणाला, की मी तुझ्यासाठी थोडं थांबलं पाहिजे. तू चार-दोन वर्षांत परत आला नाहीस, तर मगच...''

"तुझं-माझं संभाषण कळूनसवरून तो तुझ्याशी लग्नाला तयार झाला?''

"हो. एवढंच नव्हे, तर त्याच्याच आग्रहामुळं आमचं लग्न चार वर्षांनी झालं. तोपर्यंत मला आशा होती, की माझ्या ओढीनं तू एखादे वेळेस परत येशील. पण मग लक्षात आलं, तुला माझी ओढ नव्हतीच. उत्तम मात्र एखाद्या देवाची भक्ती करावी अशा भक्तीनं भारलेला होता. मग आमचं लग्न झालं. माझ्यापेक्षा तो कमी शिकलेला आहे. पण खूप शिकूनसवरून तुला-मला कळत नाही त्यापेक्षा अधिक त्याला कळतं. लग्नाच्या वेळेस मी ठरवून टाकलं की, खऱ्या अर्थाने त्याची सहचारिणी व्हायला हवं. मग मला निराळ्या सामर्थ्याचा अनुभव आला. त्याला मोठं करण्यासाठी माझा देह, मन सारं काही मी गुंतवून टाकलं. आमचं वेगळं असं काही उरलंच नाही. तो दिसतो तसा साधा नाही. चांगला पक्का आहे. चतुर आहे. धोरणी आहे. माझी प्रत्येक गोष्ट तो ऐकतो; परंतु एखाद्या अडाण्यानं शरण जावं, तसा तो शरण जात नाही. त्याचा माझ्यावर नितांत विश्वास आहे. इथं मी तुझ्या खोलीत एकटी बसली आहे म्हणून त्याला काही वाटणार नाही, आणि हा विश्वास काही उगाउगी निर्माण होत नाही. पंचवीस वर्षांची अखंड सोबत त्याला कारणीभूत आहे. तू वरच्या मजल्यावरच्या आमच्या खोल्या पाहिल्यास. माझा तो हट्ट होता. मला खेड्यात राहायचं होतं. कारण खेड्यात माणसाला नशीब काढता येतं, हे मला सिद्ध करायचं होतं. पण खेड्यात राहायचं म्हणजे खेडवळपणानं राहायचं, हे मला मंजूर नव्हतं. इथल्या लोकांच्या दृष्टीनं आम्ही त्यांच्यासारखेच वावरतो, जेवतो, खातो. इथले रिवाज पाळतो. कुलपरंपरा पाळतो. इथल्या लोकांच्या श्रद्धा मानतो. मोठेपणासाठी-सन्मानासाठी आग्रह धरीत नाही. पण तेसुद्धा एक नाटक आहे, हे लक्षात ठेव. तुम्ही जितका अलिप्तपणा दाखवाल, निर्लोभीपणा दाखवाल, तितका या जगात तुमचा मान वाढतो. लोक जबरदस्तीनं तुमच्या डोक्यावर शिरपेच ठेवतात. जे काही बरंवाईट यश उत्तमला इथं मिळालं त्याचं रहस्य हेच आहे. गावात तंटेबखेडे नाहीत, याचं कारण सत्तेच्या साऱ्या जागा मी त्याला कधी घेऊ दिल्या नव्हत्या. कारण मला माहीत होतं, त्या आपल्या पायानं त्याच्याकडे येणारच आहेत. एकतर झगडा करून, संपत्तीचं प्रदर्शन करून, माणसं फितवून सत्ता टिकविता येते; नाहीतर सत्तेबद्दल अप्रीती दाखवून, सत्तेपासून पळ काढून सत्ता मिळविता येते. पहिल्यापहिल्यांदा हे अलिप्ततेचं राजकारण समजून घ्यायला

त्याला त्रास झाला. पण आता त्याच्या ध्यानात आलं आहे की, दीर्घकाल सत्ता टिकविण्याचा तोच खरा मार्ग आहे. दुसरी गोष्ट अशी की, आपण खूप संपत्ती मिळविली, पैसा मिळविला, म्हणजे संपत्ती नसणाऱ्या लोकांच्या मनात अकारण मत्सर जागा होतो. अगदी वाजवी मार्गानं जमविलेले पैसेसुद्धा लोकांच्या डोळ्यांवर येतात. म्हणून इथं आम्ही कसली मिळकत केलेलीच नाही. इतर चारचौघा शेतकऱ्यांसारखेच आम्ही राहतो. तसंच राहायला हवं.''

''तू सुखी आहेस तर!''

''सुख! सुखदु:ख हे सगळे शब्दच्छल. आपण सुखी असायचंच ठरविलं, तर सुखी राहू शकतो. शेवटी सुख म्हणजे काय, रानोमाळ हिंडून गोळा करायला सावरीचा कापूस आहे? सुखासाठी जेवढी धावपळ करावी, तेवढं ते हातातून निसटून जातं. ते खरंतर आपल्या वृत्तीत असायला हवं. क्षणन् क्षण सुखानं समृद्ध करण्याची इच्छा असली, की सगळीकडे सुखच आहे असं वाटायला लागतं. अडचणी, मनोभंग, कमतरता हे काही दु:ख नव्हे; उलट, हे नव्या सुखाचे रस्ते आहेत. कारण एकएक नवनवी क्षितिजं गाठायची आपली इच्छा त्यानं जागी राहते. म्हणून मी सुखी आहे आणि मला वाटतं, तुलासुद्धा सुखी असायला हरकत नाही.''

दादासाहेब हसले आणि म्हणाले, ''तुझ्या थिअरीप्रमाणे मी सुखी आहे, असं म्हणण्यास हरकत नाही.''

''तुझी काही निराळी थिअरी आहे का?''

''म्हटलं तर आहे, म्हटलं तर नाही. प्रत्येक वेळेला मी अगदी अशक्य स्वप्न मनाशी बाळगत असतो. ते स्वप्नं खरं करण्यासाठी जिवाच्या करारानं झगडत राहतो.''

''एकट्यानं?''

''अर्थातच एकट्यानं! माझी स्वप्नं मलाच पाहायला पाहिजेत.''

''हा तुझा भ्रम आहे. एकच स्वप्न जेव्हा चार डोळे पाहू लागतात, तेव्हा ते स्वप्न मयूरपंखी होतं. शिवाय आपल्या भोवतालच्या माणसांचीही काही स्वप्नं असतात. तीही सफल झालेली पाहणं हेसुद्धा स्वप्नं असू शकतं. तुझ्या बायकोची काही स्वप्नं असतील. त्या स्वप्नांचा तू कधी विचार केलास? आपल्या स्वप्नात कधी भागीदार करून घेतलंस तिला?''

एवढ्यात दरवाजा उघडून उत्तम आला आणि म्हणाला, ''मला निघायलाच हवं. तू थांबतोस ना दादू?''

"नाही रे बाबा! मी निघणारच."

"मला वाटलं, माझा नाही पण निदान हिचा तरी आग्रह तू मानशील."

"नाही नाही. तुझासुद्धा मानला असता. मी नक्की येईन परत."

"ठीक आहे बाबा. मर्जी तुझी. पण जरा रात्री गप्पा केल्या असत्या."

"आपल्या गप्पांत त्यांना रस नाही. त्यांना आपल्या कारभारात, औद्योगिक पसाऱ्यात परत जायला हवं."

"नाही वसुधा, तसं नाही. माझ्या जाण्याचं ते कारण नाही. कारणं दुसरीच आहेत. तू आता म्हणालीस ना? दुसऱ्यांची स्वप्नंसुद्धा पाहण्यात मजा असते म्हणून!"

उत्तमला या वाक्याचा काही अर्थ कळला नाही. वसुधा मात्र हसली. ती म्हणाली, "जाऊ दे त्यांना."

सामान गाडीत भरू लागलं नि दादासाहेबांची गाडी मुंबईच्या दिशेनं निघाली. पोचविण्यासाठी उत्तम नि वसुधा दोघेही निघाले. उत्तमनं दादासाहेबांना मित्रमिठी मारली. तो म्हणाला, "गावची आठवण ठेवत जा. अगदीच विसरू नकोस."

दादासाहेब गाडीत बसले. "आलोच", असं म्हणून उत्तम काहीतरी आणण्यासाठी गेला. तेवढ्यात वसुधा वाकून म्हणाली,

"मी तुझ्या आयुष्यात आले असते तरीसुद्धा तू इतकाच मोठा झाला असतास. कदाचित थोडा जास्तही. त्यासाठी माझा त्याग करून देशोधडीला जायची गरज नव्हती." आणि तिच्या डोळ्यांत एकदम पाणी आलं. तेवढ्यात उत्तम हातात केळ्याचा एक घड घेऊन आला आणि त्यानं तो ड्रायव्हिंग सीटशेजारी ठेवला. वसुधेनं आपले अश्रू शिताफीनं लपवून ठेवल्याचं दादासाहेबांच्या लक्षात आलं. दादासाहेबांचं अंत:करणं गलबललं. निरोपाचे हात वर झाले. गाडी सरकू लागली. उसनं हसू आणलेल्या वसुधेचा हात उत्तमनं धरलेला होता, आणि दोघे परत गढीकडे जायला परतत होते. ते दृश्य कितीतरी वेळ दादासाहेबांच्या डोळ्यांसमोरून हललं नाही.

गाडी जलद गतीनं मुंबईच्या दिशेनं चालू लागली आणि दादासाहेब रेलून डोळे मिटून झोपायला लागले. गोव्याला परत जाऊन तेथून विमानानं मुंबईस जाण्याचा बेत त्यांनी बदलला, याचं शोफरला आश्चर्य वाटलं. कारण अडीचशे-तीनशे मैलांच्या मोटार प्रवासापेक्षा गोव्याहून मुंबईला विमानानं जाणं हे सोईचं होतं, आणि शक्यतो दादासाहेब विमानानं जातात, हे त्याला पूर्वानुभवानं माहीत

होतं. पण हा विचार त्यांनी का बदलला, हे त्याला कळण्यासारखं नव्हतं. कारण विमानानं जायचं म्हणजे रात्री पणजीला मुक्काम करणं भाग होतं आणि मुंबईत पोचायला उद्या दुपार उजाडणार होती. पण मोटारनं ते रात्री तीन-चार वाजेपर्यंत पोचू शकले असते. मुंबईला परतण्याची ही तीव्रता दादासाहेबांच्या मनात आज प्रथमच निर्माण झाली होती. सोनगडच्या या मुक्कामात त्यांचे काही हिशेब पार उलटेपालटे झाले होते. ते हिशेब नीट समजून घेईपर्यंत त्यांना चैन पडणार नव्हतं. ड्रायव्हरला चहासाठी किंवा जेवायसाठी लागेल तेवढाच वेळ सोडून ते तडक मुंबईस आले, तेव्हा दोन-अडीच वाजले होते. अधून-मधून त्यांच्या डोळ्यांवर झोपेची झापड येई; पण ड्रायव्हरबरोबर एकटे असताना न झोपता त्याच्याशी काहीतरी संभाषण चालू ठेवणं आवश्यक असल्यामुळे त्यांनी मिटणारे डोळे कष्टानं उघडे ठेवले होते. रात्रीचा गारवा आणि शांतता मोठी सुखद होती. काळ्याभोर नागिणीचा लांबसडक रस्त्याचा पट्टा वळवळत मागे पडत होता. मुंबईत येताच मुंबईचं ते निद्रिस्त स्वरूप पाहून त्यांना थोडं विषण्ण वाटलं, कारण इतकी शांत मुंबई त्यांनी कधी पाहिलीच नव्हती.

ते आपल्या निवासस्थानी आले. ड्रायव्हरला सूचना दिल्या, कारण त्याला परत गोव्याला जायचं होतं. त्याला काही पैसे दिले; आणि त्यानं बॅग वर आणून ठेवताच त्यांनी घंटा वाजविली. दरवाजा त्यांच्या नोकरानं उघडला. त्याला बॅग आत घ्यायला सांगून ते तडक आपल्या बेडरूममध्ये आले. कपडेही न काढता त्यांनी दुसऱ्या कनेक्टिंग बेडरूमचं दार उघडलं आणि शालिनीच्या बेडरूममध्ये प्रवेश केला.

शालिनी शांत झोपली होती. खोलीतील नाइटलँपच्या प्रकाशात तिची मूळची सात्त्विक मूर्ती अधिकच सात्त्विक वाटत होती. तिच्या अंथरुणावरच एक फोटो पडलेला होता. त्यांनी तो फोटो उचलून पाहिला. त्यांच्या मुलीच्या लग्नातील तो फोटो होता. ते, शालिनी आणि त्यांची नववधू मुलगी वसुधा यांचा एकत्र काढलेला तो फोटो होता. या फोटोच्या सान्निध्यात शालिनी झोपी गेली होती, हे उघडच होतं. शालिनीला उठवावं असं त्यांना वाटलं, पण अशा अवेळी तिला उठवायला नको हे लक्षात येताच ते आवाज न करता आपल्या खोलीत आले आणि आरामखुर्चीत येऊन बसून राहिले, दिवा तसाच जळत राहिला आणि त्यांचे डोळे केव्हा मिटले, हे त्यांच्या लक्षातच आले नाही. त्यांना जाग आली ते कोणीतरी त्यांच्या पायातील बूट काढू लागलं तेव्हा. त्यांनी पाहिलं तर शालिनीच पायांतील बूट काढत होती.

"हे काय, बूट कसले काढतेस?"

"तुमचीसुद्धा कमाल आहे! बूट काढून, कपडे बदलून झोपायचं नाही का? खरंतर मला उठवायचं नाही का आल्याबरोबर?"

"छान झोपली होतीस. विचार केला, की कुणा सुखी माणसाची झोप मोडू नये. पाप लागतं."

"तर तर! आणि इतक्या अवेळी कसे आलात? आत्ता विमान कुठलं?"

"विमानानं आलो नाही. गाडीनं आलो."

"गाडीनं? इतक्या लांबचा प्रवास? आणि रात्रीचा? इतक्या रात्री गाडीनं प्रवास करायची काय गरज होती?"

"गरज होती म्हणून तर आलो."

"गरज? इतक्या तातडीचं काय काम होतं रात्रीचं? सकाळी करता आलं नसतं? नाहीतर फोन करायचा. मी ऑफिसला कळवलं असतं."

"ऑफिसचं काम नव्हतं. घरचंच होतं."

"घरचंच? मग तर फोन करायला काहीच हरकत नव्हती."

"फोनवर करता येण्यासारखं नव्हतं काम. समक्षच यायला हवं होतं."

"असं काय कोड्यात बोलताय? काही काळजीचं कारण तर नाही ना?"

"काळजीचं कारण होतं; पण आता संपलं."

"सांगा बघू लवकर काय होतं ते?"

दादासाहेब हसले. तोवर कपडे बदलून झाले होते. त्यांनी टेबलावर ठेवलेल्या तांब्यातून पाण्याचा घोट घेतला आणि शालिनीच्या कमरेत हात घालून तिला ते शय्येवर घेऊन गेले. शय्येवर तिला ठेवीत त्यांनी तिचा वाकून एक मुका घेतला आणि ते म्हणाले, "हेच काम होतं." शालिनीबाई लाजल्या आणि त्यांनी आपली मान ओंजळीत लपवली आणि त्या म्हणाल्या,

"इश्श! या वयाला हे चावट बोलणं शोभत नाही."

"ज्या वयात चावटपणा करायचा, त्या वयात केला नाही. आता उरलेलं जे थोडं आयुष्य आहे, ते तरी सार्थकी लावलं पाहिजे."

"असलं अशुभ काही बोलायचं नाही. आपलं आयुष्य ठरविणारे आपण कोण?"

"तेही खरं आहे म्हणा! पण जी कामं करावयाची राहिलीत ती करायला वेळ तर पुरायला हवा?"

"न पुरायला काय झालं? तुम्ही नाहीतरी फार उद्योगी गृहस्थ आहातच.

तुम्हाला सगळ्या गोष्टी झटपट आणि ठरल्याबरहुकूम करायची सवय आहेच.''

"छे छे! आता पूर्वी ठरल्याप्रमाणं काही करायचं नाही, सगळं नव्यानं. नव्या पद्धतीनं. जणू काही आपलं कालच लग्न झालेलं आहे. जणू वीस वर्षं एखाद्या शापित यक्षाप्रमाणे आपण शापभ्रष्ट होतो. आज आपल्या लग्नाची जणू पहिलीच रात्र आहे.''

शालिनी हसली.

त्या हसण्यानं दादासाहेब आणखीनच विरघळले. हे हसणं खरोखरीच त्यांनी लग्नाच्या पहिल्या रात्री अनुभवलं होतं. त्यानंतर त्यांना हे निर्मळ हास्य पुन्हा कधी दिसलं नव्हतं. शालिनीचं निरागस सौंदर्य त्यांच्या लक्षात नव्यानंच पहिल्याप्रथम आलं. पूर्वीचं अल्लडपण त्यात उरलं नव्हतं, पण तरीही त्याचं निरागसपण अजून बाकी होतं. पूर्वीचे लांबसडक केस आता अंथरुणावर पसरून जाण्याइतके मोठे राहिले नव्हते. पण त्यांचं तेज अजून बाकी होतं. कांती तर सुखाच्या स्पर्शानं अधिक तेज:पुंज झाली होती. त्यांनी नाइट गाउन तिच्या अंगावरून खेचून काढला आणि तिच्याकडे एकटक नुसते बघत राहिले आणि तीही त्यांच्या डोळ्यांतील नव्या जाणिवा न्याहाळीत राहिली. आजवर या डोळ्यांत एक हुकमी नियंत्रण असे. आता तिथं आर्जवी निमंत्रण होतं. आजवर केवळ भुकेलेल्या एखाद्या हिंस्त्र श्वापदाची तिथं नजर असे. आता प्रेयसीची वाट पाहणाऱ्या प्रियकराची याचना होती. मग तिच्या अंगात एक चैतन्य झळाळून आलं. आजवर तिनं काही देण्याचा प्रश्न उत्पन्नच झाला नव्हता. हवं तेव्हा घेतलं जाई. ती अंथरुणावरून उठून बसली. तिनं ब्राचा हूक काढून फेकून दिला आणि एखाद्या शहेनशाला नजराणा द्यावा असा तो मखमली नजराणा दादासाहेबांच्या हवाली केला. तिच्या सूचनेप्रमाणे दादासाहेब एक एक अवयवाचं चीज करीत होते. स्त्रीच्या देहात इतक्या नाजूक आणि सुंदर जागा आहेत, हे त्यांनी कधी अनुभवलंच नव्हतं आणि देणाऱ्याची इच्छा असेल तर घेणाराच कमी पडेल, अशा तऱ्हेनं स्त्रीला परमेश्वरानं घडविली आहे, हा अनुभव त्यांना आला. रतिक्रीडेचा खेळ इतका मुलायम आणि संथ असतो, हाही नवा अनुभव ते घेत होते. आनंदाची अखेरची ऊर्मी दोघांना एकाच वेळी आली, त्या वेळेस शालिनीला जे लावण्य प्राप्त झालं, ते पाहून तर ते चकित झाले. एकमेकांच्या मिठीत ते कितीतरी वेळ तसेच काही न बोलता, पण खूप काही बोलत पडून होते. शालिनीचा डोळा केव्हा लागला, हे त्यांना कळलंही नाही. वास्तविक ते थकलेले होते. प्रवासाचा त्यांना शीण आलेला होता; परंतु त्यांना झोप मात्र येत नव्हती.

तृप्त होऊन शालिनी एका अनामिक सुखी जगात विसावली होती. हे दृश्य पाहत ते पुष्कळ वेळ जागे राहिले आणि मग त्यांनाही नीज आली.

सकाळी उन्हे जेव्हा डोक्यावर आली, तेव्हा दादासाहेबांना जाग आली. इतक्या उशिरापर्यंत ते कधीच झोपलेले नव्हते. जाग आली तेव्हा त्यांनी उठून पाहिलं तर खोली स्वच्छ आवरलेली होती आणि शालिनी केव्हाच उठून निघून गेलेली होती. त्यांना उठावंसंच वाटत नव्हतं. अनेक कोलाहल एकदम शांत व्हावेत, तसे त्यांच्या डोक्यातील अनेक गुंतागुंती एकदम लुप्त झाल्या आहेत, हे त्यांच्या लक्षात आलं. वास्तविक दिवसभराचा कार्यक्रम ते उठताक्षणीच आपल्या डोक्यात पक्का करीत असत. पण आता त्यासंबंधी काही विचारच करावा, असं त्यांना वाटेना. तेवढ्यात शालिनी चहाचा ट्रे घेऊन आत आली.

"गुड मॉर्निंग!"

"गुड मॉर्निंग डार्लिंग! केव्हा उठलीस तू?"

"खूप वेळ झाला. तुम्ही मघाशी म्हणालात ना, की सुखी माणसाची झोपमोड करू नये म्हणून नाही उठवलं. आतापर्यंत दोन-तीन फोन येऊन गेले. चेंबरची संध्याकाळी तातडीची मीटिंग आहे. तुम्हाला भटांनी ताबडतोब फोन करायला सांगितलंय."

"मार गोळी त्या सगळ्यांना. आज कुठेही जाणार नाही."

"असं नाही हं चालणार!"

"अरे वा! आता मला तुझ्या शिस्तीत वागलं पाहिजे?"

"असं नाही हो! तुम्ही एवढा पसारा मांडलाय. तो नीट सांभाळायला नको?"

"नाही शालिनी. कंटाळा आलाय सगळ्याचा. कुठंतरी दूर जाऊ या आपण. तुला सांगितलं होतं ते रिझर्व्हेशनचं काय झालं?"

"केलेली नाहीत मी ती."

"का गं?"

"वेल यंग मॅन! एकतर तुमच्यावर माझा भरवसा नव्हता. इथं आल्यावर तुम्ही सगळं विसरून जाल आणि पुन्हा आपल्या रगाड्यात गुंताल, असं मला वाटलं."

"आणि दुसरं?"

"दुसरं असं की आपल्याला असं पळून जाता येणार नाही कुठं. एवढं साम्राज्य उभं करण्यासाठी धडपडायचं आणि एकदम त्यातून अंग काढून घ्यायचं, हे बरोबर नाही. तो पळपुटेपणा ठरेल, आणि खरं सांगा, असे बदल माणसाच्या

आयुष्यात एकदम होत नाहीत. ते हळूहळू केले तरच सुखावह होतात. तुम्ही केवळ खुशालचेंडू गृहस्थ नाही. तुमच्या बुद्धीची कसोटी लावल्याशिवाय तुम्हांला कोणताही दिवस कारणी गेल्यासारखा वाटणार नाही. चटकन कंटाळाल. आणखी एक सांगू? एकांतासाठी हिमालयात जावं लागत नाही. तो इथं बेडरूममध्येसुद्धा असतो. विश्रांतीसाठी हिल स्टेशनलाच जावं लागत नाही. तुमचं हिल स्टेशन इथंच आहे, तुमच्यासमोर.'' आणि मग ती खट्याळपणे खळखळून हसली.

दादासाहेबांच्या लक्षात तिचं म्हणणं आलं होतं. एखादी स्प्रिंग अती ताणली म्हणजे ती दुसऱ्या टोकाला जाऊ पाहते, इतकंच. त्यापेक्षा त्या स्प्रिंगचा ताण कमी करणं हेच जास्त व्यवहार्य आहे.

दादासाहेब उठले. शालिनीच्या खांद्यावर हात ठेवीत ते म्हणाले, ''तू म्हणतेस ते खरं आहे. सुखाचा शोध घेण्यात अर्थ नाही. असलेल्या सुखाकडे फक्त मागं वळून पाहायला शिकलं तरी पुरे!'' आणि मग शालिनीला त्यांनी वर उचलण्याचा प्रयत्न केला. त्याबरोबर ती घाबरली अन् म्हणाली, ''एकतर आता उचलण्याइतकी मी हलकी-फुलकी राहिलेली नाही; किंवा आहे या स्थितीत मला उचलण्याइतके तुम्ही जवान राहिलेले नाही आहात. आहे या आपल्या शक्तिनिशी, तारुण्यानिशी, जिव्हाळ्यानिशी आपल्याला वावरलं पाहिजे.''

मग दादासाहेबांनी फक्त तिला घट्ट जवळ घेतलं आणि ते तिच्या कानाच्या पाळीचा चावा घेत म्हणाले,

''बघू या कसं काय जमतं ते! बट् हेल्प मी टु मेकअप् द ड्यूज! राहिलेलं सगळं कर्ज लवकरात लवकर फेडायला पाहिजे.''

''छे! कर्ज मुळी नाहीच आहे काही. उलट, माझी ठेव आहे तुमच्याकडे. आणि तीही मुदतीची नाही. बेमुदत! तिचं व्याज तेवढं वेळच्या वेळी पोचवत जा म्हणजे झालं.''

-०-०-०-

पेला पुरता भरू नये

अभय आणि हेमचंद्र वाकनीस प्रथमच भेटत होते. तशी त्यांची गाठभेट पूर्वी पुष्कळदा झालेली होती. ती कधी सभेत, सिनेमाच्या उद्घाटनाच्या वेळी, नाटकाच्या पहिल्या प्रयोगाच्या वेळी, नुसती नमस्कार-चमत्कारापुरती; परंतु गप्पागोष्टींसाठी ते कधी एकत्र आले नव्हते. अभयशेठ नाटकधंद्यातील मोठा कर्तबगार माणूस. त्याची सारी हयात नट, निर्माता, व्यवस्थापक या नात्यानं गुजरली होती. तीस-पस्तीस वर्षांच्या प्रदीर्घ कालखंडात तो बरंच काही शिकला होता. तोंडानं तो अतिशय फटकळ, वागायला अहंभावी, दिसायला उग्र आणि व्यवहारात कठोर होता; पण व्यवसायावर त्याची हुकमत मात्र चांगली होती. त्यानं त्या धंद्यात चांगला पैसा आणि नाव केलं. अनेक नाटककार, नट-नट्या तो पदरी बाळगून होता. यशाची त्याला चाहूल लागत असे. त्याच्यात तो एक उपजत गुण होता. चांगली नट-नटी शोधणं, त्यांना काबूत ठेवणं, नव्या नाटककारांना निर्माण करणं, चालणार नाहीत अशी नाटकं धडाक्यानं चालविणं, यात त्याच्याइतका नाट्यव्यवसायात प्रवीण कुणीच नव्हता. अनेक नाटककार, लेखक त्याच्या बैठकीत नेहमी असत. तोही कधी विनयाचा, कधी चढेलपणाचा अंगीकार करून आपलं स्थान पक्कं करीत असे; पण नाटक-सिनेमाच्या धंद्यात नेहमीच सगळे हिशेब जमतात, असं नाही. त्यानं मधे सिनेमा काढण्याचे नेहमीचे उपद्‌व्याप करून पाहिले, तिथं त्याला चांगलाच फटका बसला. त्याच्याहीपेक्षा कावेबाज लोक तिथं असल्यामुळे त्याच्या पद्धतीने त्याला धंदा करता आला नाही. त्यानं प्रतिष्ठेनं म्हणून सादर केलेली दोन

नाटकं धडाधड कोसळली. एका नाटककाराबरोबर त्याला कधी नव्हे ते कोर्टखटले करावे लागले. तो खचला नव्हता, परंतु नव्यानं काहीतरी हातपाय हलवायला पाहिजेत एवढं त्याच्या लक्षात आलं होतं; आणि तेवढ्यासाठीच त्यानं आज हेमचंद्रची भेट घेतली होती.

हेमचंद्र हा मूळचा एक प्रथितयश जाहिरात कंपनीचा मॅनेजिंग डायरेक्टर. योगायोगाने तो नाटकाकडे वळला. ते नाटक लोकांनी एकदम उचलून घेतलं. नाटकाचा विषय, चटपटीत संवाद, चांगले नटनटी अनेक गोष्टी त्यासाठी कारणीभूत असतील; पण सपाट्यानं नाटककार म्हणून त्याचा बोलबाला होऊ लागला. त्याच धुंदीत त्यानं आणखीन दोन-चार नाटकं लिहिली. ती नामांकित संस्थांनी सादर केली आणि यशानं आणखी तुरे त्याच्या मस्तकावर लावले. बघता बघता एक बिनीचा यशस्वी नाटककार म्हणून हेमचंद्र ओळखला जाऊ लागला. निर्मात्यांची त्याच्याकडे रांग लागू लागली; पण आरंभीचा वेग त्याला सांभाळणं शक्य नव्हतं. एकतर त्याच्या अनुभवातील विषय वापरून संपले होते. नवीन फारसं काही सुचत नव्हतं. अशा परिस्थितीत आणखी एका नव्या निर्मात्याला– अभयशेठला– भेटण्यास तो फारसा उत्सुक नव्हता. अभयशेठनं पिच्छाच न सोडल्यामुळं त्याचा नाइलाज झाला. 'शालीमार' मधल्या एका खोलीत त्यांची बैठक जमली होती. अभयशेठ, त्याच्या नाटकातील एक देखणी हिरॉइन तरुबाला, त्याचा सहकारी विश्वास पवार आणि हेमचंद्र अशी पार्टी आता जमू पाहत होती.

थोडीशी स्कॉच पोटात गेली. थोडी हवेत विरली. संध्याकाळची शीतल हवा थोडी उबदार झाली. तरुबाला हेमचंद्राच्या शेजारीच बसलेली होती. तिच्या लाडिक विभ्रमात आणि नाजूक हितगुजात हेमचंद्र अडकत चालला होता. नाटकाचा विषय निघाला नव्हता. तसा तो लगोलग निघणारही नव्हता. शहाणी माणसं आपलं काम शब्दानं सांगत नाहीत. अभयशेठ नुसता चतुर नव्हता, तर कावेबाजही होता. हेमचंद्राचा लौकिक तो बराचसा ऐकून होता. हेमचंद्राची बरोबरी बुद्धीच्या क्षेत्रात आपण करू शकत नाही हे त्याला माहीत होतं. त्याचा आवाज कधी नव्हे तो मधाळ झाला. हेमचंद्र तिरकस आणि विक्षिप्त आहे, हे त्यानं पुष्कळांकडून ऐकलं होतं; म्हणूनच तो सावध होता, आणि त्यानं आपल्या सहकाऱ्यांनाही सूचना देऊन ठेवली होती. हेमचंद्राच्या नाटकाची तो स्तुती करीत होता, परंतु त्या स्तुतीला लाचारीची किनार नव्हती. हेमचंद्राला सुंदर स्त्रियांचा किती सोस आहे, हे माहीत असल्यामुळेच त्यानं तरुबालेला हजर ठेवलं होतं;

परंतु तरुबाला दिसायला सुंदर असली, स्त्रीचे सारे विभ्रम तिच्याजवळ असले, तरी हेमचंद्रासारख्या पुरुषाला मोहात पाडण्याइतकी चतुर बुद्धिमत्ता तिच्याजवळ नव्हती. आपली निवड चुकली की काय, असंसुद्धा एक-दोनदा अभयशेठला वाटून गेलं. पण त्याला त्याचा इलाज नव्हता. कारण त्याच्या परिवारात बहुतेक स्त्रिया अशाच होत्या. रूप आणि बुद्धी एकत्र असणारी स्त्री तशी एकूण दुर्मीळच.

हेमचंद्र मजेनं दारू घेत होता. अभयशेठसारखा माणूस नाटकधंद्यातील जे चविष्ट किस्से त्याला सांगत होता, ते तो चवीने ऐकल्यासारखे दाखवीत होता; पण ते त्यानं यापूर्वीच ऐकलेले होते. त्याच्या मिठीत आलेल्या कित्येक स्त्रियांनी यापूर्वीच ते त्याला सांगितले होते. असल्या गोष्टींत त्याला फारसा रस नव्हता; पण त्या बायकांना दुसरं काही बोलताही येत नव्हतं. अभयशेठ व त्याच्या धंदा करण्याच्या पद्धती याही गोष्टी त्याला ज्ञात होत्या. परंतु वेगवेगळ्या माणसांच्या स्वभावधर्माबद्दल लेखक म्हणून त्याला कुतूहल होतं, आणि त्या कुतूहलापोटीच त्यानं आजच्या बैठकीला संमती दिली होती.

हेमचंद्र हा पुष्कळ जग पाहिलेला माणूस होता. मोठमोठ्या लोकांत त्याची ऊठबस होती. एक उत्तम, कुशल जाहिराततज्ज्ञ म्हणून तो लोकप्रिय होता. त्याच्या दुनियेत लोकप्रियता आणि गुणवत्ता या दोन्ही बाबतींत त्याला यश लाभलं होतं. ते यश डोक्यात न जाऊ देण्याविषयी तो नेहमीच दक्ष असे. जाहिरातीच्या क्षेत्रातील यश हा त्याच्या प्रतिभेचा भाग लोकांना ज्ञात असला, तरी तो एक व्यासंगी माणूस आहे, हे फार थोड्यांना माहीत होतं. अनेक सामाजिक क्षेत्रांत त्याला वावरावं लागे. त्याला अलीकडे थकल्यासारखं वाटत होतं. तोचतोचपणा जाणवत होता. नवीन काहीतरी करायला पाहिजे, असं वाटत होतं आणि ते तर होत नव्हतं. त्यामुळं तो अस्वस्थ होता. निर्मात्यांना नकार देताना त्याला दुःख होई; पण त्याला त्याचा इलाज नव्हता. तसं जुळवून रचलेलं एखादं नाटक निर्मात्याला देणं त्याला मुळीच कठीण नव्हतं. कदाचित ते नाटक चाललंही असतं. पण असली वेठबिगार त्याला मान्य नव्हती. त्यामुळे तो थोडा चिडचिडा झाला होता. प्रकाशात राहण्याची ज्याला सवय लागते, त्याला प्रकाशाच्या झोताबाहेर जाण्याची भीती वाटते. त्याचं तसं होऊ पाहत होतं.

पार्टी तशी रंगली होती. म्हणजे हेमचंद्र सोडून तिघांच्याही जिभा थोड्या सैल झाल्या होत्या. तरुबाला अधिक खेळकर झाली होती. म्हणजे ती मुळात तशी होतीच. तिची ती लगट का कुणास ठाऊक, पण हेमचंद्राला मुळीच आवडली नाही. तो कोचात जरा मागे सरून बसला.

अभयशेठच्या लक्षात ती गोष्ट आली; पण त्याच्या हातात काही फारसं राहिलेलं नव्हतं; कारण त्यानं सुचविलेल्या मार्गाने हे सारं चाललेलं होतं. ती पुन्हा हेमचंद्राच्या जवळ येऊन सरकली, तेव्हा मात्र हेमचंद्र म्हणाला,

"तुम्ही दुरूनच चांगल्या दिसता!"

तरुबालाने चमकून विचारले, "म्हणजे?"

हेमचंद्र म्हणाला, "तुम्ही मजेत आहात! दारू पीत आहात! तुम्हांला या अभयशेठच्या जोक्समध्ये इंटरेस्ट आहे. तुम्ही ठरविल्याप्रमाणे हसत आहात. तुमचं काम तुम्ही चोख करता आहात, पण त्याची काही आवश्यकता नाही. चारचौघांत बायकांनी अशी लगट केलेली मला आवडत नाही. बायकांनी बायकांसारखं वागावं."

तरुबाला एकदम पांढरीफटक पडली. तिचं लावण्य तिला सोडून गेलं. ती एकदम केविलवाणी दिसायला लागली. अभयशेठ म्हणाला, "तरु, यू आर ड्रंक. यू कॅन गो नाऊ. विश्वास, तिला पोचवून ये."

तरुबालेनं अभयशेठकडे रोखून पाहिलं. त्याच्या डोळ्यांत नाराजी दिसत होती. तिला काही करता येण्यासारखंही नव्हतं. आपल्या असहायतेची जाणीव तिला झाली. अभयशेठच्या डोळ्यांतील कठोरपणा तिच्या चटकन लक्षात आला होता. खरंतर तिचं काहीही चुकलेलं नव्हतं. पण तरीही ती उठली. तिनं आपली पर्स हातात घेतली आणि ती म्हणाली, "गुड नाईट हेमचंद्र!"

वास्तविक हेमचंद्राला तिला दुखवायचं कारण नव्हतं. अभयशेठलाही दुखवायचं कारण नव्हतं. प्रसंग अगदी मामुली होता. दोन-तीन मिनिटांत काय घडलं, हे तसं कुणालाच काही कळलं नाही; पण आपला स्वर अवाजवी कठोर झाला असावा, हे हेमचंद्राच्या लक्षात आलं. तोही चटकन उभा राहिला. तिचा हात हातात घेत म्हणाला,

"तुमचा अपमान करण्याची माझी इच्छा नव्हती; पण एका परीनं झालं ते बरं झालं. तुम्ही दोघेही जाताय. वुई कॅन टॉक बिझनेस!"

हेमचंद्रानं आपला हात हातात घेतला आहे, या कल्पनेनं तरुबाला खूश झाली. आपल्याला हाकलून दिलं जातंय, हा अपमानाही ती विसरून गेली. तिनं त्याचे हात आपल्या ओठांजवळ घेत चटकन त्यांना ओठांचा स्पर्श केला व ती लगबगीनं निघून गेली. मागोमाग विश्वासही गेला. खोलीतील वातावरण आपोआप तंग झालं. अभयशेठ तेवढ्यात म्हणाला,

"या रांडा अशाच असतात."

जाब विचारावा तशा आवाजात हेमचंद्रानं विचारलं, "काय बोललात तुम्ही अभयशेठ?"

अभयशेठला त्याच्या आवाजातील कठोरपणा उमगला नाही. तो म्हणाला, "त्यांना कुठं कसं वागायचं, ते कळतंच नाही. एक घोट दारू पोटात गेली की साड्या सोडायला लागतात."

"शटअप! तुमच्या सांगण्यावरून ती तसं वागत होती. तुमची ती गुलाम. तिला कशाला दोष देता? तुम्हांला वाटतं, अशा देखण्या गुलजार पोरी आणल्या, की मला घोळात घेता येईल."

"नाही नाही. डोंट मिसअंडरस्टॅन्ड मी!" अभयशेठ एकदम भानावर येऊन सबुरीच्या आवाजात म्हणाला.

"नाही नाही. तुम्हांला चांगला ओळखून आहे मी. ज्या बायांच्या जोरावर तुम्ही धंदा करता, पैसा मिळवता त्यांना तुम्ही रांडा म्हणता? मग तुम्ही कोण आहात? कोवळ्या पोरी पुरविणारे दलाल?"

अभयशेठच्या डोक्यात दारू चढली होती. हेमचंद्राचा हा नवीन पवित्रा त्यालाही पेलण्यासारखा नव्हता. पार्टीची रंगत तर बिघडलीच होती; पण हेमचंद्रालाही आपण कायमचे अंतरणार की काय, अशी भीती त्याच्या मनात चमकून गेली. तसा तो उर्मट होता. अहंमन्य होता; पण तरीही त्याला आपल्या अहंमन्यपणाला केव्हा आवर घालायचा, याचं शहाणपण होतं. त्यानं हेमचंद्राचे सगळे आघात एका हास्यात पचवून टाकले. तो म्हणाला, "डोंट गेट अपसेट हेमचंद्रजी! व्हाय स्पॉइल द ड्रिंक? वाटलं तर मी तुमची क्षमा मागतो."

हेमचंद्राचाही पारा जरा खाली आला. तो म्हणाला, "क्षमा वगैरे मागायची काही गरज नाही. पण तुम्हांला समजायला हवं, की बाई ही गोष्ट मला अपूर्वाईची नाही. मी काही साधुसंत नाही. मलासुद्धा स्त्रिया आवडतात. माझ्या धंद्यात तर स्त्रिया भेटणं अपरिहार्य आहे. पण त्याची काही पद्धत आहे. तुम्ही चक्क बाजारच मांडलात की! ह्या असल्या भडक दिसणाऱ्या, लघळपणानं वागणाऱ्या व्हल्गर बायकांची मला शिसारी आहे. एखाद्या अर्धांग झालेल्या माणसाच्या तोंडातून लाळ गळावी, तशी ह्या बायकांच्या डोळ्यांतून वासना गळतेय. शी:! हे म्हणजे स्त्री-पुरुष संबंधांचं सारं सौंदर्य नासवणं आहे. तुम्हांला मी काही सांगावं असं नाही. तुमच्या धंद्यात खुणावल्याबरोबर वाटेल ती बाई जवळ येते. पोटासाठी हवं ते ती करते. तिच्याजवळ देण्यासारखं अन्य काही नसतंच मुळी! वाटेल ते देऊ करून तोंडाला रंग फासून प्रकाशात उभं राहायचं; नाहीतर आपण

मागं पडू, अशी त्यांना भीती असते. त्या लाचार असतात. लाचार स्त्रीशी संग करणं म्हणजे झाडावरून पडलेलं फळ खाणं. त्यात काय मजा आहे? नुसत्या शरीराचा भोग असत नाही. मनालाही तृप्त करावं लागतं. तुम्हांला कधी समजणार नाही ते. वेगवेगळ्या खेळण्यांबरोबर खेळण्यात मजा आहे; पण त्या त्या वेळेस मन भरून प्रेम केलं पाहिजे, तेवढ्यापुरतं तरी!''

''नाटकाला छान विषय आहे, नाही?''

''चोवीस तास नुसता धंद्याचाच विचार करता काय?''

''त्याशिवाय यश मिळत नाही आणि धंदा करताना मजाही वाटत नाही. धंदा हेसुद्धा व्यसन आहे. बाईपेक्षा, दारूपेक्षा जास्त गुंतवून ठेवणारं. पण ते जाऊ दे. हाच नाटकाचा विषय का घेत नाही तुम्ही? काय नाव द्यावं बरं? हं, 'खेळणी!''

हेमचंद्र जरा वेळ गप्प राहिला. का कुणास ठाऊक, पण एकदम त्याच्या डोळ्यांपुढे नाटकाची एक संकल्पना उभी राहिली. सुचत नव्हतं ते एकदम काही सुचल्यासारखं वाटलं.

''तुमची कल्पना काही वाईट नाही. तरी पण विचार करायला हवा.''

''करा ना! तुमचा-आमचा काही योग जमावा, अशी माझी इच्छा आहे.''

''योग जमेल हो; पण नाटक लिहायला काही किक् येत नाही. लेखणीच थकल्यासारखी झालीय. काही एक्साइटमेंट पाहिजे.''

''एक्साइटमेंट तर हवीच; पण तुम्हांला नेमकी कशात एक्साइटमेंट हवी, हे तरी सांगा. नाहीतर असं करा हेमचंद्रजी, तुम्ही एक आठ दिवस एखाद्या हिलस्टेशनवर जा.''

''कल्पना चांगली आहे. रजा बऱ्याच दिवसांत घेतलेली नाही. शिवाय ॲडस्पेसचा प्रॉब्लेम आहेच पेपर शॉर्टेजमुळे. जाऊन येईन कधीतरी.''

''तसं नको. मीच व्यवस्था करतो तुमची. महाबळेश्वर-माथेरानला काही अर्थ नाही. गर्दी फार असते तिथे. आमच्या गावापासून सात-आठ मैलांवर एक छोटं हिलस्टेशन आहे. खरं म्हणजे ते हिलस्टेशन नाही. पण कोयनेचं काम व्हायच्या पूर्वी तिथं एक तात्पुरती वस्ती उभारली होती. तिथले एक-दोन पक्के बंगले शिल्लक आहेत अजून. माझे एक स्नेही आहेत राम शेट्टी म्हणून. त्यांनी त्या विभागात मायनिंग राइट्स घेतलेत. त्यांच्याच ताब्यात आहे तो भाग. मोठं रमणीय स्थळ आहे. वर्दळ नाही. तसं थोडं आत आत आहे; पण मोटरेबल रोड आहे. सगळी व्यवस्था करतो मी तिथं. तिथे खानसामा आहे. तो सगळी व्यवस्था

ठेवील तुमची.''

''पण इतक्या निर्मनुष्य जागेत एकट्यानं राहायचं म्हणजे जरा कठीण आहे.''

''नाही, नाही. तुम्हांला हवी ती कंपनी तुम्ही घेऊन जाऊ शकता.''

अभयशेठ एकदम हसला. त्या हसण्यात मिश्कीलपणा होता. तो हेमचंद्राला जाणवला.

''म्हणजे कंपनी पण शोधली पाहिजे!''

''तुम्हांला काय कमी आहे?''

त्या पार्टीत नक्की असं काही ठरलं नाही. पण अभयशेठ हेमचंद्राशी अधूनमधून संपर्क ठेवून होता. त्याच्या एका मागं पडलेल्या 'अंधारातील सोबती' ह्या नाटकाच्या प्रयोगास हेमचंद्राला त्यानं बोलाविलं. नाटक काही तसं फार चांगलं नव्हतं. म्हणजे फार चांगला विषय नाटककारानं चीप केला होता. मध्यंतरात हेमचंद्राला आत चहाला बोलविलं गेलं आणि नटांशी ओळख करून दिली. त्या नाटकात बघण्यासारखं होतं ते म्हणजे गुलजार ह्या एका नटीचं वेधक काम आणि दर्दभऱ्या गझला. जेव्हा गुलजारशी अभयशेठनं ओळख करून दिली, तेव्हा हेमचंद्र चकित झाला. रंगभूमीवर दिमाखानं आणि सफाईनं वावरणारी ही थोडी थोराड मुलगी एकदम लाजाळू आणि भाबडी आहे, असं त्याला वाटलं. ती डोळ्यांना डोळासुद्धा देत नव्हती. कदाचित असंही असेल, की प्रतिष्ठित माणूस म्हणून जो काही हेमचंद्राचा लौकिक होता, त्यापुढे ती दबली असेल. तिचे डोळे विलक्षण पाणीदार होते. खूप आग्रह केल्यावर ती शेजारच्या खुर्चीवर बसली.

''तुमच्यासारख्या गुणी नटीला स्कोप देणारी भूमिका हवीय.''

''पण कुणीतरी लिहिली पाहिजे ना! तुम्ही लिहिता?''

हेमचंद्र एकदम चपापून सावध झाला. कौतुकाच्या एका वाक्यातच ती त्याच्या अंगावर चाल करून आली; पण तिच्या डोळ्यांत अजिजी होती. ती लगेच पुढे म्हणाली, ''मी काही सुंदर नाही. माझं गाणंही बेताचं आहे. माझ्यासाठी कोण लिहिणार नाटक आणि कोण आवर्जून भूमिका देणार मला?''

''नाही नाही. असं मुळीच नाही. तुमच्याजवळ एक विलक्षण सौष्ठव आहे. तुमच्या हालचालींत तोल आहे. शब्दफेकीला समज आहे आणि तुमच्या सुरांत तर एक विव्हळ करणारी आर्तता आहे...'' अभयशेठकडे वळून हेमचंद्र म्हणाला, ''तुमच्याजवळ इतकी गुणी नटी आहे; पण तुम्ही काही फारसा

उपयोग केलेला नाही तिचा.''

"तसं नाही हेमचंद्रजी. माझी इच्छा खूप आहे; पण एक तर ताई-वहिनींसारख्या सात्त्विक नाटकांत किंवा सौंदर्याचा ॲटमबाँब हवा असणाऱ्या नाटकात हिला काम देता येत नाही. चांगली नाटकंच हल्ली मिळत नाहीत. त्याला काय करणार?''

"नाहीतरी तुम्हांला नाटक हवंच आहे. एक-दोन माझ्या डोक्यात आहेत. बघतो प्रयत्न करून.''

एकदम गुलजारच्या डोळ्यांत पाणी तरारलं. का ते हेमचंद्राला कळलं नाही. गद्‌गदल्या आवाजात ती म्हणाली, "प्लीज!''

मग एक-दोन मिनिटं कुणी बोललंच नाही. हेमचंद्र म्हणाला, "तुम्ही असं करा. ह्या रविवारी सकाळी मी अभयशेठच्या ऑफिसमध्ये येतो. वेळ आहे ना तुम्हांला?''

गुलजार पटकन उठली आणि आपल्या पर्समधून छोटी डायरी तिने उलगडली. पटापट तिने पानं उघडली आणि ती म्हणाली, "मी रिकामीच आहे. मी येईन.''

अभयशेठही म्हणाला, "मग ठरलं!'' तेवढ्यात कुणीतरी घंटा देऊ का विचारायला आत आलं. गुलजार उठली. तिनं हेमचंद्राकडे पाहून वाकून निरोप घेतला आणि ती एकदम रंगभूमीकडे निघून गेली.

हेमचंद्र मात्र भारावल्यासारखा झाला. ती गेल्याबरोबर एकदम अंधार व्हावा, असं त्याला वाटलं. काहीतरी हरवल्यासारखं त्याला जाणवलं. तो नाखुशीनं खुर्चीवरून उठला आणि प्रेक्षागारातील आपल्या खुर्चीवर बसला. पडदा वर गेला होता. गुलजारची एंट्री पूर्वीच झाली होती. गुलजार एक विरहगीत गात होती. विरहगीतातील शब्द त्याच्या लक्षात येताच त्याचा उत्साह परत आला. गाण्यातील शब्द सहसा कळत नाहीत, पण गुलजारचे उच्चार स्वच्छ होते. भावानुकूल गायनात शब्दांचं महत्त्व ती जाणून होती. त्यामुळे तिचे स्वर शब्दांच्या अर्थांना येऊन भिडत होते. एकदा झालेल्या चिनार वृक्षाखालच्या भेटीत घायाळ झालेल्या नायिकेचं ते विरहवर्णन होतं. त्याला वाटलं, गुलजार अशीच घायाळ झाली असेल का? का घायाळ होण्याचं नाटक करीत असेल? पण त्याच वेळेला गुलजारची नजर हेमचंद्राच्या नजरेला भिडली. तिच्या डोळ्यांत खरोखरच अश्रू होते. जणू काही तिला म्हणायचं होतं की, 'ह्या अशा भेटीगाठी ही खुदाची मेहेरबानी! अजिबात गाठभेट झालीच नसती, तर आपण काय

करणार होतो? तुम्ही भेटलात, ह्या लौंडीला जिव्हाळा दाखविलात, तेवढ्यानंच ती कृतकृत्य झाली आहे. तुम्ही काही दिलं नाही तरी चालेल; कारण घेण्याची तिची पात्रता नाही. कारण तिची ओंजळ गळकी आहे. पण मालिक, आपण देऊ म्हणालात हीच आपली थोरवी आहे. आपल्यासारख्या सूर्यासमोर या काजव्याची मातब्बरी किती? पण तरीही आपण उदारपणानं म्हणालात की, ती चंद्र आहे. तिच्या सुरांचं आपण कौतुक केलंत. पण ह्या सुरांचेही मालिक आपण आहात. कारण ह्या गळ्याचं कौतुक आपण केलंत. उंच मान करून आपल्याकडं पाहण्याची तिची पात्रता नाही. तिच्याकडे आपुलकीचा कटाक्ष टाकून तिला कृतकृत्य केलंत...

'पण आपण त्या दासीसाठी एक करणार का? ती कुठंतरी आडवाटेवर उभी असलेली, फुटका कटोरा घेऊन गीत गाणारी एक दासी आहे. तिला भीक घालताना तिच्याकडे पाहण्याचीसुद्धा गरज नाही किंवा चुकून पाहिलंच तर भीक घालण्याचीसुद्धा गरज नाही. अनेकांच्या मखमली हृदयांचे आपण स्वामी आहात. गुलाबपाकळ्यांच्या रस्त्यावरून आपण चालता. तो सुगंध सोडून, तो परांचा रस्ता सोडून आडवाटेला तिच्या काट्याकुट्यांच्या रस्त्याने आपण पावले उचलाल तरी कशाला? पण उदार माणूस हिशेबानं वागत नाही. दिलदार माणूस बऱ्यावाइटाची चिकित्सा करीत नाही. तो फक्त देण्याचा आनंद लुटत असतो. आपण उदार आहात. आपण काही दिलंत किंवा न दिलंत, तरी ती वाट पाहत उभी राहील. चिनार वृक्षाची पानं गळून सावलीसुद्धा पातळ झाली. ती तशीच उभी आहे उन्हात. उन्हाचं तिला काही वाटत नाही. उन्हाची तिला सवय आहे. ती उभी आहे कटोरा पसरून. उभं राहता येत आहे, तोपर्यंत ती उभी राहील. एक दिवस केव्हा ना केव्हातरी ह्या चिनाराला पालवी फुटेल. एक दिवस केव्हा ना केव्हातरी सूरज कलेल, आणि कुणास ठाऊक, एक दिवस माझ्यावरही मेहेरनजर होईल.'

गाणं संपलं. खरं म्हणजे ते गाणं नव्हतंच; तो स्वरांचा, दवबिंदूंचा नव्हे, अश्रूंचा शिडकावा होता. प्रेक्षकांनी कडाडून टाळ्या दिल्या व हेमचंद्र एकदम भानावर आला. गुलजार रंगमंचावरून अस्तंगत झाली होती आणि दुसरा प्रवेश चालू झाला होता. हेमचंद्र एकदम जागृतीत आला. लोक काय म्हणतील ह्याची पर्वा न करता तो प्रेक्षागृहातून उठला. रंगपटात आला आणि स्त्रियांच्या मेकअपरूममध्ये येऊन त्याने दरवाजावर टॅप केले.

"कौन?" एक किनरा जनानी आवाज आला, मागोमाग दरवाजा उघडला. हेमचंद्राला पाहताच गुलजार एकदम आश्चर्यचकित झाली. "आप?" ह्या तिच्या लोचक शब्दांत तिचं आश्चर्य ओथंबून वाहत होतं. तिनं त्याला आत येऊ दिलं.

आत आणखी एक-दोन स्त्रिया होत्या. हेमचंद्राला पाहताच त्या बावचळल्या; कारण अपुऱ्या कपड्यांनिशी त्या तेथे मुक्तपणानं बसल्या होत्या. गुलजारनेसुद्धा ओढणी आणि कुडता काढून टाकला होता. तिच्या लक्षात आपले अपुरे कपडे आले, आणि एकदम ती घाईघाईने अंगात कुडता चढवू लागली. तिची धांदल आणि लज्जा पाहून हेमचंद्राला आपला स्वत:चा राग आला. तो म्हणाला, "मी नंतर भेटतो."

"नही नही. जाने की कोई जरूरत नही. आप बैठिये."

"नाही, मी बसत नाही. मी एवढंच सांगायला आलो होतो, की तुमचं हे गाणं मला फार फार आवडलं. मला राहवेना म्हणून मी आत आलो. पुढचं नाटक मी बघू शकत नाही. कारण मी अस्वस्थ झालोय. पण आपलं अभिनंदन केल्यावाचून जाववेना, म्हणून आलो आहे. गुड नाईट!"

गुलजारला वाटत होतं, काहीतरी बोलावं. पण तिला बोलता मात्र आलं नाही. पुरुष काही तिला नवीन नव्हते; पण गाणं आवडल्यामुळं नाटक सोडून जाणारा हा माणूस तिला थोडा अजबच वाटला. खरंतर हेमचंद्र तिला मनातून आवडला होता. तो सुंदर होता, बुद्धिमान होता, सुस्थितीत होता. ह्या साऱ्या गोष्टी तिच्या लेखी गौण होत्या. कारण तिला अनेक सुंदर नटनटांबरोबर कामं करावी लागली होती. अनेक श्रीमंत, धनिक तिच्या मागं असत. बुद्धिमान समजले जाणारे पत्रकार-लेखक पागल होऊन तिच्याशी लागट बोलत असत. पण त्या साऱ्यांच्या डोळ्यांत वखवखणारी वासना तिला नेहमी अस्वस्थ करी. वासनेच्या समुद्रातच तिचा जन्म झाला होता आणि वासनेच्या समुद्रातच तिचं आयुष्य चाललं होतं. आपल्या आवाजाच्या कौतुकाच्या निमित्तानं आपल्या देहाचा सोस प्रत्येकाच्या डोळ्यांत तरळताना ती पाहत होती. आपण एक स्वस्त स्त्री आहोत, कुणालाही मिळण्याजोगी आहोत, अशी जाणीव त्यांच्या वागण्यात तिला आढळून येई. हेमचंद्र तिला भेटून अगदी थोडा वेळ झाला; पण तिला असं वाटलं, की हा माणूस इतका अलिप्त कसा?

रविवारी ठरलेल्या वेळी ती अभयशेठच्या ऑफिसात हजर झाली, त्या वेळेस हेमचंद्र आलेला नव्हता. अभयशेठ नेहमीप्रमाणे आपल्या डुलत्या खुर्चीवर रेलून आपल्या वैभवाच्या पसाऱ्यावर संतुष्टतेनं नजर टाकीत कुशनमध्ये रुतून बसला होता. अभयशेठ तिला कधीच आवडला नव्हता; पण त्याला दुखविण्याची तिला शक्ती नव्हती. एखाद्या कळसूत्री बाहुलीप्रमाणे अभयशेठच्या कारभारातील तीही एक बाहुली होती. हेमचंद्र आला नव्हता ते एका परीनं तिला बरं वाटलं;

कारण तिला शेठकडून पैसे मागायचे होते.

"मला थोडे पैसे हवेत."

"किती?"

"पाचएकशे तरी हवेत."

"पाचशे रुपये? तुझी एवढी नाइट शिल्लक नाही."

"मला कल्पना आहे."

"मी एवढे पैसे कसे देऊ?"

"दोनशे रुपये बाकी आहे ती द्या आणि तीनशे अॅडव्हान्स म्हणून द्या."

"अॅडव्हान्स देण्याची आमची पद्धत नाही. अन् शिवाय कोणत्याच चालू नाटकात तुला रोल नाही."

"मी तरी त्याला काय करू? मला रोल देतच नाही तुम्ही, त्याला मी काय करू?"

"तुझ्याजोगते रोल मिळत नाहीत. माझी द्यायची इच्छा आहे. संगीत नाटकं फारशी चालत नाहीत, हे तुला माहीत आहे. तुझ्यासाठी म्हणून एक जुनं नाटक रिव्हाइव्ह केलं; पण कोसळलं... अन् नायिकेच्या कामाला तू उपयोगी नाहीस."

गुलजार गप्प बसली. तिला हे कळत होतं. तिनं तमाशात प्लेबॅकचं काम पुष्कळ वर्षं केलं होतं. तिथं रूपाचा प्रश्न नव्हता. कारण फक्त गायचं होतं; पण तिथल्या जंगली वागणुकीला ती कंटाळली, म्हणून तिनं ते काम सोडलं. रेडिओवर वा गाण्यांच्या बैठकीतून, नाटकातील एखाद दुसरं काम यांवर तिला पुरेसे पैसे मिळत नव्हते. दुसऱ्या कंपनीत काम करू द्यायला अभयशेठ तयार नव्हता आणि तेथेही फार कामं मिळाली असतीच, असं नव्हे. अभयशेठला गुलजार हवी होती. कधी मिठाईचा कंटाळा आला म्हणजे तिखट घ्यायची इच्छा होते तशी गुलजारची त्याच्या आयुष्यात जागा होती. गुलजार हे सारं समजून होती. हे जाळं कोळ्याचं होतं. म्हणजे तसं मजबूत धाग्यांनी विणलेलं नव्हतं; परंतु ज्या जगात ती वावरत होती, त्या जगातही जाळ्यातून सुटण्याची साधनंच नव्हती.

"हे पाहा गुलजार, मी तुला पैसे एका अटीवर देईन. हेमचंद्राकडून आपल्याला नाटक मिळालं पाहिजे. हेच नव्हे तर त्याची पुढची सगळं नाटकं. तो मोठा विक्षिप्त गृहस्थ आहे. त्याला ताब्यात ठेवणं कठीण आहे. गेल्या खेपेला पार्टीमध्ये तरुबालेला त्यानं चक्क हाकलून दिलं."

“तरूला? मग झालं. संपलंच! मग माझा काय पाड लागणार? तरुबाला किती देखणी आहे, तिच्यात किती चार्म आहे, हे मी तुम्हांला सांगायला नकोच. तुम्हीसुद्धा तिच्यापुढं पाघळता. तिला साऱ्या सवलती देता. पैसे देता. तिचा हट्टीपणा सहन करता. ती जे काम करू शकत नाही, ते मी कसं काय करणार?”

“असंच काही नाही. सांगितलं ना, हेमचंद्र एक विक्षिप्त गृहस्थ आहे. कदाचित तू त्याला आवडशीलसुद्धा!”

“तुमची भूल आहे. मेकअपशिवाय मी कशी दिसते, ते मला माहीत आहे.”

“हा वाद हवाच कशाला? यू ट्राय युवर बेस्ट!”

थोड्याच वेळात हेमचंद्र आला. तो आज भलताच खुशीत होता. आल्याआल्याच त्यानं एकामागोमाग एक दोन-तीन कथानकं सांगितली. सांगण्याची त्याची हातोटी विलक्षण होती. त्याला समोर रंगभूमीवरचं दृश्य हुबेहूब उभं करता येत होतं. अभय-गुलजार दोघे तर अवाक् होऊन ते सारं ऐकत होते. किती वेळ गेला, ते कुणाच्या लक्षात आलं नाही; पण गुलजारचं सावध मन प्रत्येक कथा तपासून पाहत होतं, आणि तिच्या लक्षात आलं, ह्या तिन्ही कथानकांत गोंडस चेहऱ्याची सुंदर नायिका नाही. उलटपक्षी, प्रत्येक नायिकेचं एक निराळंच व्यक्तिमत्त्व त्यातून व्यक्त होत होतं. जणूकाही ही सारी कथानकं आपल्यासाठीच घडविली आहेत. ती मनात कुठंतरी संतुष्ट होती. तो म्हणाला होता त्याप्रमाणे आपल्यासाठी नाटक लिहिण्याची त्याची इच्छा असली पाहिजे. ती थोडी हुरळली. एखाद्या लहान मुलीच्या भाबडेपणानं खुर्चीवर पाय घेऊन त्याला निरखीत ती सारं ऐकत होती. तो सांगण्यात रंगला होता! पण कथेतील नायिकाच समोर बसली आहे, असंच जणू ठरवून मधूनमधून तिला उद्देशून तो बोलत राही. ती सावळी होती. तिचा किंचित थोराड देह तिच्या भाबडेपणानं अगदी नाजूक करून सोडला होता. तिचे पांढरेशुभ्र दात तिच्या सावळ्या, खरं म्हणजे कृष्णवर्णीय, देहातून चमकून दिसत होते. मधूनमधून ती आपल्या खालच्या ओठांवरून जीभ फिरवी, तेव्हा तर ती एकदम अल्लड वाटे. तिच्या बोलक्या डोळ्यांत आतपर्यंत आपण पोचलो की काय, असंसुद्धा पाहाणाऱ्याला वाटे. तिच्या निरोगीपणाचं तेज तिच्याकडे रोखून पाहताच अंगावर चाल करून येत असे.

ती बैठक संपली, तेव्हा आपण नाटक लिहू शकू, असा आत्मविश्वास हेमचंद्राच्या मनात आला. भर दुपार असूनही संध्याकाळची शीतलता तिथे निर्माण झाली. कुठल्यातरी अनामिक विश्वात तिघेजण गेले होते. आता चांगलीच

दुपार झाली होती.

"तुम्ही कुणीकडे जाणार? वांद्र्यालाच ना?" अभयशेठने विचारले.

"हो!" हेमचंद्र म्हणाला.

"चला. मी सोडतो."

"छे छे! तुम्ही मुळीच चिंता करू नका. मी टॅक्सी करून जातो. तुम्ही वरळीला राहणारे. मुद्दाम उलट्या दिशेला कशाला येता?"

"असं कसं? तुमची सेवा करायला पाहिजे. ऊन चांगलं रणरणतंय. नाटककाराला टॅक्सीतून जाऊ देणं आम्हांला शोभत नाही."

तिघेजण बाहेर पडले. निरोप घेऊन गुलजार बसथांब्याच्या दिशेने निघून गेली. पण अभयशेठचं हेमचंद्रानं काही मानलं नाही. त्यानं टॅक्सीला हात केला. टॅक्सी येताच तो आत बसला आणि फारसं काही न बोलता त्यानं टॅक्सीवाल्याला चलायची खूण केली. अभयशेठच्या लाघवाचा काहीही उपयोग न होता त्याच्या लिफ्टला हेमचंद्रानं नकार दिला. टॅक्सी धावू लागली. पण वळणावरच्या बस-स्टॉपपाशी येताच त्याच्या लक्षात आलं, गुलजार तिथं उभी आहे. त्यानं टॅक्सी आस्ते करण्याची आज्ञा दिली. बसस्टॉपवर फारशी गर्दी नव्हती. गुलजारचे लक्ष हेमचंद्राकडे गेले. तो आपल्याला बोलावतोय, हे तिच्या लक्षात आलं. ती टॅक्सीपाशी गेली, तोवर टॅक्सीचं दार उघडलं होतं.

"मी तुला सोडतो घरी. बस आत."

ती भारल्यासारखी आत बसली. नकार द्यायची इच्छा होती; पण शब्द तिच्या ओठांतून बाहेर पडले नाहीत. तो काय बोलतोय, हेही तिच्या कानांत शिरेना. तिनं रुमालानं चेहरा पुसण्याचा प्रयत्न केला. तो पुनःपुन्हा काहीतरी विचारीत होता आणि मग शब्द तिच्या डोक्यात शिरले.

"कुठं राहतेस तू?"

"माहीम. सिटीलाईटच्या नाक्यावर सोडा मला."

"असं मधेच कसं सोडून देता येईल? टॅक्सीला काय चार पावलं जास्त असतात? घरापर्यंत सोडतो, म्हणजे उन्हातून जायला नको तुला."

"मला तशी उन्हातून चालायची सवय आहे."

"तरीही मी घरापर्यंत सोडणार आहे. ड्रायव्हरला रस्ता दाखव."

पाच मिनिटांत टॅक्सी एका बोळकांडीपाशी थांबली. गुलजार खाली उतरली आणि निरोपासाठी नमस्कार करू लागली; पण तिच्या मागोमाग हेमचंद्रही उतरला होता; एवढंच नव्हे, तर तो टॅक्सीवाल्याचे पैसेही देत होता.

"हे काय? टॅक्सी कशाला सोडता इथं? टॅक्सी मिळायला त्रास होतो या वेळेला."

"पण मला टॅक्सी नकोच आहे. मी तुझ्या घरी येणार आहे."

"घरी? प्लीज नको. माझं घर तुम्ही पाहण्यासारखं नाही."

"तिथं तू राहतेस ना? मग झालं तर. कुणाचं घर पाहायचं म्हणजे घराच्या भिंती थोड्याच पाहायच्या? घरातील माणसं म्हणजे घर."

"पण तीसुद्धा पाहायच्या लायकीची नाहीत."

"तर मग मला पाहिलीच पाहिजेत. हे बघ, प्रत्येकाचं घर हे त्याच्यापुरतं सुंदर असतं. मला तुझं घर पाहण्यात कुतूहल आहे म्हणून मी येणार. आता तू येऊ देणार नसशील, तर गोष्ट निराळी. मी काही तुझ्यावर जबरदस्ती करू शकणार नाही."

"पण..."

"डोंट वरी! चल जाऊ या."

अत्यंत नाखुशीनं गुलजार त्या बोळकांडीतून आत शिरली. सगळीकडे घाण पसरलेली होती. उघडीनागडी चार मुलं उगाचच कालवा करीत होती. कोठूनतरी रेडिओ किंचाळत होता. चारदोन लुंगीवाले तरुण काहीतरी अचकटविचकट बोलत होते. गल्ली पार केल्यावर दोनतीन वेड्यावाकड्या चाळी होत्या. खाली कोंबड्या उगाचच इकडंतिकडं फिरत होत्या. एक म्हातारा हुक्का पीत बाजल्यावर बसला होता. चाळीच्या मध्यभागी कचऱ्याचा एक प्रचंड ढीग होता. कठड्यावरून शेरवान्या, कमीज, कुडते असे काही कपडे वाळत टाकलेले होते. हेमचंद्राला हे दृश्य जरा निराळं वाटलं. इथली माणसं, कपडे, एकदम अपरिचित. चाळीत कुरकुरणाऱ्या जिन्यावरून गुलजारच्या बरोबर तो वरच्या मजल्यावर गेला. काही झोपलेली माणसं, पेट्या, संदुका यांच्यामधून रस्ता काढीत व्हरांड्याच्या शेवटच्या खोलीपर्यंत दोघं गेली. गुलजारनं दरवाजा लोटला आणि दोघं आत गेली. दरवाजाच्या आवाजानं चौपाईवर बसलेली एक म्हातारी खडबडून जागी झाली. गुलजारबरोबर कुणीतरी अपरिचित पाहुणा आलेला आहे, हे पाहून ती झटकन उभी राहिली आणि तिने मळके कपडे गोळा केले. ते कपडे आतल्या खोलीत ती घेऊन गेली. गुलजारनं एक स्टूल पुढं ओढलं आणि त्याच्यावर हेमचंद्राला बसायची खूण केली. हेमचंद्र स्टुलावर बसताक्षणी तीही चौपाईवर बसली.

"पाहिलंत माझं घर?"

"छान आहे."

"काय छान आहे?"

"माणसाला मुंबईत सावली असणं हेसुद्धा भाग्याचं लक्षण आहे."

"तुम्ही मोठे गृहस्थ आहात. तुम्ही शब्दानं कुणालाही खूश करून टाकता."

"खूश करण्यासाठी नाही बोललो मी. माणसं किती प्रतिकूल परिस्थितीत झगडतात, हे पाहिल्यानं माणसाची जगण्याची ईर्षा वाढते. तुझ्याबद्दल आणखी थोडा आदर वाटायला लागलाय."

"आदर? तो कशाबद्दल? समाजानं पायपोसाकरता वापरलेल्या जातीत मी जन्मले. आम्हांला प्रतिष्ठा नाही. खानदान नाही. कोणीही खूण करावी. खालच्या मानेनं त्याच्याकडे जावं लागतं आम्हांला. या वीतभर पोटाची खळगी भरण्यासाठी मागेल त्याच्यापुढं शरीर पसरावं लागतं."

"हे काही खरं नाही. जन्म कुठं झाला यासाठी माणसाला जबाबदार धरू नये; पण जगावं कसं हे माणसाला ठरवता येतं. मला माहीत आहे, तू जगतेस ते आयुष्य तुला आवडत नसलं पाहिजे. पण तसं कुणालाच आपलं आयुष्य आवडत नाही. प्रत्येकाच्या शरणागतीच्या जागा वेगळ्या असतात. पण तुझी धडपड कौतुकास्पद आहे. तुझ्याबद्दल मी पुष्कळ ऐकलंय. हा सारा संसार तू एकटी पेलतेस."

"तेसुद्धा काही खरं नाही. दोन वेळेला जेवायला मिळविणं म्हणजे संसार का? माझ्या आईची, माझी खूप परवड झाली आयुष्यात. माझ्या बहिणींची तरी होऊ नये, अशी माझी इच्छा आहे. माझ्या एका बहिणीची शादी झाली. ती चांगल्या ठिकाणी गेली. तिचा नवरा चांगला कामदार आहे. शिकलेला आहे. अजून दोन बहिणींची लग्नं व्हायचीत. तोपर्यंत..."

"आणि भाऊ?"

"आहे ना एक भाऊ थोरला. चांगली नोकरी आहे त्याला. पण काही उपयोग नाही. दारू, बाई यांपायी त्याचे पैसे त्यालाच पुरत नाहीत. आम्ही त्याला लोढणी वाटतो. आमचा तसा त्याच्यावर काही भार नाही. पण ही जागा विकून मिळणारे दहा हजार रुपये त्याला हवेत. म्हणून घरात नेहमी शिवीगाळ, मारपीट चालू असते."

"मारपीट?"

"मारण्याचं काही वाटत नाही हो. मार खाऊनसुद्धा आम्ही बहिणी कोडग्या झालो आहोत. पण तो आमची इज्जत काढतो. कधी कधी भलभलते लोक घेऊन घरात येतो. आम्ही धंदा करावा, असं त्याचं मत आहे. यासीम तर

अजून सोळा वर्षांचीसुद्धा नाही. पण तिलासुद्धा तो सारखा सतावतो. तिनं शिकावं, एखाद्या चांगल्या होतकरू मुलाबरोबर तिचं लग्न व्हावं, म्हणून माझी धडपड चालू आहे. पण यासीमला तो लवकरच बिघडवणार.''

''पण मग तुम्ही दुसरीकडं का राहत नाही?''

''बोलायला फार सोपं आहे. पण अजून तुम्ही माझ्या भावाला पाहिलं नाही. आम्ही जिथं असू तिथं तो पिच्छा पुरवीत येईल. तो आम्हांला सुखानं जगू देणार नाही. त्याला फक्त पैसे हवेत. त्याच्या लेखी आम्ही फक्त लौंड्या आहोत.''

ओंजळीत चेहरा लपवून, आलेला हुंदका दाबायचा गुलजारनं निष्फळ प्रयत्न केला; पण तिला दु:ख आवरता आलं नाही आणि तिच्या डोळ्यांतून अश्रू ओघळू लागले. आपली असाहाय्य अवस्था दुसऱ्याला दाखविण्याची तिला सवय नव्हती. हेमचंद्राच्या प्रतिष्ठित जगात या असल्या दु:खांना जागा नव्हती. त्याला काय करावं, हे कळेना. तेवढ्यात आतून चहाचे कप घेऊन गुलजारची आई आली. गुलजार एकदम सावरून बसली. हेमचंद्रही त्या वृद्ध स्त्रीकडे पाहून अवाक् झाला. कुठल्याही खानदानी कुटुंबात शोभेल असा सात्त्विक, प्रसन्न चेहरा आणि निर्मळ हास्य त्याच्यासमोर उभं होतं. चहा घेण्यापूर्वी गुलजारनं ओळख करून दिली. हेमचंद्रानं नम्रतेनं त्या वृद्धेला नमस्कार केला, त्यामुळं ती अधिकच शरमली. चहा घेऊन झाला. हेमचंद्राला तिथं अधिक काळ थांबणं त्रासाचं होतं. दु:खभरल्या या घरात आपण येऊन काय मिळविलं, हेच त्याला समजेना. तो उठला. त्यानं निरोप घेतला. तो बाहेर येऊ लागला. गुलजार त्याला पोचवायला बाहेर पडू लागली.

''तुम्ही कशाला येता?''

''नाही, नाही. तुम्हांला रस्त्यापर्यंत पोचवून येते.''

''खरंच नको.''

''नाही. येतेच.''

''लवकर ये बेटी. खाना गरम करून ठेवते.'' तिची आई म्हणाली.

दोघेजण बाहेर पडली. रस्त्यापर्यंत न बोलता दोघेजण आली. टॅक्सीची वाट पाहता पाहता गुलजार म्हणाली,

''पाहिलंत घर? झालं समाधान?''

हेमचंद्र काहीच बोलला नाही. त्यानं खिशातून एक सिगारेट काढली, ती पेटविली. एक झुरका खोलपर्यंत घेऊन तो म्हणाला,

''हे पाहा गुलजार, मी एक आठ दिवस कुठंतरी हिलस्टेशनला जाणार

आहे. नवं नाटक लिहायचंय. माझ्याबरोबर येशील आठ दिवस?''

त्याच्या डोळ्याला डोळा भिडवीत तिनं रोखून पाहिलं.

''तुलासुद्धा समजून घेतलं पाहिजे, असं मला वाटतं.''

''म्हणजे नाटक लिहायला जाणार आहात, की मला समजून घ्यायला जाणार आहात?''

''तुला हवं ते समज. मी बुधवारी सकाळी निघेन. तू येणार असलीस तर मंगळवारी मला निरोप दे. हे माझं कार्ड घे. त्यावर फोननंबर आहे.''

''मला कार्ड नको, फोननंबरही नको.''

''तू येणार नाहीस?''

''मला तुमचा फोननंबर नकोय तो अशासाठी की, मला निर्णय घ्यायला मंगळवारपर्यंत गरज नाही, मी आत्ताच सांगते, मी येईन. मी बुधवारी सकाळी आठ वाजता प्लाझाच्या बसस्टॉपपाशी थांबेन.''

''रिअली?''

गुलजार नुसती हसली. तिच्या डोळ्यांत मिश्कीलपणा होता. मघाचं दुःख आणि दैन्य पार कुठंतरी पळून गेलं होतं. आश्चर्य, आनंद आणि कुतूहल यांचं काहीसं विचित्र मिश्रण तिच्या त्या टपोऱ्या डोळ्यांतून ओसंडून वाहत होतं. तिचा गूढ गंभीरपणा खरा की अल्लड-खट्याळपण खरा, हे शोधणं कठीणच होतं. तेवढ्यात टॅक्सी आली. जाताना तो एवढंच म्हणाला, ''बाय बाय!''

ती हसली आणि म्हणाली, ''बुधवारी सकाळी आठ वाजता!''

ते दोन-तीन दिवस हेमचंद्राला विचित्रपणे गेले. त्याचा नेहमीचा नित्यक्रम तो पार पाडीत होता. पण तो अंतर्यामी कुठंतरी अस्वस्थ होता. स्त्री त्याला नवीन नव्हती. पण आजवर होता तो सुखाचा शोध. ऊर्मींचा झपाटा. वासनांची कारंजी. स्पर्शांचे फुलोरे. रंग, आकार, गंध या साऱ्यांच्या वैचित्र्यात एक सत्य होते ते म्हणजे तृप्तीचा झोका. तो क्षणिक असेल. पण अविरत चालणारा प्रवास होता. रंगलेल्या, रंगणाऱ्या, रंगविण्याच्या स्वप्नांचा तो आभास होता. आकाशाकडे झेपावणारा अग्निबाण जसा उसळी घेतो, तसा वासनेचा बाण अवकाशाच्या दिशेने उसळी घेत असे आणि हतबल झाल्यावर पृथ्वीकडे भरकटत परत येत असे. वरवर चढत जाणारा तो वेगवान प्रवास रक्त उसळवून टाकणारा होता, परंतु परतताना अतृप्तीचा वेगही वाढवीत होता. पुन्हा पुन्हा पेटविली जाणारी ज्योत पुनःपुन्हा विझत होती.

आणि आतातर आपण दु:खाचा शोध सुरू केला आहे. वरवर घेतलेले तृप्तीचे, हुंकाराचे, जिव्हाळ्याचे एकरूपत्वाचे मुखवटे विदीर्ण करून आपण आतले दु:ख उघडेनागडे करू पाहत आहोत. दु:ख तरी अनंत असते का? वेदना तरी चिरंतन असते का? सुखाची साय बाजूला काढून टाकल्यावर खाली भेटणाऱ्या दु:खाच्या प्रचंड सागरात आपण टिकू शकू का? मदहोश आणि उन्मत्तता यांच्या आड कुठेतरी लपून बसणारे हुंदके नेमके आपल्याला गवसतील का? ते आपल्याला पेलतील का? या हुंदक्यांचे पूल मोठे निसरडे असतात. त्यांवर पाय ठरत नाही.

कुणालाही हेवा वाटावा असा संसार, अशी समृद्धी, अशी कीर्ती समोर असताना ही धोक्याची वळणं आपण घ्यावी कशाला? त्यांचा मोह पडावाच कशाला? त्या तृप्तीच्या क्षणी आपली मखमली पायवाट कधी भिजून जात नसे. पण हा नवा खेळ मात्र अश्रूंची बरसात करून आपला रस्ता मलीन करील. हा खेळ तेवढ्यापुरता होईल, असे वाटत नाही. आपली बायको उर्मिला शेजारी सुखभारानं तृप्त होऊन शांत झोपलेली आहे. तिला आपल्या मनाचा थांग कधी लागलेला आहे काय? या अशा अवस्थेतही गुलजारची आठवण आपल्याला होतेच कशी? ती सुकुमार नाही. पण तिचं कोवळेपण आपल्याला का भावतं आहे? आयुष्याचे चार उन्हाळे तिनं भोगलेले आहेत, तरी तिच्या जून देहाचा लुसलुशीतपणा समोर का तरळतो आहे? एक हळुवार ताजेपणा ती कसा सांभाळू शकते? का हा आपल्या सगळ्या कल्पनांचा खेळ आहे? आपल्या हातात एक नवीन फूल आहे. आपण अज्ञानानं का ते अनाघ्रात, अपूर्व, टवटवीत मानतो आहोत? तशी गुलजार अनेक स्त्रियांपैकी एक स्त्री नाही का?

नाही. तशी ती अनेकांपैकी एक नाही. कदाचित ज्या सगळ्या स्त्रियांना आपण एक मानलं, त्याही तशा नसतील. स्त्रीच्या अंत:करणाचा ठाव तिच्या भोगेंद्रियांतून होत नाही. आपल्याला तर तेवढा एकच रस्ता माहीत आहे.

बुधवारी सकाळी आठ वाजता अभयशेठचा शोफर गाडी घेऊन हेमचंद्राकडे आला. अभयशेठ स्वत: येणार नव्हता. त्याची यायची इच्छा होती, पण हेमचंद्राला तो नको होता. हेमचंद्राला त्याचा शोफरही नको होता. पण ज्या ठिकाणी जायचं, ती जागा त्याला ठाऊक नव्हती, म्हणून शोफर अपरिहार्य होता. गाडी प्लाझापाशी थांबली तेव्हा गुलजारनं दुरूनच हेमचंद्राला ओळखलं. पांढरेशुभ्र कपडे घालून ती उभी होती. केसांची तिनं कसलीतरी गंमतशीर रचना केली होती. एखाद्या चलाख कॉलेजकन्येप्रमाणे ती त्याला वाटली आणि त्याला उगीचच हसू फुटलं.

त्यानं आजवर पाहिलेली गुलजार आणि आताची गुलजार यांत जमीनअस्मानाचं अंतर होतं. एखाद्या अद्‌भुत साहसाला सामोरी जाण्यासाठी जे एक उत्सुक कुतूहल डोळ्यांत तरळतं, त्यानं ती सर्वांगानं न्हाली होती.

गाडी चालू झाली. लहानमोठी संभाषणं होत होती. दोन मित्रांनी एखादा प्रदीर्घ प्रवास करावयास निघावं म्हणजे जो एक अनामिक जिव्हाळा असतो, तो जिव्हाळा जाणवत होता. हेमचंद्राला सिगारेट ओढायची लहर आली, की चटकन ती सिगारेटची पेटी समोरच्या जाळीतून काढून त्याच्या हातात देई आणि मोठ्या कुशलतेनं ओंजळीत काडी पेटवून ती शिलगावून देई. आपल्याला सिगारेट ओढायची तल्लफ आली आहे हे तिला कळलं कसं, असा त्यानं प्रश्न विचारला. ती हसली. त्या हसण्यात एखाद्या लहान मुलाच्या प्रश्नाला उत्तर देण्याची गरज नाही, असा आविर्भाव होता. हेमचंद्रानं पुन:पुन्हा विचारलं तेव्हा ती म्हणाली,

''खरं म्हणजे त्यासाठी तुम्हांला स्त्री व्हायला पाहिजे. खऱ्या अर्थानं एखादी स्त्री एखाद्या पुरुषावर अनुरक्त झाली की, तिला आपोआपच त्याच्या मनातील विचार कळतात.''

''हे काहीतरी मला उगाच शहाणपण शिकवू नकोस.''

''खरंच सांगतेय. एखादी वस्तू पुरुषाला हवी असली, की नकळत तो अस्वस्थ होतो. त्याच्या काही खुणा बाई बरोबर लक्षात ठेवते. तुम्हांला सिगारेट ओढायची लहर आली की, तुम्ही सारखी चाळवाचाळव करता. प्रत्यक्ष इच्छा आणि कृती यांमध्ये थोडा वेळ जातो. तेवढ्या वेळात तुमच्याकडे पाहिलं, की बदल लक्षात येतो.''

''पण इतकं नीट निरखून पुरुषाकडं पाहायचंच कशाला?''

''ते का? पुरुषानंच स्त्रियांकडं निरखून पाहावं, त्यांच्या अंगोपांगांची मापं मोजावीत, एवढंच नव्हे तर त्यांच्या वस्त्रांच्या आड आपली नजर घुसवावी, हे तरी काय चांगलं असतं?''

''बरोबर आहे तुझं म्हणणं. शरीराच्या माध्यमातूनच एकमेकांकडे पाहणं ही फार प्राथमिक अवस्था आहे. स्त्रीपुरुषांचा संवाद या पातळीच्या वर जात नाही, याची स्त्रियांनाही खंत वाटत नाही. भक्ष्य व्हायला स्त्रीला आवडावं, हा तिचा वीकनेस आहे. पण तिला तो अभिमानविषय वाटतो. ती डोळ्यांनी निमंत्रण देत असते. शरीराची चाळवाचाळव करीत असते. नको त्या ठिकाणी पुरुषांचं लक्ष वेधून घेत असते, आणि जर एखादा पुरुष या तिच्या सहजगत्या वाटणाऱ्या चाळ्यांना भुलला नाही, तर ती रुष्ट होते. अगदी बुद्धिमान स्त्रीलासुद्धा बुद्धीचं

कौतुक व्हावंसं वाटतंच; पण स्त्रीत्वाचंही कौतुक व्हावंस वाटतं.''

''सगळ्याच स्त्रिया तशा नसतात.''

''नसतात नसतात. मला माहीत आहे. तूसुद्धा तशी नाहीस.''

''आणि तुम्हीसुद्धा तसले पुरुष नाही. का कुणास ठाऊक, त्यामुळंच मला तुम्ही अगदी निराळे वाटलात. तुमचं आजचं बोलणंसुद्धा निराळं वाटतंय. एखाद्या मित्रानं आपल्या मित्राला पिकनिकला बोलवावं, असं तुमचं बोलावणं होतं. मला हा अनुभव थोडा निराळा वाटतो. अशा प्रसंगांना मी नवीन आहे. उगाच खोटं कशाला तुम्हांस सांगू? पण आजपर्यंत केवळ वस्तू म्हणून मी वावरले आहे. थोडी उपयोगाची, थोडी सोईची; पण अखेर एक वस्तूच!''

संभाषण एकदम गंभीर वळण घेऊ लागलं आणि ते तर गुलजारला मुळीच नको होतं. तिला आपलं सगळं मलिन आयुष्य मागं ठेवून या प्रवासात वागायचं होतं. हेमचंद्रानं काही उत्तर द्यायच्या आत तिनं स्वत:ला सावरलं, रस्त्याच्या दोन्ही बाजूंना कलिंगडांचे मोठे ढीग लावून काही पालं ठोकली होती. एकदम ती म्हणाली,

''आपण कलिंगड खाऊ या का?''

हेमचंद्रानं तिच्या मनातील हेतू चटकन ओळखला. त्यानंही तिला साद दिली. दोघेही खाली उतरले. एका दुकानापाशी गेले. व्यावहारिकपणाचा देखावा करण्यासाठी हेमचंद्रानं उगीच घासाघीस केली; आणि मग त्या ताज्या लुसलुशीत सलील फळाचा ते आस्वाद घेऊ लागले. एखाद्या लहान मुलाच्या उत्साहानं गुलजार त्याच्यावर तुटून पडली. तिचा उत्साह पाहून हेमचंद्रालासुद्धा आश्चर्य वाटलं. एरवी रस्त्यावर उभं राहून कलिंगडाच्या फाकी खाताना त्याला अवघडल्यासारखं झालं असतं; पण मग त्यालाही त्यात मजा वाटू लागली. दोघेही थंड अशा त्या फळाच्या सेवनानं तृप्त झाली. दुकानदारानं हात धुण्यासाठी पाणी दिलं. गुलजारनं आपल्या एअरबॅगमधून चटकन एक पांढराशुभ्र टॉवेल काढून त्याच्यापुढं केला. त्यानं आपला हात आणि तोंड पुसलं, ती चटकन पुढं आली. त्याच्या बुशशर्टवर रसाचे ओघळलेले एक-दोन डाग होते ते तिनं पुसून घेतले, आणि मग ती गाडीत जाऊन बसली. बसता बसता हळूच हेमचंद्र तिच्या कानात म्हणाला, ''मघाशी तू ज्या आस्वादानं कलिंगड खात होतीस, त्याचा मला खरंच हेवा वाटला. क्षणभर वाटलं, टॉवेलला तुझे ओठ पुसू देण्यापेक्षा आपणच ते आपल्या ओठांनी पुसून घ्यावेत.''

''मग का नाही पुसलेत?''

"इथं? सगळ्यांच्या देखत? रस्त्यावर?"

"त्याला काय होतंय? इथं तसं आपल्या कुणीच ओळखीचं नाही. शोफरसुद्धा पलीकडच्या झाडाखाली जाऊन उभा आहे. तोसुद्धा डोळे असून नसल्यासारखाच. मनात एखादी ऊर्मी आली, तर ती लोक काय म्हणतील म्हणून घाबरून, दाबून ठेवायचं काही कारण नाही."

"इतका थिल्लरपणा बरा दिसणार नाही."

"थिल्लरपणा? रानात पाखरं चोचीत चोच घालून हिंडतात ती आपल्याला थिल्लर वाटतात का?"

"पाखरांची गोष्ट निराळी आहे. त्यांनी काही समाज केलेला नाही. कायदेकानू, नियम केलेले नाहीत. शिवाय शृंगाराचं शास्त्रही त्यांनी निर्माण केलं नाही."

"मला वाटतं, यात नीतीचा काही संबंध नाही. नवरा परगावी जाणार असला, म्हणजे पाश्चिमात्य समाजाच्या बायका स्टेशनवर सगळ्यांच्या देखत नाही का चुंबन घेत? त्यात आपल्याला थिल्लरपणा का वाटत नाही? मला वाटतं, चुंबन, आलिंगन, स्पर्श या साऱ्या गोष्टी आपण फार घाण करून टाकल्यात. आनंदाची चांगली ऊर्मी व्यक्त करण्यासाठी स्पर्श उपयोगी पडतो. ज्यांच्याजवळ तुमच्यासारख्या शब्दप्रभूचे शब्द नसतात, त्यांना आपला आनंद स्पर्शातूनच व्यक्त करता येतो. मागं एकदा एका क्रिकेटरच्या खेळाचं कौतुक करण्यासाठी ब्रेबॉर्न स्टेडियमवर एका स्त्रीनं त्याचं चुंबन घेतल्याचं मी वाचलं होतं. मला त्या बाईचं वर्तन काही गैर वाटत नाही. त्या बाईनं आपला आनंद कसा व्यक्त करावा? आता आनंद व्यक्त करूच नये असं जर तुमचं म्हणणं असेल, तर गोष्ट निराळी."

"पण आनंद व्यक्त करण्यासाठी चुंबनच घेतलं पाहिजे, असं कुणी सांगितलं?"

"मी असं कुठं म्हटलंय? पण काहीतरी दुर्मीळ गोष्टींनी असामान्य आनंद व्यक्त होईल. स्त्रीचं चुंबन ही तशी दुर्मीळच गोष्ट आहे, नाही? बरं हे चुंबन केवळ आनंदाचं प्रतीक आहे. याव्यतिरिक्त काहीही देणं-घेणं त्यात नसतं. देणाऱ्याचीही तशी भावना नसते. घेणाऱ्यालाही ते तसं कळत असतं."

"पण काही पवित्र, काही चांगलं असं आपण मानतो, ते एका सामान्य आनंदाच्या क्षणासाठी कायमचं बरबाद व्हायला नको."

"काय बरबाद व्हायचं? एखादा स्पर्श किंवा अगदी चुंबनसुद्धा स्त्रीचा सन्मान कसा काय बिघडवू शकतं? स्त्री असते तीच असते. असल्या गोष्टींनी

कायमचा कोणताही बदल होत नसतो. परंतु चुकीच्या कल्पनांनी जगातील सारी नीती, चारित्र्य, भलेपणा हा आपण फार क्षुल्लक गोष्टींत अडकवून ठेवला आहे.''

"तू म्हणतेस ते कदाचित खरंही असेल. माझ्यासारख्या माणसानं असा पळपुटेपणा करायला नाही पाहिजे. पाश्चिमात्य समाजात डेटिंग, गाठीभेटी, चुंबन, आलिंगन, बॉल-डान्स, हस्तांदोलन एवढंच नव्हे, तर एकांतसुद्धा भरपूर प्रमाणात आहे. पण तो समाज आपल्याहून अधिक अपवित्र आहे, असं मला वाटत नाही. लहानसहान गोष्टींत आपण सर्वस्व गुंतवून ठेवल्यामुळं आपले अनुभवही तोकडे, आनंदाच्या ऊर्मीही खुज्या. साहसाची कमानही लहान आणि पराभवही क्षुद्र. आयुष्य फेकून द्यावं असं आपल्या आयुष्यात त्यामुळंच काही घडत नाही. प्रेमसुद्धा आपण चोरटं करतो. तेही फुलू देत नाही. आपलं संगीत धुंद करणारं नाही, तर प्रसन्न करणारं आहे. तू म्हणतेस ते खरं आहे. पण आपण एका बांधिलकीचे गुलाम आहोत. मी स्वतःला बंडखोर समजतो; पण माझी बंडंसुद्धा खोटी आहेत. माझं पुरोगामित्वसुद्धा फसवं आहे.''

गुलजारनं त्याचा हात हातात घेतला. ती म्हणाली,

"विषय केवढासा लहान आणि तुम्ही पापाच्या कबुल्या केवढ्या मोठाल्या देता आहात.''

"बरं ते जाऊ दे. मघाचा राहिलेला मुका आता घेऊ का?''

"नाही नाही. जेव्हाचं काम तेव्हाच व्हायला हवं. आता काय उपयोग?'' मग ती खळाळून हसली.

पुढचा सारा प्रवास असाच रमतगमत गमतीगमतीनं झाला. वाटेत एक निवांत जागा पाहून हेमचंद्रानं गाडी थांबवायला सांगितलं. ड्रायव्हरला सगळ्या गोष्टी माहीत असाव्यात. त्यानं लगेच डिकी उघडून सतरंजी पसरून लंचबास्केट बाहेर काढली. लंचबास्केट पाहताच गुलजारनं एकदम ड्रायव्हरच्या ताब्यातून ती आपल्याकडे घेतली व ती जेवणाची मांडामांड करू लागली. जेवण तसं साधं होतं. पण पहिला घास तोंडात घेताच गुलजार एकदम खूश झाली. ती म्हणाली,

"तुमच्या घरचंच जेवण नं?''

"मला हॉटेलचं जेवण आवडत नाही.''

"तुमची बायको सुगरण दिसतेय.''

"हो! तिच्याशिवाय कुणाच्या हातचं जेवण मला फारसं आवडत नाही.''

"मग परगावी जाता तेव्हा काय करता?''

"घरचं जेवण असेल तर मला चालतं. पण बाजारच्या जेवणातील तेल,

मसाला आणि अस्वच्छता मला एकदम अरुची उत्पन्न करणारी वाटते.''

"तुम्ही नशीबवान गृहस्थ आहात.''

"खरंच आहे. आयुष्यात कुरकुर करावी असं काही नाही. बायको चांगली आहे. गृहस्थिनी आहे. तशीच असायला हवी. माझं घर एकदा तू पाहायला हवंस. घरात पाहुणेरावळे नेहमी असतात. मुलं आहेत. पण तुला इकडची वस्तू तिकडं झालेली पाहायला मिळणार नाही. फर्निचरवरून हात फिरविला तर धूळ हाताला लागणार नाही. तिला स्वच्छतेची, सौंदर्याची विलक्षण आवड आहे. तेवढ्या बाबतीत तिचं-माझं चांगलं जमतं. पण एरव्ही ती अती थंड आहे. सर्वच बाबतींत.''

"तुम्हांला ती विचारीत नाही का, तुम्ही असं बाहेर कुठं जात असता? कोण बरोबर असतं?''

"नाही. खरं म्हणजे ती काहीच आवर्जून विचारीत नाही. मीही फारसं सांगत नाही. तिच्यात काही वैगुण्य आहे असं नव्हे, पण एकंदरीत तिला सेक्सबद्दल इंटरेस्ट नाही. उत्साह तर मुळीच नाही. पहिल्यापहिल्यांदा मी थोडासा चिडत असे. पण मग माझ्या लक्षात आलं, की ती तिची प्रकृती आहे. रागावून-संतापून काही उपयोग नाही. कितीही दिवसांनी आम्ही भेटलो, तरी तिला बाकी सर्व उत्सुकता असते. माझं येणं आनंदाचं वाटतं. घरात मी असावंसं वाटतं. पण एकांतातसुद्धा ती पेटलेली नसते. मला ती हवं ते करू देते. तशी ती हजारांत सुंदर आहे. लोकांनी हेवा करावा अशी सुंदर आहे. पण सौंदर्यात एक ठिणगी असावी लागते, ती तिच्याजवळ नाही. पहिल्या पहिल्यांदा मी तिला खूप खूप पेटविण्याचा यत्न केला. पण ती कधीच खुलली नाही. माझ्या लेखी सेक्स हा दोघांचा खेळ आहे; केवळ घेण्यानं तो पुराच होत नाही. किंबहुना सुरूच होत नाही. आपल्याला खूप काहीतरी द्यावंसं वाटतं. संपूर्ण रितं व्हावंसं वाटतं; पण जेव्हा लक्षात येतं की समोर घेणारं कुणीच नाही, तेव्हा तो साराच खेळ निरर्थक होतो. मला बाकी सर्व प्रकारांनी तृप्त करायचा प्रयत्न ती करते. माझी अनन्यभावानं सेवा करते; पण तिला देह देऊन टाकताच येत नाही, त्याला ती काय करणार? पहिली दोन-चार वर्षं मी खूप तडफडत काढली. आणि मग एक दिवस मनाचा धीर करून ते सुख बाहेर मिळवायचा प्रयत्न करू लागलो.''

"मग मिळालं का ते सुख?''

हेमचंद्र गप्प राहिला. तो काहीच बोलला नाही. तो विचारात मग्न झाला. तेव्हा गुलजार म्हणाली,

"तुमच्या खासगी आयुष्यात मी डोकावणार नाही आणि माझी ती पात्रताही नाही."

"छे छे! गुलजार, त्यासाठी मी स्तब्ध झालो नाही. तुझ्या प्रश्नाचं नेमकं उत्तर काय द्यावं ते कळेना, म्हणून मी गोंधळलो. मला हवं ते सुख मिळवायचा मी खूप प्रयत्न केला आहे. पण मला माहीत आहे, हा शोध अपुराच राहणार आहे. केवळ शरीर पेटतं ते एखाद्या स्त्रीच्या विळख्यात विझविता येतं. अस्वस्थ मन तसंच अस्वस्थ राहतं. मनाच्या शांततेसाठी एका स्त्रीकडे, शरीराच्या तृप्तीसाठी दुसऱ्या स्त्रीकडे अशी सोय परमेश्वरानं ठेवलेली नाही. मला कळत असतं, ज्या स्त्रिया मी सुखासाठी जवळ करतो त्या स्त्रियाही कधी पैशासाठी, कधी कुतूहलासाठी, कधी चोरट्या ऊर्मीसाठी माझ्याजवळ येत असल्या पाहिजेत. त्यांचं मनही त्यांच्याबरोबर नसतंच– तेव्हा दारूच्या घोटानं माणसानं जसं झिंगावं, तसे आम्ही झिंगतो, पण झिंग ओसरल्यानंतर अधिकच बेचैन होतो. निदान तसं होत असावं. संसार मला सोडायचा नाही. बायकोला मला दुखवायचं नाही. म्हणजेच जाणूनबुजून पुन्हा पुन्हा मिळणार नाही त्या सुखाच्या लालसेनं मी धडपडत राहणार. तडफडत राहणार."

"खरंतर या विषयात काही बोलू नये. मला काही यात म्हणताही येणार नाही. मला एवढंच वाटतं, स्त्री-पुरुषांनी एकत्र येण्यात एवढं वेडं होण्यासारखं आहे तरी काय?"

"मलासुद्धा सांगता येणार नाही. पण एवढी गोष्ट खरी, तो एक विलक्षण धुंदीचा क्षण असतो. दुसऱ्या कुठल्याही सुखाची बरोबरी करू न शकणारा क्षण. अभिनवगुप्त नावाच्या एका शास्त्रकारानं त्या सुखाची समाधीबरोबर तुलना केलेली आहे. रजनीश नावाच्या एका बुवाचं नाव तू ऐकलं असशील. ते त्या अभिनव-गुप्ताचंच तत्त्वज्ञान विकृत भाषेत सांगतात. माणसाला इंद्रियांचे चोचले पुरविण्यासाठी तत्त्वज्ञानाचा आधार घ्यावासा वाटतो इतकंच. परंतु स्त्री-पुरुषांच्या आकर्षणाचं रहस्य तसं कुणाला उलगडलेलं नाही. कुणाला कोण आवडावं, याचं गणित नाही. आता साधी हीच गोष्ट पाहाना! तुला प्रथम पाहिल्यावर मला प्रथम काय वाटलं असेल?"

"ते मी कसं सांगू? मला काय वाटलं, ते हवं तर सांगते."

"सांग पाहू."

"बुद्धीनं, रूपानं, वैभवानं आणि खानदानानं ज्याचं पायपुसणंसुद्धा होण्याची माझी लायकी नाही, अशा एका पुरुषानं माझ्याकडे सहानुभूतीनं पाहिलं आहे.

देहाच्या परिभाषेपेक्षा एक निराळीच परिभाषा त्याच्या डोळ्यांत मला दिसली. मी एकदम थरारून गेले. ही भाषा ऐकायची मला सवय नाही. इतक्या सन्मानानं मला कुणी वागविलेलं नाही, आणि त्याची गरजही नाही. माझ्यापेक्षा अनेक चांगल्या स्त्रिया त्यांच्या दरवाजापाशी तिष्ठत असतील. माझं काही अप्रूप नाही, नसणारच. तुमच्या डोळ्यांत एक सात्त्विक स्पर्श मला जाणवतोय. का कुणास ठाऊक, एरवी माझी मी सांभाळून असते; पण चटकन मी स्वत:ला हरवून बसले. मी विचार केला, नेहमी चिखला-काट्यांचा रस्ता आहेच चालायला. कुणीतरी म्हणालं, चल माझ्याबरोबर. रस्ता निराळा होता. या पायवाटेनं मी कधी चाललेच नाही. या रस्त्यावर अपरिचित शब्द ऐकू येताहेत. नव्याच फुलांचे गुच्छ दिसताहेत. चढणसुद्धा कशी बेतशीर आहे. पण अखेरी हा धुक्यात हरवून जाणारा रस्ता आहे. असं हरवून जाण्याचं माझं एक स्वप्न होतं. कधीतरी, केव्हातरी असल्या स्वप्नात आपण बुडून जावं, असं मला वाटत होतं. आजवर कुणी मला असं ये म्हणून म्हणालंच नाही. मी तुम्हांला चटकन हो म्हणून टाकलं आणि मग लक्षात आलं, की मला तुम्ही हवे आहात. आधारासाठी नव्हे. संसारासाठीसुद्धा नव्हे. मैत्रीसाठी. एका भल्या जगातल्या वाटचालीसाठी. पण माझ्यासारखी मलिन झालेली स्त्री तुम्हांला कशी चालेल? मी नको म्हणायला हवं होतं. मी मोह टाळायला हवा होता. माझं काहीतरी चुकलंच.''

हेमचंद्रानं तिचा हात हातात घेतला आणि म्हणाला, ''प्लीज, असं काही बोलू नकोस.'' त्यानं आपल्या हातातला अर्धा चावलेला घास तिच्या तोंडात भरविला. तिच्या डोळ्यांत अश्रू जमा व्हायच्या आतच तिच्या ओठांवर हास्य जमा झालं. अश्रू आणि हसू हातात हात घालून जणू काही पाठीमागच्या निळाईवर उतरून अदृश्य झाले. ऊन-पावसांनी निर्माण केलेल्या इंद्रधनुष्यात जी अद्‌भुतता असते, ती हेमचंद्राला क्षणभर पाहायला मिळाली.

मग उरलेल्या साऱ्या प्रवासभर ती दोघं काही बोललीच नाहीत. गुलजार हेमचंद्राच्या खांद्यावर विसावून डोळे मिटून पडली होती आणि हेमचंद्र तिचा हात हातात घेऊन, उन्हाळ्यामुळे कोळपलेलं कोकणचं निसर्गसौंदर्य न्याहाळत होता. गाडी सरसर वेगानं चढ-उतार पार करीत होती. डोंगरी वारे अंगावर कोसळत होते. टेकडीच्या माथ्यावरून गाडी जेव्हा सुसाट धावे, तेव्हा तर वाऱ्याचा झोत अनावर होई. गुलजारचे केस हेमचंद्राच्या चेहऱ्या-मस्तकावर हवे तसे खेळत होते. त्यांचा एक सूक्ष्म गंध हेमचंद्राचे गात्रन् गात्र चैतन्यमय करीत होता. गाडी घाट चढू लागली. घाटात आपोआपच गाडीचा वेग कमी झाला आणि वळणं

वाढली. गुलजार जागी झाली. छातीवरची चाळवाचाळव लक्षात येताच हेमचंद्राचं लक्ष तिच्याकडे गेलं. तो हसला. तिच्या मस्तकाचं त्यानं चुंबन घेतलं आणि पुन्हा एकदा त्यानं तिला घट्ट कवेत लपेटून घेतलं. प्रत्येक वळणाबरोबर तिच्या अंगोपांगांचा स्पर्श त्याला जाणवत होता; आणि तिलाही जाणवत होता. दूरत्वाचे बंध कणाकणानं ढिले होत होते. घाटमाथ्यावर आल्याचं जाणवताच गुलजार त्याच्या मिठीतून बाहेर आली. तिनं केस सावरले, पदर सावरला व ती बाहेर पाहू लागली. डोंगरमाथ्यावरून कोकणचं विशाल दर्शन होत होतं. मनुष्याला नम्र करणारं. सृष्टीची उंची आणि खोली, अथांग समुद्राचं दूरदर्शन, डोंगरा-दगडांना खिळखिळे करणारे मस्तवाल वारे या साऱ्यांनी ती एका वेगळ्या दुनियेत गेली. गाडी मग आत वळून कच्च्या रस्त्यानं चालू लागली. सृष्टीचं स्वरूप थोडं पालटू लागलं. उन्हाळ्यातही अधूनमधून हिरवीगार शेतं दिसू लागली. प्रचंड जलाशयाचा शेजार जाणवू लागला आणि बघता बघता गाडी एका छोट्या बंगलीपाशी येऊन थांबली.

अभयशेठनं सांगितलं होतं, त्याप्रमाणे बंगली खरोखरच निर्जन होती. तिला बंदिस्त कंपाउंड होतं. तिच्यातील कोपऱ्यात लांबच लांब छपरी सर्व्हंट्स क्वार्टर होत्या. तिथं थोडीफार वस्ती दिसली. बंगलीला लागूनच किचन आणि एक स्टोअररूम होती. बंगली जरा उंचावर असल्यामुळं खालचा भूभाग छान न्याहाळता येत होता. ती टेकडीच्या मध्यावर होती. टेकडी चढून पलीकडे काय आहे हे पाहण्याची जिज्ञासा उत्पन्न व्हावी, अशीच तिची रचना होती. बंगली बरीच जुनी होती. एखाद्या डाकबंगल्यासारखी. ते खाली उतरले, गाडीचा आवाज ऐकताच बंगली उघडली गेली. दोन नोकर बाहेर आले. त्यांनी पाहुण्यांना सलाम केला. आत येताच त्यांच्या लक्षात आलं, ही बंगली जरी बाहेरून जुनाट वाटत होती, तरी अद्ययावत साधनांनी ती आतून परिपूर्ण आहे.

बंगलीत सगळं सामान लावून स्थिरस्थावर व्हायला त्यांना जास्त वेळ लागला नाही. एकमेकांना लागून असणाऱ्या दोन बेडरूम्समध्ये त्यांनी आपलं सामान लावून घेतलं. दोन्ही बेडरूम्सना स्वतंत्र प्रशस्त ॲटॅच्ड बाथरूम होत्या. कपडे बदलून आंघोळ करावी या विचारात गुलजार होती, तोवर चहा झाल्याची वर्दी मिळाली. चहा घेता घेता बबर्जीनं पुष्कळ माहिती पुरविली. जेवण केव्हा हवं, काय हवं ते विचारून घेतलं. तेव्हा गुलजार बबर्जीला म्हणाली,

''तुम्ही सर्व तयारी करून ठेवा, जेवण मी करीन.''

आश्चर्यानं बबर्जी पाहतच राहिला. तेव्हा गुलजार हसून म्हणाली, ''साहेबांना

काय हवं-नकोय, ते मला माहीत आहे. त्यांना पथ्याचं जेवायचं असतं. तेवढ्यापुरतं मी लक्ष ठेवीन. एरवी तुमचं चालू द्या.''

बबर्जीला मनातून ती गोष्ट आवडली नाही. पण त्याला माहीत होतं की, हा आरंभीचा उत्साह काही फार टिकत नाही. चैन करायला आलेली जोडपी काही अन्न रांधत बसत नाहीत. त्यानं जेवणाचा मेनू पक्का करून घेतला. भाजीपाला, सोड्याच्या बाटल्या वगैरे सर्व अभयशेठनं मुंबईवरूनच पाठविल्या होत्या, हे तर त्या दोघांनी सामान उतरवून घेतानाच पाहिलं होतं. चहा झाल्यावर गुलजार उठली आणि म्हणाली,

''मी आता आंघोळ करते. अंग अगदी आंबून गेलंय.'' आणि ती आपल्या खोलीकडे निघून गेली. हेमचंद्रही उठला आणि तिच्या मागोमाग आपल्या खोलीत गेला. खोली त्यानं आतून बंद केली. अंगातले कपडे काढून टाकले आणि एक लुंगी गुंडाळून तो बाथरूममध्ये गेला. आतमध्ये जाताजाताच त्याला काय वाटलं कुणास ठाऊक, गुलजारच्या खोलीत तो गेला. गुलजार आंघोळीच्या तयारीनं बाथरूममध्येच चालली होती.

हेमचंद्राला पाहताच ती एकदम चमकली. तोही आश्चर्यचकित झाला. तो आत्ता इथं येईल, अशी तिची अपेक्षा नव्हती. पण त्याच्या डोळ्यांत तिला नेहमी परिचित असलेली वासना कोठेच दिसत नव्हती; म्हणून तर ती आणखीनच चक्रावली. आपल्या अंगावर एक दुपट्टा आहे आणि खाली परकर आहे, यामुळं थोडी शरमली होती. ती चटकन पाठ करून उभी राहिली. मग तिच्या लक्षात आलं की, हा आपला पवित्रा अगदीच चुकला आहे. कारण तिची पाठ अगदीच उघडी होती. मग ती आणखीनच लाजली. ती म्हणाली,

''हे हो काय? भलत्या वेळेला आला तुम्ही. जा पाहू तुम्ही आत. तुमची आंघोळ होईतो मी येते. प्लीज!''

हेमचंद्र खळखळून हसला. तो म्हणाला, ''आंघोळ झाल्यावर येऊन काय उपयोग?''

''म्हणजे?''

''अगं, आपण आंघोळ बरोबर करू या का, हे तर मी विचारायला आलोय.''

''भलतंच काहीतरी!''

''भलतंच काय? आंघोळीत भलतंच काय?''

''मला लाज वाटते.''

"तुला लाजलेली पाहायची आहे म्हणून तर मी म्हणतोय."

आणि मग तिची अनुमती न विचारता तो तिच्याजवळ गेला. त्यानं तिचा हात धरला आणि तो तिला बाथरूममध्ये घेऊन गेला. आत जाताच त्यानं एकदम शॉवर सुरू केला. वेगवान थंडगार पाण्याचा फवारा अंगावर येताच ती एकदम शहारली आणि पाण्याच्या वेगानं तिचा दुपट्टा जमिनीवर पडला. वर मान करून पाहायचीही तिला शरम वाटली.

"हे काय? माझे सगळे केस भिजवून टाकलेत."

"भिजले तर भिजले. वाळतील परत. पण तू आंघोळ नीट करणार आहेस की पाण्याखाली नुसती उभी राहणार आहेस? हे बघ. माझ्याकडे बघ."

तिनं डोळ्यांचा कोपरा करून हळूच त्याच्याकडे पाहिलं. अजूनही तिला त्याच्या डोळ्यांत स्त्री-देहाचं कुतूहल कुठे आढळेना. त्याऐवजी एखाद्या अल्लड, खेळकर वात्रट मुलाचा वाह्यातपणा दिसत होता. मग तिनं त्याच्याकडं नीट निरखून पाहिलं. तोही पाण्यानं भिजून चिंब झाला होता. त्यानं तिला हलकेच जवळ घेतलं. तिलाही आता अवघड वाटलं नाही. पाण्याच्या फवाऱ्याकडे तिनं तोंड केलं. सारा शीणभार हलका झाल्यासारखा तिला वाटला. त्या सुखानंदात ती मश्गूल होती. तिच्या लक्षातही आलं नाही की, कृष्णाच्या चपळाईनं आपली वस्त्रं पळवली गेलीत. दोघंही पाण्याच्या त्या सुखद माऱ्यात कितीतरी वेळ एकमेकांना बिलगून होती. मग त्यानं तिचे केस धुवायला आरंभ केला. तिचा सारा विरोध आता मावळला. मग तीही त्या जलक्रीडेत सामील झाली. दोघांनी एकमेकांना साहाय्य केलं. देहाचं मालिन्य आणि शीण नाहीसा झाला.

पाण्याचा स्पर्श भूल देण्याइतका बेहोष करणारा असतो, हे ती प्रथमच अनुभवत होती. पण या पाण्याच्या स्पर्शात आणखी एक वत्सल स्पर्श हलकेच येऊन मिसळला होता. कणाकणानं तिची लज्जा नाहीशी होत गेली. तिनं त्याची पाठ, केसच नव्हे, अंगांग निर्मळ केलं. सुखाची एक थकावट येते. दोघांनाही थकल्यासारखं झालं. तिला न विचारताच तो तिला बाहेर घेऊन आला आणि आपल्या टॉवेलने पुसू लागला. तिच्या उत्तमांगांना स्पर्श करतानासुद्धा तो कुठं विचलित झाला नाही, याचं तिला आश्चर्य वाटलं. मग आपल्यालाच त्याच्या प्रत्येक स्पर्शासरशी आसक्तीचे उमाळे का येतात, हे तिला कळेना. पण तेही उमाळे मग मंद झाले. दुसऱ्याच्या देहाचे कोडकौतुक करताना काही निराळाच आनंद असतो, याचा शोध तिला लागला. आपण एकमेकांसमोर वस्त्रविरहित अवस्थेत उभे आहोत, अंगोपांगे हाताळत आहोत, हे मग तिला साहजिकच वाटू

लागलं. एकमेकांच्या अंगावर कपडे चढविताना सुद्धा वेगळं असं जाणवतच नाही, असं तिला वाटलं. त्याला तिचे केस नीट पुसता येईनात, तेव्हा तिनं एक छोटा टॉवेल काढला आणि ती स्वत:चे केस पुसू लागली. तिच्या हालचालीकडे हेमचंद्र नुसता पाहू लागला. एकदम एका अनुभूतीचा तिचा अंत:करणात जन्म झाला. ती मग थरारून उठली. तिनं मग टॉवेल भिरकावून दिला. केस तसेच सोडून दिले आणि ती चटकन त्याच्याजवळ आली आणि आवेगानं तिनं त्याचा मुका घेतला. ती म्हणाली,

''तुम्ही फार वेगळे आहात. निराळे आहात.''

''बस्स, एवढंच?''

''नाही. फार चांगलेसुद्धा!''

''एवढंच?''

''नाही, नाही. थोडे मूर्खसुद्धा आहात.'' आणि मग ती त्याच्यापासून पळून गेली. तेव्हा तिचा पाठलाग न करता हेमचंद्राने हसत हसत सिगारेट पेटविली.

उन्हं कलू लागली, तेव्हा ती दोघे फिरायला बाहेर पडली आणि हळूहळू टेकडी चढू लागली. टेकडी दिसायला लहान पण चढण चांगलीच दमछाक करणारी होती. टेकडीच्या माथ्यावर येताच ती दोघेही समोरच्या दृश्याकडे पाहून अवाक् होऊन उभी राहिली. कोयना धरणाचं बॅकवॉटर डोंगरांच्या दऱ्यांतून जिथं फटी सापडतील, तिथं खोलवर घुसलेलं होतं. तो प्रचंड जलाशय पाहून दोघे एकमेकांशी न बोलता एका शिलाखंडावर बसले. भन्नाट वारं रोंरावत होतं. धरण पूर्ण भरल्यावर पाण्याची पातळी किती उंच होईल, हे दाखविणारे फलक पुष्कळ ठिकाणी होते. ते सारे दृश्यच स्तिमित करणारं होतं. पाणी ठरू शकणार नाही अशा प्रचंड उतारावर मानवानं यत्नानं प्रचंड जलाशय उभा केला होता. आसमंतात माणसांची चाहूल फारशी नव्हती. पण माणसाच्या कर्तृत्वाच्या खुणा मात्र दूरदूर दिसत होत्या. कोयनेचं स्वप्न ज्या कुणाला प्रथम स्फुरलं असेल, त्याच्या प्रतिभेपुढं नम्र व्हावं, असं हेमचंद्राला वाटलं. तो अंतर्मुख झाला होता. त्याला अंतर्मुख झालेला पाहून गुलजारही हरवल्यासारखी झाली होती. सूर्यकिरणांचा छेद आता डोंगरा-कपारींवर होऊन त्यांच्या सावल्या लांब लांब होऊ लागल्या होत्या. पाण्याचा आणि सूर्यतेजाचा जिथं स्पर्श झाला, तिथं तर एक सलील दीप्ती हिंदकळत होती.

ते किती वेळ असे बसले, याचं त्यांचं त्यांना भान राहिलं नाही. गुलजारला

एकटं, अबोल बसण्याची सवय नव्हती. ती हेमचंद्राच्या जवळ सरकली. त्याला जागृतीत आणण्यासाठी तिनं त्याला किंचित धक्का दिला. ती म्हणाली,

"काहीतरी बोला ना!"

"बोलावंसं वाटतं नाही."

"का?"

"हा निसर्गाचा रुद्र चमत्कार पाहिला की, आपली क्षुद्रता जाणवते. शब्द निरर्थक वाटतात. दगडाधोंड्यांत आणि आपल्यात काही फरक नाही, असं वाटायला लागतं. आपलं सगळं बोलणं पाखरासारखं वाटायला लागतं. निसर्गानं आता एक अबोल असा षड्ज लावला आहे. वाटतं, आपण काहीही केलं तरी आपलं बोलणं बेसूर होणार. त्यापेक्षा हा षड्ज आपल्या मनात-शरीरात खोल फिरू द्यावा. म्हणजे कुणास ठाऊक, आपल्या हृदयाच्या तारासुद्धा झंकारतील."

गुलजारला काही कळलं नाही. तिनं तो प्रयत्न केला नाही. आपण एका प्रतिभासंपन्न माणसाच्या अगदी जवळ आहोत, एवढी एकच भावना तिच्या मनात होती. पण आपलं अस्तित्वसुद्धा त्याला थोडा वेळ जाणवलं नाही, यामुळे ती थोडी भ्रमचित्त झाली होती. आपल्या इथल्या अस्तित्वाला काहीच अर्थ नसावा, याची तिला शरम वाटली. हेमचंद्र आणि आपण यांच्यात एक प्रचंड मोठी दरी आहे, याचं भान जागं झालं होतं. ती दरी ओलांडून जाण्याचं सामर्थ्य आपल्याजवळ नाही, याचाही तिला अंदाज आला. ती त्याला घट्ट लपेटून बसली. आपल्या स्पर्शाची त्यानं कदर करावी, असंसुद्धा तिला वाटलं. आपल्या पुष्ट वक्षांनी तिनं त्याच्या बाहूंना स्पर्श केला. परंतु या स्पर्शापलीकडच्या दुनियेत तो आहे, हे जाणून तिला अगदी एकटं एकटं वाटायला लागलं.

संध्याकाळच्या छाया आता चांगल्याच जाणवू लागल्या होत्या. जलाशयावरून आलेले ओलेचिंब वारे अंगाला शहारे आणत होते. हेमचंद्र त्या गारठ्यानं भानावर आला. गुलजार आपल्या अगदी निकट बसली आहे हे त्याच्या लक्षात आलं. एवढंच नव्हे, आपण तिचं अस्तित्वही बराच वेळ नाकारलं यामुळं ती खजील झाली असेल, हेही त्याच्या लक्षात आलं. मग त्यानं थोडी चाळवाचाळव सुरू केली, आणि तिला त्या शिलाखंडावर हलकेच निजवली आणि तोही तिच्याजवळ विसावला.

"तुला आवडली की नाही आजची ट्रिप?"

"आवडली."

"पण तू काही फारसं हुरुपानं बोलत नाहीस."

"असं नाही. पण माझ्या लक्षात आलंय, बुद्धिहीन माणसांची संगत तुम्हाला फारशी प्रिय नसावी."

"बुद्धिहीन? तुला कोण म्हणेल बुद्धिहीन?"

"तुम्ही माझी समजूत काढू नका. खुशामत तर करूच नका. मी एक अशिक्षित मुलगी आहे. नाटक-गाणं यापलीकडे माझी दुनिया नाही. देहाच्या भाषेशिवाय मला दुसरी भाषा समजत नाही. तुम्ही बोलता ते फार छान छान असतं. ऐकत राहावंसं वाटतं. कारण ते संगीतमय असतं. पण... पण त्याचा अर्थ मला कळत नाही आणि कळणारही नाही."

"मी तुला शिकवीन."

"खरंच?"

"नक्की. खरं जर पाहिलं, तर तू एक फार बुद्धिमान मुलगी आहेस. पण बुद्धीसुद्धा हिऱ्याप्रमाणे असते. तिला पैलू पाडावे लागतात. दु:ख म्हणजे काय, हे तुला अनुभवानं कळलंय. पण सुखदु:खाचा अर्थ काय असतो, हे तुला संस्कारानंच कळेल. आपण दुपारी म्हणालो, स्त्रीपुरुष एकत्र येण्यात एवढं असतं तरी काय? आपण ते शोधायचा यत्न करीत नाही. कारण तो यत्न ज्याचा त्यालाच करावा लागतो. खरं म्हणजे कोणतंही सुख आणि दु:ख माणसानं एकट्यानं भोगावं. आपण बाहेरून जोडीदार शोधायचा प्रयत्न करतो. एकटे कधी राहतच नाही. खरं म्हणजे आपल्या स्वत:सारखा मित्र दुसरा कोणी असत नाही. त्याच्याशी आपण हितगुज करीत नाही. आपण सवयीनं साऱ्या गोष्टी करीत असतो. पण हे नेमकं आपण का केलं, हे ठरवायला आपल्याला उसंतच नसते. आपण एखाद्या वेगवान प्रवाहात स्वत:ला झोकून देतो आणि ह्या वेगातून बाहेर पडणं मुश्कील करून ठेवतो. मग असं वाटायला लागतं, की हेच सत्य आहे. याशिवाय दुसरा मार्ग नाही. वास्तविक तसं मुळीच नसतं. अगदी सोपे सोपे मार्ग आपल्याला खुणावत असतात; पण आपलं तेवढं लक्ष नसतं. साऱ्या आयुष्याचा आपण गुंता करून घेतो. आपण थोडं एकटं राहायला शिकलं पाहिजे. एकटं राहायची भीतीच वाटायला लागली, की मग गुंतागुंत वाढते. आपले सारे प्रश्न या गुंतागुंतीचे आहेत. लोक मला म्हणतात, मी मोठा प्रतिभावंत लेखक आहे, कादंबरीकार आहे आणि आता यशस्वी नाटककारही आहे. ही गोष्ट तितकी खरी नाही. आपल्या भोवतालचं जग इतक्या खुज्या लोकांचं आहे, की एक अंगुळभर उंच असणारा माणूस इथं फार मोठा वाटायला लागतो. जगात मोठमोठे साहित्यिक आहेत. ते एकएकटे प्रवास करतात. साहसं करतात. समाजाचे कोणतेही नियम

पाळत नाहीत. एकटेच भ्रमिष्टासारखे भरकटत असतात. त्यामुळं जगातल्या खोट्या उपचारांपासून ते दूर असतात. मान-सन्मान, संपत्ती, एवढंच नव्हे तर स्त्रीसुख या साऱ्या गोष्टींत कलावंत अडकून पडायला लागला, तर तो धूर्त बनू लागतो. हिशेबी बनू लागतो. चांगल्या कलेला चौकट नसते. हिशेब नसतो आणि चातुर्य तर नसतंच नसतं. त्याच्या मनाशी त्यानं केलेला सुसंवाद कधी अनगड असतो, कधी बोजड असतो, कधी दुर्बोध असतो. पण तिथंच नव्या निर्मितीची मूल्यं असतात. खूप लोकांना आवडावं म्हणून बेतलेलं साहित्य लोकप्रिय होतं. हारतुरे घेतं. मानसन्मान मिळवतं, अनेक प्रलोभनं उभी करतं... आणि मग लेखक आपल्याला आत्मा आहे, हे विसरून जातो."

गुलजार त्याच्याकडे टक लावून पाहत होती. आपल्याला समजून सांगण्यासाठी तो जे काही सांगतो आहे, त्यातील फक्त शब्द सोपे आहेत, अर्थ आपल्या आकलनाच्या बाहेर आहे, हे तिला कळत होतं.

"वास्तविक मलासुद्धा असं स्वच्छंदी आयुष्य आवडतं. परंतु ते जगायला मला जमलेलं नाही. चार-दोन बायकांशी चोरटे संबंध ठेवणं म्हणजे काही स्वच्छंदी आयुष्य नाही. घर, संसार, मुलं, प्रतिष्ठा, समारंभ, व्यवसायातील यश-अपयश या गोष्टींनी माझं आयुष्य अगदी जखडून टाकलंय. मला गर्दी आवडत नाही. पण गर्दी मला टाळता येत नाही. तेच तेच मामुली संभाषण करून मी मिडिऑकर म्हणजे क्षुद्र होत चाललोय. चांगलं सुचायलासुद्धा लेखकाला रिकामटेकडं मन लागतं. लेखक काहीही करीत नसतो, तेव्हाच खरं म्हणजे खूप काही करीत असतो. पण असं रिकामं मन ठेवायला सवड मिळते कुठं? एक कादंबरी लिहून झाली की तिचं परीक्षण, परिसंवाद, प्रकाशकांचे तगादे, समीक्षकांबरोबरचे वाद यांबरोबर लेखक अडकत जातो. नाटकात मी असाच अडकलो आहे. प्रसिद्धीचा एकदा मोह जडला, प्रकाशात राहायची एकदा सवय झाली, की मग एकटेपणाची, अंधाराचीसुद्धा भीती वाटते. मग सारखं लिहीत राहायचं. गाजत राहायचं. कधी कोणामध्ये आपण अडकतो. मग आपण कुणाच्या टपोऱ्या काळ्याशार डोळ्यांतील कारुण्याला विरघळतो. त्या डोळ्यांसाठी नाटक लिहिण्याचं कबूल करतो."

"म्हणजे माझ्यासाठी?"

"हो ना! नवीन काहीतरी थ्रिलच्या शोधात माणूस बाहेर पडला, की माझ्यासारखा फशी पडतो. या तुझ्या डोळ्यांना मी भुललो... " असं म्हणून तो तिच्या चेहऱ्यावर वाकला आणि त्यानं तिच्या डोळ्यांचं चुंबन घेतलं.

गुलजारला ही भाषा ताबडतोब समजली. तिचे हात ताबडतोब त्याच्याभोवती आपोआप गुंफले गेले. एवढंच नव्हे तर त्याचा भार आपल्या वक्षांवर पडावा असा आवेगही तिच्या मिठीत आला. तिच्या आक्रमक मिठीत क्षणभर हेमचंद्रसुद्धा गुदमरला. त्याला श्वास घेता येईना आणि ती त्याला सोडायला तयार नव्हती. ती खळाळून हसत होती आणि आपली मिठी घट्ट करीत होती. तिच्या हसण्याला एक कामुक लकेर होती. तिचं समाधान झालं. तिनं मिठी सैल केली, तेव्हा हेमचंद्र कसाबसा मिठीतून सुटू शकला.

"मला वाटलं होतं, तू नावाप्रमाणे गुलजार असशील."

"मग आहेच मुळी!"

"तुझ्या मिठीत सापडलेला माणूस हे कबूल करणार नाही."

"पण माझ्या मिठीत आजपर्यंत कुणीच सापडलं नाही. मीच दुसऱ्यांच्या मिठीत सापडले. कधी नव्हे तो माझ्या मनासारखा पुरुष माझ्या मिठीत अवचित सापडला. मग त्याला कसं सोडावंसं वाटेल?"

हेमचंद्र काही बोलला नाही. पण तो कुठंतरी सुखावला. ही मिठी त्याला एकदम निराळी वाटली. ज्या ओठांनी त्याच्या ओठांना दंश केला ते ओठसुद्धा त्याला मानवी वाटले नाहीत. एका अद्भुत स्पर्शानं तोही भारावला होता. त्याचं भोवतालकडे लक्ष गेलं. तो म्हणाला, "चल. बराच अंधार झालेला दिसतोय. रस्ताही आपल्या ओळखीचा नाही. लवकर गेलेलं बरं."

मग दोघे एकमेकांना लपेटून हळूहळू त्या टेकडीचा उतार उतरू लागली. हा रस्ता असाच अनंतकाळ संपू नये, ही मखमली संगत कधीच तुटू नये, ही अर्ध-अंधारी संध्याकाळ अशीच भिरभिरत राहावी, असं दोघांना वाटत होतं. दोघं बंगलीत आली, त्या वेळेस खानसाम्यानं ड्रॉइंगरूममध्ये सोडा, बर्फ, ग्लास वगैरे सर्व मांडामांड केली होती. ती पाहून हेमचंद्र एकदम खूश झाला. तो आला आणि शेजारीच गुलजारला घेऊन बसला. खानसाम्यानं टेबल पुढं ओढून ठेवलं. हेमचंद्रानं स्कॉचची बाटली उघडली व एक प्याला भरला. दुसऱ्यात तो ओतू लागला, तेव्हा गुलजार म्हणाली,

"मला नको."

"का? तू घेत नाहीस?"

"घेते. नाइलाजानं."

"आज घेणार नाहीस?"

"खरंच मला नकोय. मी आनंदात आहे. प्लीज नको."

''तरी कंपनी म्हणून घे. नेहमीसुद्धा मी ड्रिंक घेतो, तेव्हा बायको नावापुरतं ते घेते.''

''तुमचा आग्रह असेल, तर मी घेते. पण ड्रिंकबद्दल मला शिसारी आहे.''

''ड्रिंकबद्दल शिसारी? का?''

''तुम्हांला कळायला काही हरकत नाही वास्तविक. दारू घेतली की आपल्याला पशू व्हायचा परवाना आहे, असं पुष्कळांना वाटतं. मग ते माणसासारखं वागत नाहीत, आणि अशा लोकांत मला वावरावं लागतं. त्यांच्याबरोबर दारू प्यावी लागते, आणि मग त्यांच्या पाशवी खेळात एक खेळणं व्हावं लागतं. म्हणून दारूची किळस बसलीय डोक्यात. प्लीज, मला आग्रह करू नका!'' असं म्हणून गुलजार उठली आणि आपल्या बेडरूममध्ये निघून गेली.

दहा-पंधरा मिनिटांनी ती परत आली, तेव्हा ड्रॉइंगरूममध्ये कुणीच नव्हतं. दारूचा इन्तजामही सारा हलवलेला होता. तिनं हळूच हेमचंद्राच्या बेडरूममध्ये डोकावून पाहिलं. हेमचंद्र एक पुस्तक घेऊन आरामखुर्चीत वाचत बसला होता. अपराधी जाणिवेनं ती खोलीत शिरली. तिचा आवाज ऐकताच हेमचंद्रानं पुस्तक बाजूला ठेवलं आणि शेजारची खुर्ची पुढं ओढीत तो म्हणाला, ''बैस.''

ती बसता बसता म्हणाली,

''तुम्ही रागावलात माझ्यावर?''

''कशासाठी?''

''मी तेव्हा ड्रिंक घेतलं नाही. एवढंच नव्हे तर मी लगेच निघून गेले.''

हेमचंद्रानं हास्य केलं आणि तो म्हणाला,

''वेडी आहेस झालं. मला दारू आवडते. मी रोज दारू पितो. पण एक दिवस दारू घेतली नाही म्हणून काही बिघडत नाही. तुला आवडत नाही, तर दारू घेण्यात मजा तरी काय?''

''छे छे! मी असं करायला नको होतं. तुम्ही इथं विश्रांतीसाठी आलात. लिहायसाठी आलात. तुम्हांला कंपनी देणं माझं काम आहे.''

''गुलजार, तू इथं कशी आलीस, का आलीस, तुझं काम काय आहे, हे प्रश्न गैरलागू आहेत. तू माझी मैत्रीण म्हणून इथं आलीस, हे लक्षात ठेव, आणि बाकीचं सारं विसरून जा. तुझा रिस्पेक्ट ठेवणं माझं काम आहे. तू कमीपणानं बोललेलं मला आवडणार नाही. तुझ्या पूर्वायुष्यातील बऱ्यावाईट गोष्टींशी माझा

संबंध नाही. तू जशी आहेस तशीच मला प्रिय आहेस. माझ्या मैत्रिणीसारखी, तू बरोबरीनं वागली पाहिजेस. मला गुलाम, दासी आवडत नाहीत. माझी करमणूक करायला अभयशेठनं तुला पाठविलं आहे, हे तू विसरून गेलं पाहिजेस. तुझी तू आलेली आहेस. आपण दोघं इथं मजेत राहू. जमलं तर मी लिहिणार आहे, आणि तू विश्रांती घेणार आहेस. हे नवीन नातं लक्षात ठेव आणि तशी वाग. आणि हे बघ, तू स्वयंपाकाकडे लक्ष ठेवणार होतीस ना? बघू या तरी तुझा स्वयंपाक कसा असतो तो.''

जेवण तयार होऊन त्याची मांडामांड होईपर्यंत चांगलीच रात्र झालेली होती. अधूनमधून हेमचंद्राच्या खोलीत ती डोकावून जाई. पण तो काहीतरी लेखनात गुंतलेला होता. जेवण झालेलं आहे हे सांगण्यासाठी तरी त्याला डिस्टर्ब करावं काय, हा तिच्यापुढं प्रश्न होता. तिलासुद्धा चांगली कडाडून भूक लागली होती. तिनं मन घालून रसोई तयार केली होती आणि हेमचंद्रानं चवीनं जेवावं, अशी तिची इच्छा होती. मग तिच्या मनात एकदम विचार आला. खानसाम्याला तिनं काहीतरी सांगितलं. खानसाम्यानं दोन मिनिटांत तिच्या सांगण्याप्रमाणे ट्रे तयार करून आणला. तो तिनं हातात घेतला आणि ती हलकेच हेमचंद्राच्या खोलीत गेली.

आवाज करायचा नाही असं ठरविलं असतानासुद्धा ग्लासांचा आवाज झालाच. हेमचंद्रानं मागं वळून पाहिलं तेव्हा दोन हातांत मद्याचे दोन ग्लास घेऊन गुलजार जवळ आलेली होती. तिनं एक त्याच्या पुढं केला, तो घेताघेताच हेमचंद्र म्हणाला,

''तू ड्रिंक घेणार नव्हतीस ना?''

''नव्हते. पण विचार पालटला. विचार केला, सहजासहजी कारण नसताना जर एखादा मनुष्य ड्रिंक नाकारू शकत असेल, तर ते एखाद्या वेळेस स्वीकारायला काय हरकत आहे? दारू पिण्याचा आनंद मला कधी मिळालेला नाही. तुमच्यासारखा गुरू भेटला आहे. तेव्हा तो आता शिकायची इच्छा आहे.''

''टू युवर हेल्थ अॅण्ड प्रॉस्पॅरिटी!''

''नाही नाही. तुमच्या नवीन नाटकासाठी!''

''तेही मला मंजूर नाही. त्यापेक्षा तुझ्या-माझ्या मैत्रीसाठी!''

दोघांनीही ग्लासला ग्लास लावले. हेमचंद्रानं आपल्या ग्लासमधून मद्याचा पहिला घोट घेण्यापूर्वीच गुलजारनं आपला ग्लास त्याच्या ओठापाशी नेला. त्यानं त्या ग्लासातून एक प्रदीर्घ घोट घेतला आणि मग त्याच्या शेजारी बसून

गुलजारनं आपल्या ग्लासामधून मद्याची चव घेतली.

मग मद्याबद्दल, धुंदीबद्दल अनेक गमतीशीर किस्से गुलजार त्याला सांगत होती. गुलजार बोलून चालून नटी होती. पुष्कळांच्या नकला करून प्रत्येकाची दारू पिण्याची लकब ती त्याला दाखवून देई. हळूहळू ते सोनेरी पाणी मुखातून डोळ्यांपर्यंत येऊ लागले. डोळे अधिक बोलके झाले. शब्द अधिक लागट झाले. समजूत अधिक वाढत गेली. खानसामा डोकावून गेल्याचं दोघांनाही समजलं नाही. ग्लास केव्हा भरे, केव्हा संपे, रंगांच्या उतरंडी केव्हा उभ्या राहत, केव्हा विरघळत, हे त्यांच्या लक्षातच राहीनासं झालं. पायघड्यांना पायाचा स्पर्श जाणवतो का पायांना पायघड्यांचा स्पर्श जाणवतो, मोराला पिसारा देखणा करतो का पिसाऱ्याला मोर देखणा करतो, उड्डाण घेणाऱ्या पाखरामुळे आकाश सुंदर दिसतं की पाखरू आकाशामुळे सुंदर दिसतं, शब्दानं सूर सुंदर केले की सुरांनी शब्द सुंदर केले, वारुणीनं गुलजारला सुंदर केली की गुलजारनं वारुणी सुंदर केली... हेमचंद्राला कळेना.

तो म्हणाला, "गुलजार, एखादी गझल म्हणतेस का गं?"

"आता? आता सूर तरी स्थिर राहील का गळ्यात?"

"आताच तर सुरांना खरा अर्थ सापडेल. म्हण ना प्लीज."

"तुम्ही वेळ फार गंमतशीर शोधून काढलीत. माझा आवाज चांगला आहे, असा माझा भ्रम आहे. तो तर तुम्हांला दूर करायचा नाही ना?"

"नाही नाही. तुझे सूर किती चांगले असू शकतात, हे मला बघायचंय. आणि हे बघ, उगीच नखरे करू नकोस. मद्याला सुरांसारखी सुंदर सोबत नाही. सूर माणसाला धुंदी आणतो. पण बेहोश करीत नाही. उलट, मद्य माणसाला बेहोश करायला लागलं, तर सूर माणसाला वाचवितात. बरं, ते जाऊ दे. तू म्हणणार आहेस की नाही?"

गुलजारनं गळा साफ केला. ती हेमचंद्राच्या बेडवर नीट बसली. क्षणभर तिनं डोळे मिटले. क्षणभर तिनं साऱ्या शक्ती सुरांच्या ठिकाणी केंद्रित केल्या आणि ती गाऊ लागली.

स्वप्नातल्या घराला स्वप्नातलेच रंग ।
जेथे क्षणाक्षणाला भेटीस ये अनंग ॥
स्वप्नातले फुलोरे स्वप्नात चुरगळावे ।
सत्यातलेच अत्तर थोडे तरी उरावे ॥
त्या लाल पायवाटा तो हरित-पीत परिसर ।

पायात ये सराटे सत्यातलाच गहिवर ॥

सुखदुःख सर्व भास नुसतेच का तरंग ॥

गझल संपली आणि वातावरण एकदम गंभीर झालं. हेमचंद्र तिच्याजवळ जाऊन बसला. तिनं ग्लास पुन्हा एकदा भरले. काहीच न बोलता तो तिच्या अगदी निकट बसून राहिला. हळूहळू मद्याचे घोट तेवढे खाली उतरत होते. तो गुलजारला म्हणाला,

"आणखी काही म्हण ना!"

गुलजार एकामागोमाग एक गाणी म्हणत राहिली. बाटली केव्हा संपून गेली, हेही दोघांना कळलं नाही. आणखी बाटलीची शोधाशोध हेमचंद्र करू लागला, तेव्हा गुलजार म्हणाली,

"आता दारू पुरे आणि गाणंही पुरे!"

"का? माझ्याकडे भरपूर स्टॉक आहे. तुझ्याकडेही गाण्यांचा भरपूर स्टॉक आहे... आणि रात्र तर खूप बाकी आहे."

"पण आपला इथला मुक्कामसुद्धा खूप बाकी आहे."

"पण आजचं सुख उद्यावर ढकलू नये. जेव्हाचा क्षण तेव्हाच भोगावा."

"माझी ना नाही. ही रात्रच काय, पण इथल्या साऱ्या मुक्कामात मी तुमच्यासाठी नुसती गात राहीन. पण एक मागते, सुखसुद्धा माणसानं अमर्याद भोगू नये. थोडं बाकी ठेवावं. शिगोशीग भरलेले पेले अकारण नको तिथं सांडतात. लवंडतात. एखादी अतृप्तीची कडा शिल्लक राहू द्यावी माणसानं."

हातातील ग्लास टेबलावर ठेवून हेमचंद्र एकदम गुलजारजवळ आला.

"बरोबर आहे, बरोबर आहे. तू म्हणतेस ते अगदी बरोबर आहे. भोगायची इच्छा शिल्लक राहिली पाहिजे खरी."

"आणि शिवाय मी जेवण केलं आहे, ते कोण जेवणार?"

मग हेमचंद्र काही बोललाच नाही. त्यानं तिचा हात हातात घेतला आणि तो डायनिंग रूममध्ये आला. दोघे समोरासमोर बसली. खानसाम्यानं धावाधाव केली. बराच वेळ थांबून तो ताटकळून गेला होता. त्यानं लगबगीनं जेवण सर्व्ह केलं. प्रत्येक पदार्थ चवीनं खाऊन हेमचंद्रानं स्वयंपाकाला दाद दिली. जेवण संपलं आणि दोघेही हात धरून खोलीत आली. खोलीत तोपर्यंत नोकरांनी साफसूफ करून बेड्स तयार केले होते. तो सोफ्यावर विसावला. तेवढ्यात ती म्हणाली, "कपडे बदलून मी येते." आणि ती आपल्या खोलीकडे वळली.

हेमचंद्रानं खिडकीतून बाहेर पाहिलं, तो चंद्र बराच वर आला होता.

चांदण्यानं सारी धरित्री माखून निघाली होती. एक गूढ नि:स्तब्ध वातावरण तयार झालं. हेमचंद्राच्या डोळ्यांत झोप चांगलीच जमा होऊ लागली. दिवसभरचा प्रवास, संध्याकाळची पायपीट, बेबंद वारं, स्कॉच आणि आकंठ जेवण यामुळं त्याची गात्रं सुखावली. गुलजार केव्हा येते, यासाठी तो अधीर झाला होता. त्याला धीर धरवेना आणि तो गुलजारच्या खोलीत गेला. गुलजार नाइटी पेहरत होती. केस अजून चांगले वाळले नसल्यामुळे तिनं मोकळे सोडले होते, आणि ते विंचरण्यासाठी रोवलेला कंगवा अजून तसाच केसांत होता. भारावलेल्या डोळ्यांत तिचं ते लावण्य त्याला अगदी वेगळं भासलं. तो तिच्याजवळ गेला आणि हळूच त्याने तिच्या केसांवरून हात फिरवला. तिनं चमकून मागं पाहिलं आणि ती एकदम उभी राहिली. उभी राहताच आपली नायटी गळून पडली, हे तिच्या लक्षातच आलं नाही. मग तिनं ती सावरायचा प्रयत्नही केला नाही. तिनं केसांतील कंगवा काढला. त्याच्या हातात हात गुंफले आणि त्याला पलंगावर बसवलं आणि ती त्याच्या शेजारी उभी राहिली. तो अजूनही तिच्याकडे भारावल्यासारखा पाहत होता. तिनं त्याला झोपवलं आणि म्हणाली,

"असे खुळ्यासारखे पाहत काय राहिला आहात?"

"पाहण्यासारखं आहे ते पाहतो आहे."

"काय पाहण्यासारखं आहे?"

"हे पाहायला पुरुषांचे डोळे हवेत."

"पुरुषांच्या डोळ्यांना नेमकं काय दिसतं? तुम्ही अनेक स्त्रिया पाहिल्या असतील. काय फरक असतो एका स्त्रीत आणि दुसऱ्या स्त्रीत?"

"खरंच गहन प्रश्न आहे. आत्ता उत्तर सुचत नाही. उद्या देईन."

"माझी काहीच हरकत नाही. या उत्तरासाठी थांबायला मी कितीही काळ तयार आहे. जीव टाकावा, वेडं व्हावं, आयुष्य फेकून द्यावं, बदनाम व्हावं, असं असतं तरी काय स्त्रीजवळ?"

"तू फार भलभलते प्रश्न विचारतेस. या प्रश्नांची उत्तरं दिल्याशिवाय माझी सुटका नाही. खऱ्या अर्थानं तू मला मिळणार नाहीस आणि मला तर तू मिळायला हवीसच. मी हळूहळू, कणाकणानं तुझ्या हृदयापर्यंत पोहोचू शकेन, असा मला विश्वास आहे. पण आजतरी तुझ्या सुरांच्या आर्ततेत मी पार बुडून गेलोय. तुझ्या या लांबसडक काळ्याभोर केसांनी मला करकचून बांधून टाकलंय. तुझ्या या काळ्याभोर डोळ्यांच्या खोल विहिरीच्या काठावर मी उभा आहे. मला माहीत आहे, या जगात सत्याला स्पर्श करणं सोपं नाही. कारण ते फार

खोलखोल दडून बसलं आहे. पण या घटकेला तरी तुझ्या स्पर्शाच्या दुलईत मला झोपून जायचं आहे.''

गुलजार त्याच्या शेजारी येऊ लागली. तिनं त्याला जवळ ओढून घेतलं. त्याच्या वक्षाला वक्ष भिडवले आणि त्याच्या केसांतून हात फिरवीत ती स्तब्ध राहिली.

तिला जाग आली, तेव्हा सकाळ चांगलीच वर आली होती. रात्रीच्या सगळ्या गोष्टी तिला आठवल्या. एका कुशीत आपण झोपलो होतो, हेही तिला समजलं होतं. पण त्या मिठीत स्त्रीपुरुषांच्या मिलनाची अखेर झालेली नव्हती, हे तिला पक्कं आठवू लागलं. हे असं का झालं, या प्रश्नानं ती कावरीबावरी झाली. आपलं सारं काही हेमचंद्राच्या मालकीचं व्हावं, अशी तिची इच्छा होती. हेमचंद्रानं पुढाकार का घेतला नाही? आपल्याला का टाळलं? का आपण कमी पडलो? तिला नेमकं काही आठवेना. काहीतरी विचित्र घडलं, एवढंच तिला आठवलं. तिनं हळूच हेमचंद्राच्या खोलीत डोकावून पाहिलं. हेमचंद्र काहीतरी लिहीत बसला होता. मग तिनं आपलं सारं आन्हिक आटोपलं. तिनं आरशात वाकून पाहिलं, तेव्हा आपण अधिक चांगल्या दिसतो आहोत, असं तिला उगीच वाटू लागलं. तिनं हौसेनं मुद्दाम उसनी आणलेली जीन्स पेहरली. आपला जामानिमा ठीक झाला आहे हे पाहून मागच्या दारानं किचनमध्ये गेली. हेमचंद्राचा ब्रेकफास्ट झाली आहे किंवा काय, याची चौकशी करताच तो झाला नाही हे कळलं. त्यामुळं तिला बरं वाटलं. खानसाम्याच्या मदतीनं तिनं ब्रेकफास्टची तयारी केली. आणि ती स्वत: ट्रे घेऊन हेमचंद्राच्या खोलीत आली. येता येताच ती म्हणाली,

''गुड मॉर्निंग डिअर!''

''गुड मॉर्निंग गुल! तू केव्हा उठलीस?''

''खूप वेळ झाला. पण स्वारी लेखनसमाधीत दंग होती, म्हणून सारं उरकून घेतलं आणि ब्रेकफास्ट घेऊन आले. आर यू रेडी?''

हातातलं पेन खाली ठेवीत खुर्चीवरून तो उठला आणि मेजापाशी आला. त्याचा चेहरा प्रसन्न होता. तिनं विचारलं,

''झोप कशी काय झाली?''

''फाइन! इतकी चांगली झोप फार दिवसांनी मिळाली. इतकं मऊसूत पांघरूण कधी मिळालंच नव्हतं, आणि तुझ्या तोंडाला स्कॉचचा इतका सुंदर वास येत होता की वाटलं, तो वास सगळा शोषून घ्यावा.''

"तरी मला वाटलंच. स्वप्नात कुणीतरी सारखं येऊन माझ्या ओठाला गुदगुल्या करीत होतं."

"तर तर! चांगली डाराडूर झोपली होतीस. सकाळी मी उठलो ना, तेव्हा तू इतकी निवांत झोपली होतीस, की मला तुझा मत्सर वाटत होता. वाटलं होतं, तुला चिमटा काढून जागं करावं. पण म्हटलं, जाऊ द्या. आपल्याला एक लवकर उठायची आदत आहे. सुखी माणसाला कशाला त्रास द्या?"

"खरंच मलासुद्धा फार छान झोप लागली होती. पण रागावला नाहीत ना माझ्यावर?"

"कशाबद्दल?"

"रात्री मी काय बोलले, देव जाणे! मला तरी काही आठवत नाही. काहीतरी मूर्खासारखी बोलली असणार खास."

हेमचंद्र खदखदून हसला.

"हसायला काय झालं?"

"खरं सांगू? रात्री, तेही दारू प्यायल्यावर, तेही एकांतात, बायका सहसा इतकं चांगलं बोलत नाहीत. यू वेअर सुपर्ब!"

"पण..."

"मला माहीत आहे, तू काय बोलणार आहेस. सुखाचा प्याला पुरा भरू नये, असं तूच म्हणालीस ना? मला आवडलं ते. प्रत्येक स्त्रीकडून एकच एक अपेक्षा करण्यात काय अर्थ आहे? आणि ती अपेक्षा एकदा तृप्त झाली की स्त्रीचं वेगळेपण राहणार कशात? तुला कदाचित माहीत नसेल, पण नकळत तू एक गोष्ट माझ्या लक्षात आणून दिलीस. स्त्री भोगण्याचेसुद्धा वेगवेगळे मार्ग आहेत. अर्थात पुरुषांच्या बाबतीतही तसंच म्हणता येईल. प्रत्येक स्त्रीचा तिच्या एका क्षुद्र अवयवामार्फत विचार करणं ही असंस्कृत विचारसरणी आहे; पण कळतनकळत मी तिचा आजवर अवलंब केलाय. मीच नव्हे, तर सगळे पुरुष किंवा स्त्रिया करताहेत. स्त्रीपुरुष संबंधात संभोग ही एक सुखद, उत्कट अशी अनुभवमालिका असेल– नव्हे, आहेच. पण ती तेवढीच असू नये, हेच बरोबर आहे. स्त्रीपुरुषांनी एकमेकांकडे पाहण्याचा हा दृष्टिकोनच कुठंतरी विपरीत आहे. एकदा शरीर-सुखाला महत्त्व प्राप्त झालं की, पुरुष आपल्या साऱ्या शक्ती पौरुषात आणि स्त्री आपल्या सौंदर्यात खच्ची करून टाकतात. त्यांच्या इतर शक्ती वाढतच नाहीत. एकतर उन्मत्तपणानं स्त्रीपुरुषांनी शरीराचे सर्व चोचले भागवून तरी टाकावेत आणि मुक्त व्हावे, किंवा त्याव्यतिरिक्त काही सुखं आहेत-असावीत, अशी

जागरूकता तरी ठेवावी. तशी तू सामान्य स्त्री आहेस. तुझ्या बुद्धीला वाचन, व्यासंग या गोष्टी अपरिचित आहेत. असं असूनसुद्धा शरीराबाहेर असं तुझं एक अस्तित्व आहे. कदाचित मला तेच जाणवलं असेल. हे अस्तित्व क्षणा-दोन क्षणांच्या उपभोगानं संपत नाही, म्हणून दीर्घकाळ टिकू शकतं. तुला कालच्या प्रश्नाचं उत्तर हवं होतं ना?''

''ते उत्तर काल रात्री हवं होतं. आज नकोय.''

''का?''

''कारण काल रात्री तुम्ही ते उत्तर दिलंय. शब्दानं नाही, कृतीनं.''

दोघेही खळखळून हसली. हसत राहिली. तेव्हाच नव्हे, तर त्यानंतरही चार-पाच दिवस. त्या चार-पाच दिवसांत संपणार नाहीत, अशी संभाषणं चालू होती. देहाचं कोडकौतुक करीत होती. सुरांशी आणि शब्दांशी खेळत होती. आसमंतातील डोंगर, टेकड्या, ओहोळ यांच्याबरोबर कुजबुजत होती. वाऱ्याबरोबर बेबंद वाहत होती. मद्याबरोबर झिंगत होती. जेव्हा हेमचंद्र लिहीत असे, तेव्हा गुलजार एकटीच बागेतील फुलांशी खेळत राही. फुलपाखरं पकडून आणी.

दुसऱ्या दिवशी सकाळी परतायचं असं जेव्हा नक्की ठरलं, त्या दिवशी संध्याकाळी मात्र गुलजार अस्वस्थ झाली. परत जायला हवं, हे तिला कळत होतं. पण जाण्याची इच्छा होत नव्हती. अनेक तारखा चुकवून ती सहलीला आली होती. तिचा सारा दरिद्री संसार तिची वाट पाहत होता. पण गेल्या चार-पाच दिवसांसारखे दिवस कधी मिळणार नाहीत, हेही तिला ठाऊक होतं. स्त्री-पुरुषांची खरीखुरी मिठास संगत तिनं अनुभवली होती. हे सारं सोडायचं तिच्या जिवावर आलं होतं. संध्याकाळी फिरून आल्यानंतर ड्रिंक घेण्यासाठी जेव्हा ते बसले, तेव्हा ती म्हणाली,

''आजची आपली शेवटची रात्र.''

''हो. थोडं चुकल्याचुकल्यासारखं वाटतंय. असेच आणखी दिवस गेले असते, तर तुला बरं वाटलं असतं?''

''ते कसं शक्य आहे?''

''का? मनात आणलं तर ते अशक्य नाही.''

''पण मनात आणणंही शक्य नाही. तुमचं म्हणून काही स्वतंत्र जग आहे. माझं एक स्वतंत्र जग आहे. आपण काही क्षणांपुरते एकत्र येऊ शकतो. पण आपल्याला आपआपल्या जगात परत जायचं आहे. आपल्या दोघांची वेगळीच जगं आहेत.''

"खरं म्हणजे मी असं विचारणं बरोबर नाही. पण तुझ्यामाझ्यात आता काही आडपडदा आहे असं नाही. मला तू हवीशी आहेस... आणि मला वाटतं, तुलासुद्धा मी हवा आहे. मी काही फार श्रीमंत माणूस नाही. पण तुझी जबाबदारी घेण्याचं मला सामर्थ्य आहे. इच्छा आहे. ही गोष्ट स्पष्टच केली पाहिजे, की घर-संसार मोडून मला तुझ्याशी लग्न वगैरे करता येणार नाही. पण लग्नाच्या बायकोची प्रतिष्ठा मी तुला देईन."

गुलजार हसली. त्या हसण्यात विषण्णपणा होता. नेमकं कोणत्या शब्दांत बोलावं, यासाठी ती शब्द वेचीत होती. त्याच्या बोलण्यातील भावार्थानं तशी ती सुखावली होती; परंतु तिचे पाय जमिनीवर घट्ट होते. पुस्तकी ज्ञानापासून ती वंचित होती परंतु अनुभवाचं एक एक पान वाचून नकळत आयुष्याचा पुष्कळच अर्थ तिला उलगडला होता.

"हेम, मला इतक्या सन्मानानं, स्वच्छपणानं तुम्ही जे सांगता आहात, त्यात माझा गौरव आहे. पण या भावुक बोलण्यात फारसा अर्थ नाही. तुम्हांला कायमची बांधून ठेवण्याची शक्ती माझ्यात नाही; आणि माझ्यासाठी सर्वस्व द्यावं, अशी माझी योग्यताही नाही. कुणालातरी भाबडेपणानं काहीतरी देऊन टाकण्यात तुम्हांला मोठा आनंद वाटत असेल; पण ते खरं नाही. मी एक बरी-वाईट गायिका आहे– नटी आहे. माझ्यात काही कलागुण आहेत, म्हणूनच मी कुणीतरी आहे. नाटकी जगात मला उडता येण्यासाठी पंख आहेत, संगीताच्या जगात चालण्यासाठी मला पाय आहेत; पण तुमच्यासारख्या माणसाच्या आयुष्यात केवळ प्रेयसी म्हणून आले, तर माझे पंख मला तोडून टाकावे लागतील आणि जे काही माझ्याजवळ थोडंफार आहे तेच नाहीसं झालं, तर मग मी कुणी नाही. मग मी उरेन ती केवळ एक स्त्री. शिक्षण नसलेली, बुद्धी नसलेली, अनेकांनी उष्टावलेली. छे छे! तुम्ही आहात असेच दुरून माझ्यावर प्रेम करीत राहा. मी तर करीनच करीन. तेवढ्यालाच फक्त अर्थ आहे. एकमेकांच्या पायांत पाय गुंतवून आपण एकमेकांचं लोढणं होऊ. तुम्ही छान छान नाटकं लिहा. माझ्यासाठी म्हणूनसुद्धा लिहू नका. कारण असे माझ्यात अडकलात, तर तुमच्या नाटकांतील मजासुद्धा निघून जाईल. तुमच्या नाटकात मी भूमिका करीन. असेल ती. तुमच्या नाटकांतली गाणी गाईन. तुमच्या-माझ्यात मखमलीचा ड्रॉपचा पडदा हा असलाच पाहिजे. आपापलं कर्तृत्व सोडून माणसं केवळ नर आणि मादी म्हणून अशी जवळ आली, की त्यात काही मजा नाही. नट्यांचे संसार नेहमीच दुःखाचे असतात, त्याचंसुद्धा कारण हेच असलं पाहिजे. एकनिष्ठ पत्नी आणि मुक्त

नायिका कधी एकरूप होऊ शकत नाहीत. ज्यांनी ज्यांनी प्रयत्न केला, त्यांना मन फार मारून घ्यावं लागलं. त्यांनी आपल्या प्रियकरांनाही दु:खी केलं– स्वत:ही दु:खी झाल्या, नाहीतर कलाजीवनाचा संन्यास तरी त्यांनी घेतला. रंगभूमीवर काम करणारे नट किंवा नटी रंगभूमीवरच कुणीतरी असतात. रंगमंचावरच्या त्या प्रकाशाखेरीज आणि रंगांच्या रोंगणाखेरीज त्यांना दुसरं अस्तित्व नाही. कुठल्याही स्त्रीला खरं म्हणजे तुमच्यासारखा पुरुष लाभावा, अशी उत्कट इच्छा असेल. मलासुद्धा आहे, पण असली इच्छा सफल करू देण्यात शहाणपणा नाही.''

''पण तू माझी असशील, तरी तुझ्या आयुष्यावर मी कसलाही हक्क सांगणार नाही. तुझ्यावर कसलीही बंधनं घालणार नाही.''

''औदार्याचा देखावा करणं सोपं आहे; पण ते प्रत्यक्षात शक्य नाही. पडद्यामागच्या या दुनियेत मला वावरायचं असेल, तर तिथले कायदेकानू निराळे आहेत. नट्यांच्या चारित्र्याबद्दल सारेजण सवंगपणानं बोलतात. पण नट्यांचं पडद्याआडचं आयुष्य त्यांना फारसं माहीत नसतं. एका भीषण पोकळीत आम्ही वावरतो. रंगभूमीच्या प्रकाशात आणि प्रेक्षकांच्या भारावलेल्या जगात वावरायची आम्हांला सवय असते. थिएटर रिकामं झालं, दिवे विझविले गेले की, मग आमचं क्षुद्र जंतूंचं निरर्थक आयुष्य सुरू होतं. खरे-खोटे असे उत्कट प्रसंग रंगविताना आम्ही कुठल्यातरी उंचीवर गेलेले असतो. जमिनीवरून सरपटताना मग फार त्रास होतो. आपल्या एरवीच्या क्षुद्र आयुष्याची किळस येते. पुन्हा रंगमंचावरील प्रकाश उजाडेपर्यंतचा काळ नकोसा वाटतो. मग ह्या नाही त्या उपायांनी त्या क्षणांची आठवणसुद्धा आम्ही होऊ देत नाही. अर्थात सगळेच नट असे असतात, असं मी म्हणत नाहीत. पण नटांच्या या अशा वागण्यामुळं नाटका-सिनेमांत नेहमीच एक विचित्र अशांत वातावरण असतं. तिथल्या स्वामित्वाच्या कल्पनाही फार विचित्र असतात. माणसं एकमेकांच्या जवळ यायला तिथं कारण लागत नाही आणि दूर जायलाही काही कारण लागत नाही. आतातर या व्यवसायाला एक अघोरी गती आलेली आहे. भोवळ येईतोपर्यंत फिरत राहायचं. भोवळ आली की कुणाच्याही स्वाधीन व्हायचं. पुन्हा जागृती आली, की गरागरा फिरत राहायचं. त्याला इलाज नाही. या जगाचा हा दस्तूर आहे.''

''पण मग तू यातून बाहेर का पडत नाहीस?''

''तीही वेळ निघून गेली आहे. माझ्या आवाजावर खूश होऊन सिद्धेश्वरीबाईंनी मला गाणं शिकवायचं कबूल केलं होतं. त्या मला गाणं फुकट शिकविणार

होत्या; एवढंच नव्हे, तर माझा बनारसला राहण्या-जेवण्याचा खर्चही त्या करणार होत्या. एकदा मला मोह झाला. वाटलं, आईला आणि बहिणींना वाऱ्यावर सोडून द्यावं अन् जावं आपण गाणं शिकायला. पण मग ते स्वप्न मी मोडूनतोडून टाकलं.''

"पण या जीवनाची अखेर काय?''

"कुणास ठाऊक? तेवढा विचार करता येत नाही, हे माझं भाग्य आहे. तुमच्यासारख्यांच्या संगतीत आले, की आपल्याला बुद्धी नाही याबद्दल वाईट वाटतं; पण ज्या जगात मी वावरते तिथं वावरताना मला बुद्धी नाही, यावरच मी खूश आहे. त्यामुळं आपल्यावर अन्याय झाला आहे, आपण अधिक काही मिळवायला पात्र होतो अशी कधी जाणीवच निर्माण झाली नाही. पण ते जाऊ दे. आजची आपली शेवटची रात्र आपण काही असे आयुष्याचे पंचनामे करीत घालवायची नाही.''

हेमचंद्र काही बोलला नाही. तो गंभीर झाला. तिनं त्याला खूप खुलवायचा प्रयत्न केला; पण त्याची कळी काही केल्या फुलली नाही. तिनं त्याला गाणी म्हणून दाखविली. लहानपणच्या आठवणी सांगितल्या. पुन:पुन्हा आग्रहानं मद्य ओतून दिलं. स्पर्शांचे फुलोरे त्याच्या ओठागालांवरून फिरविले, परंतु त्याचा नेहमीचा बडबड्या स्वभाव एकदम लुप्त झाला. ती जो जो त्याला खुलविण्याचा प्रयत्न करीत होती, तो तो अधिक फुरंगटल्यासारखा झाला.

"हेम, तुम्ही माझ्यावर रागावलात?''

"नाही. मुळीच नाही!''

"नाही म्हटल्यानं काही ठरत नाही. तुम्ही काही बोलत नाही; मी मात्र भरमसाट बोलतेय. त्याला तुम्ही साधी दाद देत नाही का विरोध करीत नाही.''

"असं नाही. खरंच नाही गुलजार. तुझ्याकडून काही गोष्टी मी अपेक्षिल्याच नव्हत्या, म्हणून मी चक्रावून गेलो.''

"मी नकार देईन, याची तुम्ही अपेक्षा केली नव्हती?''

"नाही नाही. त्याबद्दल नाही मी म्हणत. पण जीवनाचा तू इतका गंभीर विचार करत असशील, हेच मुळी मी विचारात घेतलं नाही.''

"खरं म्हणजे मलासुद्धा हे माहीत नव्हतं. कारण कधी संधीच मिळाली नाही. इतकं मला कुणी बरोबरीनं आणि आपुलकीनं वागविलंच नव्हतं. एकदम माझ्यासमोर मला समजलेल्या भाषेत तुम्ही बोलू लागलात आणि कधी नाही ती माझी मला मी सापडले. पण एक सांगू, खरं असो- खोटं असो, बरोबर असो-

चूक असो, तुम्हांला नाराज करायची माझी इच्छा नाही. तुमच्यासाठी मी वाटेल ते करीन.'' आणि एकदम ती उठली आणि हेमचंद्राला तिनं मिठी मारली. तिच्या डोळ्यांत अश्रू आले. त्या अश्रूंनी हेमचंद्रही विरघळला. तिला जवळ घेत तो म्हणाला, ''तुला मी भलतंच काही करायला सांगणार नाही. काही न देतासुद्धा मला तू खूप काही दिलं आहेस,''

''आणि तुम्हीसुद्धा!''

मग दोघे पूर्वीच्या हळुवार गप्पांत रंगले आणि जेवणातही... आपल्या बेडरूममध्ये आल्यानंतर गुलजार त्याला म्हणाली,

''पाच-सहा दिवस आपण एकत्र राहिलो; पण खरं आपण एकत्र आलोच नाही. तुम्ही पुढाकार घेतलाच नाही. हाही अनुभव मला अगदी नवीन आहे. पण मला परत जाताना असं अभुक्त ठेवू नका. मला एकदा आपली म्हणा.'' असं म्हणताना तिनं आपले कपडे काढून फेकले. समर्पणाचा एक उन्माद तिच्या डोळ्यांत तरळू लागला. जणूकाही निसटून जाणारं एखादं सुख घाईगर्दीनं पकडण्याचा यत्न करताना होणारी धांदल, आतुरता आणि आवेग तिच्या डोळ्यांतून निथळत होता. तिनं त्याला घट्ट मिठी मारली. तो काहीच बोलला नाही. तिचा आवेग ओसरेपर्यंत त्यानं तिला तशीच घट्ट मिठीत धरली. तिच्या ओठांवर, गालांवर, कपाळावर त्यानं आपले ओठ फिरविले. वासनेची जागा जिव्हाळ्यानं केव्हा घेतली, हेसुद्धा त्यांना कळलं नाही. आपुलकीच्या ओलाव्यात ती बुडून गेली. त्याच्या स्पर्शाच्या मोरपिसानं आपण पेटण्याऐवजी विझतो का आहोत, हे तिच्या लक्षात येईना. त्याच्या डोळ्यांत तिनं डोकावलं; तिथं केवळ पुरुष दिसत नव्हता, तर एक लडिवाळ मित्र दिसत होता. तिथं अग्नी पेटलेला नव्हता; पण आपुलकीची ऊब होती. त्यानं तिला शय्येवर नेलं आणि उशीवर रेलून आपल्या मिठीत झोपविलं. तो तिला म्हणाला,

''आपण दोघं एकत्र आलो किंवा न आलो यानं फारसा फरक पडेल, असं वाटत नाही. पण दोघांनाही एकमेकांची ओढ असूनही शरीरसुखापलीकडचा कठीण रस्ता आपण चालून गेलो, तर ती आठवण मात्र दोघांच्या जवळ कायमची उरेल. केवळ एकमेकांच्या आठवणीनंसुद्धा आपले देह सळसळतील. तू म्हणाली होतीस तेच खरं आहे. सुखाचा पेलासुद्धा शिगोशीग भरू नये; नाही तर तो हिंदकाळतो. नको तिथं सुख सांडतं.''

आणि मग ती एकमेकांच्या मिठीत गुदमरून गेली, पण विरून गेली नाहीत.

सकाळ झाली. परतीचा प्रवास सुरू झाला. दोघांनाही काही गमावल्याचं, काही कमावल्याचं समाधान होतं. एक अतूट स्नेहाचा धागा त्यांनी निर्माण केला होता. त्यात आपण किती अडकलो आहोत, याचा शोध घेणं हीसुद्धा एक मजा होती. प्रवास रेंगाळत-रेंगाळत, तरंगत-तरंगत होत होता... याहीपुढे होणार होता. कधी, कुठं अवचितपणे गाठीभेटी होणार होत्या. त्या भेटींचे संकेत ठरलेले नव्हते; परंतु त्या भेटी नक्कीच होणार होत्या. सागरात एखाद्या लाटेनं दोन ओंडके जवळ आणले. ते बिलगून काही काळ एकत्र चालले, क्षणभर त्यांना आपण एकच आहोत असं वाटलं; पण दुसऱ्या एका लाटेनं ते वेगवेगळ्या वाटेनं फेकले गेले. पण जी लाट अशा ओंडक्यांना एकदा एकत्र आणू शकते, ती त्यांना पुन्हा एकत्र आणू शकत नाही, असं थोडंच आहे?

- ० - ० - ० -

थोडी सावली उन्हानंतर

अॅडव्होकेट सदानंद पळशीकर आर्ग्युमेंट संपवून खाली बसले, तेव्हा ते चांगलेच थकले होते. गेले पंधरा दिवस कोर्टात ते ही केस मांडत होते. आपलं समाधान होईपर्यंत न थांबण्याचा त्यांचा स्वभाव होता. परफेक्शन हे त्यांचं ध्येयवाक्य होतं. कोर्टाचा हॉल तुडुंब भरला होता. पळशीकरांचं आर्ग्युमेंट वकीलवर्गाला अभ्यासार्ह वाटावं इतकं चिकित्सेनं भरलेलं, कायद्याचा नवा अर्थ लावणारं, अभिजात इंग्रजीनं नटलेलं असे. पळशीकर तसे काही वयस्कर वकील नव्हते. पण अवघ्या वीस-पंचवीस वर्षांत त्यांनी मुंबईच्या वकीलवर्गात वेगवेगळ्या कारणांनी आपलं नाव दुमदुमत ठेवलं होतं.

हा खटला एरवी त्यांनी घेतला नसता; पण हा चंद्रकांत देशमुखांच्या भावाचा खटला होता. चंद्रकांत देशमुख हा त्यांचा बालमित्र, वर्गमित्र आणि जिवाभावाचा स्नेही. त्याचा भाऊ काही राजकारणी डावात अडकून नक्सलाइट म्हणून दीड वर्षं कोणताही आरोप न ठेवला जाता तुरुंगात डांबला गेला होता. वास्तविक चंद्रकांत देशमुख हे घरंदाज मालगुजार घराणे. चंद्रकांतचा भाऊ श्यामकांत हा कॉलेजमध्ये असताना काही राजकीय चर्चात्मक सत्रांत उत्साहानं भाग घेत असे. काही कम्युनिस्ट त्याचे मित्र होते. त्यांची काही पत्रं श्यामकांतजवळ सापडली होती. श्यामकांतही तसा आडदांड माणूस. मालगुजारकीची मस्ती अजूनही अंगात असलेला. चंद्रकांत आणि त्याचे सर्व कुटुंबीय पिढ्यान् पिढ्या कडवे हिंदुत्वनिष्ठ म्हणून जळगाव जिल्ह्यात गाजलेले. स्थानिक नेतृत्वाच्या चढाओढीत नेहमी वैर पेटलेले असल्यामुळे श्यामकांतला

कसे नि केव्हा या नक्षलवादी चळवळीशी त्यांनी जोडले, हे कुणाला कळलेही नाही. न्याय आंधळा असतो तसाच चेंगटही असतो. जिल्हा न्यायालयात केलेले अनेक अर्ज फेटाळल्यानंतर श्यामकांतच्या मुक्ततेचा अर्ज हायकोर्टात आला होता. हायकोर्टात तो ॲडमिट करून घेतानाही त्रास पडला. कारण सरकारनं त्याच वेळेस जळगाव जिल्ह्यातील आदिवासी विभागात चाललेल्या नक्सलाइट चळवळीला अपरंपार प्रसिद्धी दिली. कागदोपत्री श्यामकांतची केस आशादायक नव्हतीच आणि म्हणूनच ही केस घेण्यासाठी पळशीकर फारसे खूश नव्हते. आपल्या आजवरच्या लौकिकाला ते एवढं जपत असत, की कोणत्याही केसचा पुरेपूर अभ्यास केल्याशिवाय ते ती स्वीकारीतच नसत. देशमुखांची गोष्ट निराळी होती. वकिली प्रतिष्ठेपेक्षा या ठिकाणी मित्रप्रेमाची कसोटी होती.

पण अखेरी अभेद्य वाटणाऱ्या सरकारी बचावाच्या फळीला आपल्या सूक्ष्म निरीक्षणशक्तीनं त्यांनी खिंडार पाडलं. ब्रिटिशांच्या काळात जे कायदे, ऑर्डिनन्सेस निघाले होते, ते कित्येक नव्या सुधारित कायद्यांमुळे आता रद्दबातल झाले होते; पण त्यासाठी नव्या कायद्यांतील हेतूंची चिकित्सा अपरिहार्य होती. ज्या वेगवेगळ्या कालगत झालेल्या वटहुकमांखाली श्यामकांतला अटक झालेली होती, त्यांचं वैय्यर्थ पटवून देण्यासाठी पळशीकरांना अतोनात कष्ट करावे लागले. पण मूलभूत हक्क हा त्यांचा खास अभ्यासाचा विषय असल्यानं अखेरी हायकोर्टानं श्यामकांतची मुक्तता केली व देशमुख कुटुंब निष्कलंक झालं.

देशमुखांना या गोष्टीचा आनंद झाला आणि त्यांनी तो व्यक्त करण्यासाठी एक मोठी पार्टी आयोजित केली. गेला महिनाभर देशमुख आणि पळशीकर जवळपास एका वेगळ्याच जगात वावरत होते. त्यामुळे बालपणच्या आठवणी काढण्यासाठीसुद्धा त्यांना उसंत मिळाली नव्हती. पार्टी संपल्यानंतर दोघेजण जेव्हा पळशीकरांच्या मलबार हिलच्या भव्य प्रासादात आले, तेव्हा मद्याच्या संगतीत त्यांनी बालपण जागविले. देशमुख म्हणाले,

"या एका अरिष्टातून तू मला वाचविलंस. असंच आणखी एक संकट माझ्यावर आहे. माझ्या थोरल्या बंधूंची मुलगी शकुंतला तुला माहीत आहे. तिची हकीकतही तुला थोडीशी माहीत असेल. अकोल्याच्या भगवंतरावांच्या मुलाशी– रामचंद्राशी दोन वर्षांपूर्वी तिचं लग्न झालं होतं. मुलगा चांगला हुशार, देखणा, कर्तबगार होता. लग्न झालं आणि पंधरा दिवसांच्या आत मोटार अपघातात तो वारला. तेव्हापासून तिचं आयुष्य उजाड झालं. तिला आम्ही सहज सांभाळू शकतो. तिचं सासरही श्रीमंत आहे. पण एवढ्या तरुण मुलीला सारं आयुष्य

एकटीनं काढायचं म्हणजे केवळ पैसा पुरणार नाही. आमची दोन्ही घराणी अत्यंत कर्मठ त्यामुळं तिथं राहून तिचा पुनर्विवाह करणं हे तर मुळीच शक्य नाही. तिची तशी इच्छाही दिसत नाही. यंदाच ती एलएल.बी. झाली आहे. मुंबईसारख्या शहरात आली, काहीतरी कामात गुंतली, तर तिचाही वेळ जाईल. तिचं मन पालटेल. कदाचित तिचा प्रश्न ती सोडवूही शकेल. तुझ्या हाताखाली तू जर तिला कामाला घेतलीस, तर मी निश्चिंत राहीन.''

पळशीकर काहीच बोलत नव्हते. तसे ते अतिशय माणूसघाणे होते. एवढ्या प्रचंड आलिशान प्रासादात ते एकटेच राहात. नोकरचाकर होते; पण संसार करावा, खऱ्या अर्थानं घर करावं, असं त्यांना कधी वाटलंच नाही. सुरुवातीला खूप वधूपिते त्यांच्या मागं लागत. तेव्हा ते यशाच्या कैफात कीर्तीच्या शिड्या चढत होते. सभासंमेलनं, नाटक-सिनेमा यांचासुद्धा त्यांना शौक नव्हता. क्लबात ते जात असत, पण तिथंही ते रमत नसत. पुस्तकांच्या जगात आणि कायद्याच्या प्रकाशात ते इतके बुडून गेले होते, की, चाळिशी उलटून गेली, तरीसुद्धा त्यांना लग्नाची कधी गरजच वाटली नाही. तरुणपणात त्यांचा प्रेमभंग झाला होता, अशी कुजबुज बारमध्ये होई; पण खरं-खोटं कुणालाच माहीत नव्हतं. त्यांचा दिनक्रम घड्याळाच्या काट्याबरोबर चाले. पहाटे चार वाजल्यापासून ते रात्री दहा वाजेपर्यंत त्यांचं एक यंत्रवत वेळापत्रक होतं. त्यात फक्त कायदा या शब्दालाच नाजूक अर्थ होता. जणूकाही कायदा हीच त्यांची प्रेयसी होती आणि प्रेयसीच्या घरी उत्कंठेनं जावं तितक्याच आतुरतेनं नि तत्परतेनं ते कोर्टात जात.

आयुष्याचा आरंभीचा काळ तय्यबजींसारख्या निष्णात आणि सर्वविख्यात वकिलाबरोबर त्यांना घालविण्यास मिळाला. कायद्याचा हेतू सत्याचा शोध हा आहे, हा धडा त्यांनी पहिल्या दिवशीच घेतला. कोर्टात आयत्या वेळेस सुचेल तसं बोलायचं, हे तय्यबजींना मंजूर नसे. चांगल्या वकिलाने कायद्याच्या वेगवेगळ्या ग्रंथांची सतत सोबत ठेवली पाहिजे. पूर्वसूरींनी दिलेल्या निर्णयांचे वर्गीकरण केले पाहिजे व नेहमीच अद्ययावत असले पाहिजे, ही त्यांची शिस्त पळशीकरांनी अंगात बाणवली. कोणतीही केस लहान नसते, कारण त्यातला न्यायान्याय विचार हा मोठाच असतो. समोर असलेल्या कागदपत्रांतून व्यक्त होणारे सत्य आणि कायद्याला मान्य असलेले सत्य यांची सांगड घालण्यासाठी वकिलानं भाषाप्रभू असलं पाहिजे; कारण शब्दांच्या घोळक्यांतून सत्याचा रस्ता सापडतो, हे तय्यबजींनी त्यांना शिकवलं.

तय्यबजींच्या अकाली आजारामुळे त्यांचं बहुतेक काम आपोआपच

पळशीकरांकडे आलं आणि त्यांनीही ते तय्यबजींच्या लौकिकाला शोभेल अशा तऱ्हेनं सांभाळलं. अगदी अल्पवयात ते एकदम नामांकित वकील म्हणून ओळखले जाऊ लागले. पैसा आणि कीर्ती यांत आकंठ बुडूनही त्यांची कायद्यावरची भक्ती ओसरली नाही. म्हणूनच मुंबईतील अग्रगण्य वकील अशी उपाधी त्यांना येऊन चिकटली.

बुद्धिमान माणसाला कडवेपणाची सोबत चांगली असते. त्याला पुष्कळ फालतू गोष्टींचे दरवाजे बंद करता येतात. अनाठायी जाणारा वेळ वाचविता येतो. प्रसंगी रूक्षतेचा आरोप स्वीकारूनही कामाशी इमान राखता येतं. वेगवेगळ्या सन्मानाच्या, प्रतिष्ठेच्या आणि सार्वजनिक सेवेच्या जागा त्यांनी हसतमुखानं नाकारल्या. संस्थांच्या अध्यक्षपदांची आणि व्याख्यानांची आमंत्रणं ही जशी त्यांनी टाळली, तशीच त्यांना जज्जशिप मिळत होती तीही त्यांनी टाळली. या प्रत्येक नकाराच्या वेळेस केवळ जमावाबद्दल त्यांना घृणा होती हे कारण नव्हतं. आपल्या व्यवसायाशी अव्यभिचारी निष्ठा हेच ते कारण होतं आणि वकील म्हणून समाजाच्या आपण अधिक उपयोगी पडू, यावर त्यांचा विश्वास होता. सार्वजनिक संस्थांचे किंवा अन्याय झालेल्या गरिबांचे कित्येक खटले त्यांनी अल्प मोलात किंवा फुकटही चालविले. लोकशाही नव्यानं मूळ धरू पाहणाऱ्या या देशात न्यायालयांना काही खास अर्थ आहे आणि वकील म्हणून न्यायालयाच्या प्रतिष्ठेचे, न्यायाच्या विवेकाचे, मूलभूत हक्कांच्या संरक्षणाचे काम न्यायनिष्ठुरपणाने केले पाहिजे, ह्यावर त्यांचा विश्वास होता.

श्यामकांत देशमुखांची केस त्यांनी घेतली, तीही याच जाणिवेतून. केवळ आपल्या मित्राचा भाऊ म्हणून त्यांनी ही केस घेतली, हे तितकंसं खरं नव्हतं. ही केस तितकीशी आशादायक नव्हती. पण साध्या नि सरळ केसेस जिंकण्यासाठी सदानंद पळशीकरच कशाला हवे आहेत, असा त्यांच्या मानबिंदूला धक्का देणारा प्रश्न विचारला गेला म्हणून त्यांनी ते आव्हान स्वीकारलं आणि आपल्या कौशल्याच्या बळावर ते यशस्वीही केलं.

पण श्यामकांतची केस जिंकणं निराळं आणि शकुंतलेचा प्रश्न सोडविणं निराळं. श्रीमंत घरात वाढलेल्या, लाडावलेल्या या मुलीचा साहाय्यक म्हणून आपल्याला काय उपयोग होणार? जीवनात जिला रस उरलेला नाही, पतीच्या विरहामुळे जी अगतिक झालेली आहे, अशी मुलगी आपण चालविलेल्या या धर्मयुद्धात सहभागी होणार कशी? या निराधार, विधवा, तरुण मुलीची या प्रचंड मुंबईसारख्या नगरात देखभाल करणार कोण? जीवश्चकंठश्च मित्र झाला तरी

त्याची ही असली नाजूक जबाबदारी स्वीकारणं, पळशीकरांना अतिशय गैरसोईचं वाटलं. पण चंद्रकांत देशमुख हा व्यवहारात मुरलेला माणूस. त्यानं सारे अडथळे अगोदरच विचारात घेतले होते आणि म्हणून पळशीकरांच्या प्रत्येक शंकेला त्याच्याजवळ उत्तर तयार होतं.

"तुझा एवढा प्रचंड बंगला आहे. एखाद्या खोलीत ती राहील. इथंच जेवेल. दरमहा पाच-सहाशे रुपये मी पाठवीन."

"अरे, पैशाचा कुठं प्रश्न आला?"

"अरे, त्यासाठी मी पैशाचं बोललो नाही. तिलाही ओशाळं वाटणार नाही. शिवाय तिलाही खासगी खर्च पुष्कळ असतील की नाही? तुला तिचा काही उपयोग होत नाहीसं वाटलं, तर परत गावी नेईन तिला."

"अरे, पण उपयोग होण्याचा प्रश्न आहे कुठं? माझ्याकडे अगोदरच दोन-तीन असिस्टंट्स आहेत. त्यांच्याशीसुद्धा मला बोलायला वेळ मिळत नाही. मग ती इथं काय शिकणार माझ्यापाशी? आणि दुसरी गोष्ट अशी, की कायद्याचं एखाद कलम समजावून सांगता येतं. त्यानं चांगला असिस्टंट निर्माण होत नाही. मुळात बरं वक्तृत्व हवं. चांगलं इंग्रजी हवं. थोडी प्रतिभा हवी. नि मुख्य म्हणजे मनुष्य आशावादी हवा, आणि तुझी पुतणी तू सांगतोस त्यानुसार तर मरगळलेली आहे."

"जे सर्व मला माहीत आहे तेच तू काय सांगतोस मला सदा? तुझ्यासारख्या मोठ्या माणसाला तिचा काहीही उपयोग होणार नाही, एवढं न कळण्याइतका का मी मूर्ख आहे? खरं म्हणजे तिचा तुला काही उपयोग होईल असली आशा आम्ही ठेवली नाही. पण अखेरी हा एक प्रयोग आहे. कुणास ठाऊक, तुला कधी तिचा उपयोग झाला, तर तिचं आयुष्य एखाद्या वेळेस बदलूनही जाईल."

एरवी कधीही भिडस्तपणा न दाखविणारे पळशीकर या खेपेला 'होय' म्हणून गेले. कारण एकतर ते खरोखरच थकलेले होते. नुकत्याच जिंकलेल्या केसचा अभिनिवेशही त्यांच्या डोक्यात गरगरत होता. खरं म्हणजे या जगातील बऱ्यावाईट आनंदापलीकडे कृतकृत्यतेचे काही आनंद माणसाला नादावून टाकतात. अशा एका निरपराध माणसाच्या मुक्ततेसाठी अंतिम सत्याचा शोध करताना आणि त्यासाठी माणसानं निर्माण केलेल्या कायद्याचा सूक्ष्मातिसूक्ष्म विवेक उलगडताना एका नव्या मुक्तीचं दर्शन त्यांना जाणवलं. माणसाच्या यशापयशाला तसा अर्थ नसतो; पण त्या यशापयशाच्या संदर्भाला मात्र असतो. अशा वेळेस माणसाच्या अस्तित्वाला महत्त्व येते. निमित्तांनाही गौरव प्राप्त होतो.

उद्याची सारी वृत्तपत्रं आजच्या खटल्याचा वृत्तान्त कशा तऱ्हेनं छापतील, हे पळशीकरांच्या डोळ्यांसमोर तरळून गेलं. कुणी सरकारवर कडाडून निषेधाचे लेख लिहितील, कुणी तर लोकशाही धोक्यात असल्याचा पुकारा करतील; परंतु त्या सर्व लेखनात आपला जो गौरव होईल, न्यायाधीशांनी आपल्या प्रतिपादनाचे जे विशदीकरण केले आहे त्याचा जो उल्लेख होईल, यापुढील अशा खटल्यात या निकालपत्राचा संदर्भ म्हणून जो उपयोग होईल, त्या साऱ्याच गोष्टींनी त्यांचं मन वेगळ्या अर्थानं सुखावलं. एखादी केस संपल्यानंतर त्यांना नेहमीच काही काळ पोकळीत वावरल्याचा भास होई. अशाच मानसिक अवस्थेत ते आता होते. म्हणून त्यांनी देशमुखांची ही विनंती आपल्या स्वभावधर्मानुसार झिडकारली नाही.

दुसऱ्या दिवशी सकाळी शकुंतला पळशीकरांच्या घरी आली. बऱ्याच दिवसांपूर्वी त्यांनी तिला पाहिली होती तेव्हाचे तिचे दर्शन आणि आताचे दर्शन ह्यांत जमीन-अस्मानाचा फरक होता. तिला कुणी देखणी असं म्हटलं नसतं, पण तिच्या डोळ्यांत धग होती. तिचे डोळे काही न बोलता पुष्कळ सुचविणारे होते. काहीतरी दु:ख भोगल्यामुळे तिच्या सर्व अंगोपांगांवर एक उदासपणा होता. थोडा निरर्थकपणाही होता. तिच्यात एक ग्रामीण भाबडेपणा होता, साधेपणा होता आणि निरोगीपणा तर होताच होता. ती गौरवर्णीय नव्हती, परंतु चमकदार होती. तिच्या कांतीला निरोगीपणाचे अजब तेज होते. तिच्या हालचाली त्यांना मंद वाटल्या. परंतु अकारणच स्वीकारलेल्या औदासीन्यामुळे त्या असल्या पाहिजेत, हेही त्यांनी जोखलं. पळशीकरांच्या भव्य आणि आक्रमक व्यक्तिमत्त्वासमोर ती दबल्यासारखी होती. पळशीकरांनी चार-दोन प्रश्न विचारले. त्यांना तिने 'हो', 'नाही' अशी उत्तरं दिली. या मुलीच्या सर्व शक्ती कोठल्यातरी कारणाने गोठलेल्या आहेत, हे तिच्या नजरेला नजर भिडविताच त्यांच्या ध्यानात आले. तिला रंगसंगतीचं ज्ञान चांगलं असलं पाहिजे. तिचे कपडे केवळ नीटस नव्हते, तर तिच्या व्यक्तिमत्त्वाला शोभतील, पाहणाऱ्याला सुखावतील असे होते. पळशीकरांच्या झटकन ध्यानात आले, ते तिचे लांबसडक केस- एरवी दुर्मीळ असणारे! देशमुख पळशीकरांकडे नीट निरखून पाहत होते. पळशीकरांच्या डोळ्यांत खुशी किंवा आपुलकी नसली तरी नाराजी नाही, हे त्यांच्या लक्षात येताच त्यांनी सुटकेचा नि:श्वास सोडला.

शकुंतलेला एका दूरवरच्या कोपऱ्यातील स्वतंत्र खोली देण्यात आली. तिला हवं नको हे सर्व पाहायला देशमुख एक दिवस मुंबईत राहिले. देशमुख

निघून जाताच पळशीकरांचा प्रासादतुल्य वाडा शकुंतलेला खायला उठला. तिच्या लक्षात आलं की ह्या घरात लक्ष्मी वास करते, सरस्वतीही वास करते; पण अन्नपूर्णा मात्र वास करीत नाही. पळशीकर जेवणाच्या बाबतीत चोखंदळ नव्हते. नोकर वेळच्या वेळी जे जेवण ठेवीत, ते ते विनातक्रार खात. पण त्यांचे जेवणात फारसे लक्षच नव्हते. हळूहळू शकुंतलेने साऱ्या घराचा ताबा घेतला आणि तिचं अस्तित्व पळशीकरांना जाणवू लागलं. अर्थात जेवणाच्या वेळा नि शिस्त पाळून जेवणाची रुची तिने बदलली. पळशीकरांना माहीत नसलेले कित्येक पदार्थ ताटात पडू लागले; आणि अन्नाला रुची असते, हा एक नवा शोध त्यांना लागला. त्यांच्या घरादारात, दिवाणखान्यात, लायब्ररीत– सगळीकडेच समृद्धी जाणवत होती. परंतु केवळ समृद्धीनं सौंदर्य निर्माण होतेच असे नाही. शकुंतलेनं हळूहळू फर्निचरची मांडणी बदलली. नवी क्रोकरी आणवली. नवे वेगवेगळे पडदे खिडक्यांना दिसू लागले. प्रत्येक खोली, फ्लॉवरपॉट-फुलांनी सजलेले दिसू लागले. आपल्या स्वातंत्र्यावर हे आक्रमण होते आहे, हे पळशीकरांना कळत होते; परंतु तसं शकुंतलेला सांगण्याची हिंमत मात्र त्यांना होत नव्हती.

काही दिवस गेले. पण एवढ्या अवधीत त्यांच्या घराचा पुष्कळच कायापालट झाला. पळशीकर शिस्तीचे भोक्ते. प्रत्येक गोष्ट वेळच्या वेळी झाली पाहिजे व प्रत्येक गोष्ट जागच्या जागी ठेवली पाहिजे, ही गोष्ट ते स्वत: तर पाळीतच; पण नोकरांनाही पाळायला लावीत. पण ह्याचा अर्थ इतकाच असे की, कपाटातून काढलेली पुस्तकं परत कपाटात जात. पण सुंदर हस्ताक्षरात सर्व पुस्तकांची नोंद करून त्यांचे वर्गीकरण केलेले त्यांनी पाहिले, तेव्हा मात्र ते थोडे अस्वस्थ झाले. कारण आता त्यांना हवं होतं ते पुस्तक शोधण्यासाठी स्मरणशक्तीपेक्षा इंडेक्सचा उपयोग करावा लागणार होता. ते थोडेसे रागावले. शकुंतलेला त्यांनी बोलावून घेतले. ते म्हणाले,

"तू जे घरात सगळे बदल करते आहेस, ते छान आहेत. पण माझ्या ग्रंथालयात, चेंबरमध्ये तू काहीही करू नकोस. पुस्तक शोधण्यात माझा फार वेळ जातो."

शकुंतला हसली. ती म्हणाली, "तुम्ही पुस्तकं शोधताच कशाला? तुम्हांला हवी ती पुस्तकं मी काढून देईन."

"छे छे! ते नाही चालणार! कित्येकदा मलासुद्धा पुस्तकाचं नावही आठवत नाही. केवळ कव्हरच्या रंगावरून माझ्या ते लक्षात येतं."

"आय एम सॉरी! मला वाटलं होतं, मी तुमच्या काही उपयोगी पडू

शकेन; पण माझ्यामुळं तुम्हाला त्रास होतोय असं दिसतं. मी लायब्ररीत पाऊलसुद्धा टाकणार नाही.''

पळशीकरांनी तिच्याकडे रोखून पाहिलं. त्यांच्याकडे ती राहायला आल्याच्या पहिल्या दिवशी तिच्या मुद्रेवर जो उदास भाव दिसला होता, तोच भाव आता पुन्हा त्यांना दिसला. त्यांना उगाचच खंत वाटली. ह्या मुलीच्या अस्तित्वाला काहीतरी कारण हवं होतं. ते सापडताच ती पालटली होती. ते कारण मिळविण्याचा तिचा ती प्रयत्न करीत आहे, हेही त्यांच्या लक्षात आलं. ते म्हणाले,

''डोंट मिसअंडरस्टँड मी! तू तुझं काम चालू ठेव. जरा बदल झालाय म्हणून मला त्रास होत आहे हे खरं; पण त्याचीही सवय होईल. खरंतर तू ठेवतेस त्या पद्धतीनं ही पुस्तकं फार पूर्वीच ठेवावयास हवी होती. वर्षानुवर्षे एकाच पद्धतीनं आयुष्य जगलं की, मग कोणत्याही बदलाचा त्रास होतो. पण त्यासाठी चांगले बदल धिक्कारता कामा नयेत. गो अहेड! आणि हे पाहा, तुला जे इथं आणून ठेवलं आहे ते काही एखाद्या लॉजिंग-बोर्डिंगची व्यवस्थापक म्हणून नाही. तू वकिलीच्या परीक्षा दिल्या आहेस. तुला सनदही मिळेल. माझ्याकडून तू वकिली व्यवसाय शिकावास, अशी तुझ्या चुलत्यांची इच्छा आहे. त्याबाबत तर तू मला काहीच विचारलं नाहीस.''

''मला वकिली करण्यात फारसं स्वारस्य नाही. काहीच उद्योग नव्हता म्हणून मी कॉलेजात गेले. परीक्षेला बसले, बहुतेक पासही झाले; पण मला नोकरी-व्यवसाय करण्याची खरंच मुळात हौस नाही.''

''मला माहीत आहे. तू एक संसारी मुलगी होतीस नि तुला संसार करायचा होता. पण संसार तर सारेचजण करतात आणि संसार करणं याचा अर्थ चांगलं घर करणं, मुलं वाढविणं, उष्टी-खरकटी काढणं एवढाच असतो का? ज्यांना बुद्धीच नाही, त्याच त्याच गोष्टी करण्यात ज्यांना रस आहे, लहानसहान भावुक गोष्टींत मन ज्यांना रमवून घेता येतं, त्यांच्यासाठी आपण दगडामातीची घरं बांधतो. खरंतर बुद्धिमंतांसाठी सृष्टीनं केवढं मोठं घर बांधलं आहे, नाही? प्रत्येक क्षणी वर बदलणारं छप्पर आहे. रंगरूप पालटणारी भूमीची फरसबंदी आहे. मी लग्न केलं नाही याबद्दल पुष्कळांना आश्चर्य वाटतं. लग्न ही एक पुष्कळांना तीव्र गरजेची गोष्ट वाटते. मला खरोखरीच तशी ती वाटली नाही. मी एकटेपणानं जगायचा प्रयत्न करतो. पण मी एकटा आहे हे मला कधी जाणवलंच नाही. लग्न, मुलंबाळं या साऱ्या गोष्टींत आनंद असेलही; मला तो कधी वाटला नाही. ज्यांचं आपल्या व्यवसायावर अपार प्रेम असतं आणि ज्यांच्या निष्ठा

अंतिम सत्यावर असतात, त्यांना मनाचे चोचले पुरविण्यासाठी वेळही नसतो, इच्छाही नसते. शेवटी आपल्या ऐपतीनुसार सुखदुःखांची वाटणी करून घ्यावी लागते. ज्यांना काही करायचं असतं, ती माणसं ऐहिक संसारापासून दूर का राहतात याचा विचार आला की वाटतं, संसाराची व्याख्यासुद्धा बौद्धिक कुवतीनुसार बदलते. काही माणसं संसारात असूनही नसल्यासारखी असतात... बरं, ते जाऊ दे. मी काही कोर्टात आर्ग्युमेंट करीत नाही! तू उगीच बोअर होशील.''

शकुंतला घाईघाईनं म्हणाली,

''नाही नाही. तुमचा शब्दन् शब्द मी समजून घेण्याचा प्रयत्न करते आहे. मी विचारलं तर तुम्ही रागावू नका. कारण माझा तो अधिकार नाही, पात्रता नाही. तुमच्यापुढं मी एक अडाणी मुलगी आहे.''

''विचार विचार. तुला काय हवं ते विचार.''

''पण नकोच. आज नाही विचारणार. पुढं केव्हातरी विचारीन.''

''अगं विचार. लाजायचं काही कारण नाही.''

''नाही. तुमची मला भीती वाटते.''

''भीती? ती कशासाठी? माझ्यात भिण्यासारखं काय आहे?''

''ते तुम्हांला कळायचं नाही. बुद्धिमान माणसांच्या संगतीत त्याच्या तेजाचे सारखे चटके बसतात. त्यांना त्या तेजाचं काही वाटत नाही. कारण तर्काच्या शिड्या चढायची-उतरायची त्यांना हौस असते. पण सामान्य माणसं तर्कालाच घाबरतात. तर्क ही एक महाभयंकर गोष्ट आहे. कारण एकदा त्याच्या स्वाधीन झालं, की आपण नको त्या ठिकाणी जाऊन पोचतो. तुम्ही एवढे मोठे आहात, एवढे वादपटू आहात, की तुम्हांला मला कधीच जिंकता येणार नाही. किंबहुना तसा काही प्रयत्न करणंही वेडगळपणाचं लक्षण होईल.''

शकुंतला हसली. प्रथम सौम्य आणि मग चांगलीच खदखदली.

पळशीकर म्हणाले,

''शब्दानं कदाचित तू माझा पराभव करू शकणार नाहीस, पण या अशा निरागस हास्यानं तू माझाच काय, पण प्रत्यक्ष परमेश्वराचाही पराभव करू शकशील. पण ते जाऊ दे! तुझा प्रश्न काय तो विचारला नाहीस.''

''पण नकोच. आज नको. प्लीज. नि आता उशीरही झाला आहे. तुमचं वेळापत्रक चुकेल; पण केव्हातरी तो प्रश्न मी जरूर विचारीन.''

''ठीक आहे. ॲज यू प्लीज! पण लक्षात ठेव. आजपासून तू माझी असिस्टंट झालीस! माझ्याबरोबर रोज कोर्टात यायचंस. जमेल तेवढं शिकायचंस.

इंग्रजी वाचन वाढवायचं. कायद्याची पुस्तकं मी सांगेन त्या क्रमानं वाचायची. आर्ग्युमेंट करताना नीट टिपणं घ्यायची. दुसऱ्या कोर्टात जाऊन दुसऱ्या वकिलांचं आर्ग्युमेंट वेळ मिळेल तेव्हा ऐकायचं. तुझी इच्छा नसली, तरीसुद्धा तू चांगली वकील होऊ शकशील. व्हायलाच पाहिजे.''

आणि त्या दिवसापासून शकुंतला पळशीकरांबरोबर कोर्टात जाऊ लागली. तिच्या लक्षात आलं की, पळशीकरांबरोबर केवळ असणे म्हणजेच शिक्षणाचे नवेनवे पाठ घेणे आहे. अशिलांशी बोलताना, कागदपत्रं वाचताना, कायद्याचं इंटरप्रिटेशन करताना, रिट लिहिताना प्रत्येक गोष्टीत पळशीकरांचं म्हणून काही खास वागणं असे. पळशीकर केवळ अशिलांनाच नव्हे, आपल्या सहकाऱ्यांना, प्रतिस्पर्धी वकिलांना, एवढंच नव्हे तर जजेसनासुद्धा आपल्या व्यक्तिमत्त्वात बुडवून टाकीत.

खूप लिहिलं किंवा बोललं म्हणजे कायद्याचं विवरण केलं, असा एक अकारण गैरसमज वकिली व्यवसायात आहे; परंतु पळशीकरांचे ड्राफ्ट्स सुटसुटीत असत. कायद्यातील मुद्द्याला धरून अनुक्रमानंच लिहिलेले असत. जे कायद्याचा मुद्दा खास त्यांच्या बाजूचा असे तो अखेरी अखेरी ते प्रभावानं मांडीत. तीच गोष्ट त्यांच्या आर्ग्युमेंटमध्येही असे. शब्दांचा मोघम–व्हेग– वापर ते कधी करीत नसत. त्यांचं म्हणणं असं, की हायकोर्ट जजेस हीसुद्धा माणसंच असतात. त्यांना कंटाळवाणी भाषणं ऐकायची सवय असली, तरीसुद्धा फाजील लांबलेल्या भाषणामुळं कधी कधी महत्त्वाच्या मुद्द्यांकडे त्यांच्याकडून दुर्लक्ष होण्याची शक्यता असते.

प्रतिपक्ष कोणत्या मुद्द्यावर भर देईल, याचा पळशीकरांनी आगाऊच अंदाज केलेला असे. म्हणून विरोधाची सारी धार ते सारे मुद्दे उपस्थित करून ते आधीच नष्ट करीत. ते नेहमी आपल्या सहकाऱ्यांना सांगत, की अखेरी हेसुद्धा एक युद्ध आहे. युद्धशास्त्रातील सारे नियम इथंही लागू आहेत. कोणती युद्धसामग्री केव्हा वापरावी, प्रतिपक्षाचे चढाईचे कोणते बेत असतील, हे सारं वकिलाला पूर्ण ज्ञात हवं. आपल्या प्रत्येक मुद्द्यावर त्याच्या मनात कुतूहल असलं पाहिजे, म्हणून आपल्याला सारंच युद्धक्षेत्र पूर्ण ज्ञात हवं; त्यामुळे बेअंदाजी शब्दांची फेकाफेक होत नाही. हिशेबाने केलेलं युद्ध जिंकण्याची शक्यता नेहमीच जास्त असते.

आपल्या व्यवसायावरचं अपार प्रेम पळशीकर क्षणोक्षणी जागतं ठेवतात, याचा शकुंतलेला अनुभव आला. व्यावसायिक नीतीबद्दल त्यांच्या कठोरपणाला

मर्यादाच नव्हती. त्यामुळे वकीलवर्गात त्यांचा एक वचक होता. काही प्रसंगांत त्यांनी काही प्रथितयश वकिलांविरुद्ध फार आक्रमक भूमिका घेऊन त्यांना शिक्षाही देवविल्या. अशा वेळेला त्यांचे उग्र स्वरूप भीतिदायक वाटे. आपल्या आयुष्यात व्यावसायिक प्रतिष्ठा आणि कायद्याचा अन्वयार्थ यापलीकडे या माणसाला कसलाच रस वाटू नये, याचा शकुंतलेला विस्मय वाटे.

घरात वावरताना शकुंतला त्यांच्या प्रकृतीची, खाण्यापिण्याची जास्तीत जास्त दक्षता घेई. ते उठायच्या आधी ती उठे. पहिल्या दिवशी ज्या वेळेस त्यांच्या खोलीवर पहाटे चार वाजता त्यांना टॅप ऐकू आला, तेव्हा दार उघडताना शकुंतलेला चहाचा ट्रे घेऊन आलेली पाहून ते चकित झाले. ते म्हणाले, ''तू कशाला चहा आणलास?'' ती हसली.

''भगतइतकाच माझा चहासुद्धा तुम्हांला आवडेल.''

''आवडण्याचा प्रश्न नाही. पण इतक्या लवकर तुला उठण्याचं कारण नाही.''

''खरं सांगू? मला नेहमीच लवकर उठायची सवय आहे. तुम्हांला माहीत आहे आमचं शेतकरीकुटुंब. चार वाजताच आमचं घर जागं होतं. जनावरांच्या धारा काढणं, गोठे साफ करणं, न्याहारीची व्यवस्था करणं या साऱ्या गोष्टी दिवस उजाडण्यापूर्वीच तिथं कराव्या लागतात. इथं मुंबईतच माझ्यापुढं प्रश्न होता, की सकाळी उठून काय करायचं? मग विचार केला, एवीतेवी तुमच्याबरोबर आता काम करायचं आहे; मग तुमच्याबरोबर दिवस सुरू व्हावा हेही बरोबर नाही का?''

''अगं, पण तुला इतकं लवकर उठण्याची खरंच गरज नाही. मला एकांड्या माणसाला काही चमत्कारिक सवयी लागल्यात. झोप संपल्यावर अंथरुणात राहणं मला अनैतिक वाटतं, आणि आपल्या आयुष्यास शिस्त लावली, की हळूहळू काहीतरी मोलाचं आयुष्यात साठतच जातं. भारतीय घटनेवर एक ग्रंथ लिहावा, अशी माझी बऱ्याच दिवसांची इच्छा आहे. घटना करणाऱ्यांच्या मूळ उद्दिष्टांपासून आपण फार दूर चाललो आहोत. घटनेत खूप बदलही होत गेले. यांतील पुष्कळ बदल राजकारणाच्या सोईसाठी झाले. कोर्टानं कित्येक कलमांवर परस्पर-विसंगत असे निवाडे दिले आहेत, विशेषतः मूलभूत हक्कांसंबंधी जी कल्पना आहे, तिचा गैरवापर चालू झाला आहे. त्यावर मी गेले कित्येक दिवस टिपणं करतोय, जमलं तर पुस्तकही पुरं करीन. सकाळचे दोन-एक तास मी त्यासाठी देतो. चालू कोणत्याही केसचा मी विचार करीत नाही. म्हणून म्हणतो,

सकाळी तुला लवकर उठण्याचं कारण नाही.''

तोपर्यंत शकुंतलेनं दोघांचाही चहा तयार केला. पळशीकरांना साखर किती लागते, हे तिनं विचारलंही नाही. तिनं एक चमचा साखर घातली आणि चहाचा कप त्यांच्या पुढं केला.

''मला आणखी थोडी साखर लागते. आणखी एक चमचा साखर घाल.''

''नको. तुम्ही जास्त साखर खाता कामा नये.''

''अरे वा! तुला वैद्यकशास्त्रातलंही कळतं वाटतं?''

''वैद्यकशास्त्रातील काही कळण्याची गरज नाही. बैठं काम करणाऱ्या माणसानं आपलं वजन वाढू देता कामा नये. शिवाय तुमच्या वडिलांनाही मधुमेह होता. तो आनुवंशिक रोग आहे. तुम्हांला तो होण्याची शक्यता आहे.''

''अरे बापरे! तू बायकोच्याही वर माझी काळजी घ्यायला लागलीस.''

''काळजी घेण्यासाठी बायको व्हायलाच पाहिजे असं नाही. स्त्रीत्वाची भावना पुरते त्यासाठी. वकिली व्यवसायात मी कितपत यशस्वी होईन कुणास ठाऊक; पण एका चांगल्या वकिलाला तंदुरुस्त ठेवण्याचं काम जरी मी केलं, तरीसुद्धा ते पुरेसं नाही का?''

पळशीकरांनी चहा प्यायला सुरुवात केली; पण तो चहा अगोड असल्याकारणानं त्यांनी एकदम तोंड कडवट केलं. ते म्हणाले,

''छे छे! असला चहा नाही बुवा चालायचा आपल्याला.''

शकुंतलेनं त्यांच्याकडे नीट निरखून पाहिलं. लहान मुलाची तक्रारखोर वृत्ती त्यांच्या डोळ्यांत तिला आढळून आली. तिच्या रोखलेल्या डोळ्यांकडे क्षणमात्र पळशीकरांनी पाहिलं आणि खाली मान घालून ते चहा पिऊ लागले. आरंभी चेहऱ्यावर आलेला कडवटपण हळूहळू कमी झाला. त्यानंतर ते काहीच बोलले नाहीत. चहाचं सामान आवरून तिनं ते दूरच्या मेजावर नेऊन ठेवलं. ती म्हणाली,

''तुमच्या या पुस्तकाच्या कामात तुमची डिक्टेशन्स मी घेतलेली चालतील ना?''

एकदम कडवटपणानं पळशीकर म्हणाले, ''नो!''

''एखादी लहानशी गोष्ट न मिळाल्यामुळे मोठी माणसं किती रुष्ट होतात, नाही?''

''मी समजलो नाही.''

''तुमच्या चहातली साखर मी कमी केली, म्हणून खरंतर मनातून तुम्ही

रागावलात आणि तेवढ्यासाठी मला तुम्ही ताडकन 'नो' म्हणून सांगितलं.''

''छे छे! त्याचा नि याचा काही संबंध नाही.''

''नाही. त्याचाच संबंध आहे. तुमच्या स्वातंत्र्यावर मी आक्रमण करते आहेसं तुम्हांला वाटलं.''

''खरंच तसं नाही शकू. आय डिडंट मीन इट! माझ्या पुस्तकात सहभागी होण्याइतकं तुझं इंग्रजी चांगलं नाही. लीगल टर्मिनॉलॉजी तुला अजून परिचित नाही. केवळ तेवढ्यासाठीच तुला नाही म्हणतो.''

''तुम्ही म्हणता ते खरं असलं, तरी तुमचा आताचा आवाज आणि तो व्यक्त करताना आलेला कडवटपणा हा तुमच्या नाराजीतून आलेला आहे. मला कळतंय, मी तुमच्या आयुष्यात भाग घेतेय नि तुम्हांला ते आवडत नाही.''

''नो! नो शकू! हे तर अगदीच चूक. मलातर असं कधीच जाणवलेलं नाही. उलट, तू इथं आलीस तेव्हा जो माझा राग होता, तो गेल्या दहा-पंधरा दिवसांत पार मावळून गेलाय.''

''तुम्ही तसं म्हणा; पण मला कधी जाणवलेलं नाही. शब्दांपेक्षा कृती मला महत्त्वाची वाटते. माझ्या आयुष्यात काही दुर्घटना घडली, हा काही दुसऱ्यांचा अपराध नाही. त्यांच्या आयुष्यात मी का लुडबुडावं? बरं, तो माणूसही साधासुधा नव्हे. एकटेपणानं वाट चालणारा, नामांकित कायदेपंडित, आयुष्यातील सन्मान नाकारत, आयुष्यातील सुखांकडे पाठ फिरवणारा!''

''डोंट बी सारकॅस्टिक!''

पळशीकर खुर्चीवरून उठले. त्यांनी तिच्या खांद्यावर आपले पंजे घट्ट रोवले. ते म्हणाले,

''माझ्याबद्दल गैरसमज व्हावा, असं माझं वागणं विक्षिप्त आहे; पण त्याचं खरं कारण सांगू? मला ॲटॅचमेंट नको. गुंतागुंत नकोय. जबाबदाऱ्या नकोत. असलं काही केलं, तर माझी एकाग्रता भंग पावेल. तेवढ्यासाठी तुसडेपणाचा बुरखा मला घेतलाच पाहिजे.''

''मागं मी तुम्हांला एक प्रश्न विचारणार होते. आता विचारते, तुमच्या आयुष्यात कुणी स्त्री आलीच नाही का?''

''नाही. आणि येऊ नये अशीच इच्छा आहे. एकतर कळकट रस्त्यावरून मला जायचं नाही. त्याच त्याच गोष्टी मला करावयाच्या नाहीत. लहान लहान गोष्टींत गुंतायचं नाही. मला मुळी स्त्रीची गरजच वाटत नाही. आणि खरं सांगू? संसारी लोकांच्या जातीतला मी नाहीच. उगीच एखाद्या अश्राप मुलीला नीरस

संसारात भागीदारीण करण्यात अर्थ काय?''

शकुंतला उठली. चहाचा ट्रे तिनं हातात घेतला. खोलीतून बाहेर पडता पडता ती एवढंच म्हणाली, "तुम्हांला मेंदू आहे, तसंच एक हृदयसुद्धा आहे, हे तुम्ही विसरलात. कोणताही अवयव आपल्या डिमांड्स पुऱ्या करून घेतल्याशिवाय राहत नाही. कठोर, नीरस, एकांगी आयुष्य जगण्यासाठी तुम्ही खोट्या शब्दांचे स्वत:भोवती तट बांधलेले आहेत. परंतु हे तटसुद्धा काळ भुईसपाट करतो.''

दार बंद केल्याचा आवाज पळशीकरांनी ऐकला. समोरच्या कागदांची जुळवाजुळव करताकरता त्यांनी इंडियन लॉ रिपोर्टर्समध्ये खूण घालून ठेवलेली केस वाचायला सुरुवात केली. त्यांचे डोळे त्या छापलेल्या अक्षरांवरून फिरत होते; परंतु त्यांतील शब्दांचा अर्थ त्यांच्या डोक्यात उतरत नव्हता. त्यांनी पुस्तक मिटवून ठेवले. शकुंतला मघाशी जाताना जे बोलून गेली, त्याचाही अर्थ त्यांच्या डोक्यात उतरत नव्हता. पण ह्या मुलीचा अजून आपणास अदमास आलेला नाही, एवढंच त्यांच्या लक्षात आलं.

दिवस तसेच पुढे जात होते. हळूहळू शकुंतला पुष्कळशा कामांत त्यांना साहाय्य करू लागली. कोर्टातून ते परस्पर क्लबवर जात, तेव्हा ती काय करते हे त्यांना माहीत नव्हते; पण एक दिवस त्यांना ते अकस्मात उमगलं. एक दिवस त्यांच्या टेबलावर सकाळी आदल्या दिवशी त्यांनी केलेल्या नोटस्‌ची टाइप्ड कॉपी होती. त्यांनी तिला विचारले, तेव्हा तिने सांगितले. टायपिंग नि स्टेनोग्राफीचा कोर्स तिनं पुरा केला होता. आता त्यांना ड्राफ्ट्स हातानं लिहावे लागणार नव्हते. त्यांनी लगेच तिची चाचणी घेतली. तिनं लगेच डिक्टेट केलेला ड्राफ्ट टाइप करून त्यांच्यासमोर ठेवला, तेव्हा त्याकडे ते विस्मयाने पाहतच राहिले. प्रयत्न करूनही त्यांना त्या ड्राफ्टमध्ये चूक सापडली नाही. अवघ्या दोन-तीन महिन्यांत नेहमीचं काम सांभाळून तिनं आपलं इंग्रजीही सुधारलं होतं. ते आश्चर्यचकित झाले. त्यांच्या डोळ्यांतील आश्चर्याचा भाव पाहून ती म्हणाली,

"तुम्हांला थोडं वाईटही वाटलं असेल.''

"कशाबद्दल?''

"तुमच्या अपेक्षेप्रमाणं मी केवळ श्रीमंत, लाडावलेली, सुखासीन मुलगी नाही म्हणून?''

"तुझ्या वागण्यात, बोलण्यात कुठंतरी माझ्याबद्दलचा राग अजून डोकावतोय. पण खरंच सांगू, तुझ्याबद्दलचे सारेच अंदाज चुकीचे ठरले, ह्याचा मला आनंद होतोय. कारण इतकी वर्षं माझे सहकारी असलेल्या माणसांनासुद्धा माझ्याबरोबर

काम करताना चुकल्यासारखं वाटतं. कंटाळल्यासारखं *वाटतं.''*

"बरोबरच आहे! ती माणसं आहेत, यंत्रं नाहीत. तुम्ही काम करणारे केवळ एक यंत्र होऊ पाहत आहात. तुमच्या हे लक्षातही येत नाही, की यंत्रालासुद्धा विश्रांती द्यावी लागते. कारण त्यालासुद्धा 'मेन्टल फटिग्' जाणवतो. यंत्रांनासुद्धा अचूक, निर्दोष आणि भरपूर काम करावयाचं असलं, तर त्यांची देखभाल करावी लागते. तुम्ही तुमच्या देहाचं यंत्र अफाटपणे वापरत आहात. तुम्हीही कधी विश्रांती घ्यावी, कधी दुसऱ्या गोष्टींत मन रमवावं, संगीत-चित्रकला अशा कलांचा छंद करावा, नाटक-सिनेमा पाहावा. यंत्र ताजेतवाने होते. माणसांच्या मनाची गुंतागुंत केवळ कायद्याच्या कलमानं समजत नाही, तर त्यांच्या मनोव्यापाराचा अभ्यास करून समजते. हे सारं कळण्यासाठी आपलं चिकित्सक मन थोडा वेळ निरुद्योगी ठेवावं लागतं, ह्याचा तुम्ही कधी विचारच केलेला नाही. तुम्ही आहात ह्याच्यापेक्षा खूप मोठे आहात. कलावंताला जे प्रतिभेचं देणं असतं, त्यातला काही अंश तुमच्या वाट्याला आला आहे, ह्याचीसुद्धा तुम्हांला जाणीव नाही. पण जाऊ देत. पुन्हा आपला नेहमीचा *विषय.''*

"माझे जाऊ दे. पण तू अशी यंत्रासारखी का वागतेस? तू असं अतिरिक्त काम का करतेस? तुझ्यावर तर कुणी जबरदस्ती केलेली नाही. तुला कंटाळा येत नाही? त्या वेळेस तू काय *करतेस?''*

"मग मी आणखी काम करते. चिडून आणखी काम करते. मी दमले आहे, थकले आहे ह्याची जाणीवसुद्धा उरणार नाही, इतकी मी रमून *जाते.''*

"पण का? *कशासाठी?''*

"कारण मला तुमच्याएवढी बुद्धी नाही. बुद्धिवंतांना वेडसरपणाचा शाप असतो. त्यामुळेच त्यांच्या हातून असे काहीतरी घडते. त्यासाठी ते आपल्या अनेक सुखांचा बळी देतात. ही झपाटलेली माणसं जगाच्या कौतुकाचाही विषय होतात. पण त्यांच्यातील अन्य वेळेला असणारं सामान्यपण जर कुणी हुडकून काढलं नाही, त्यांना जमिनीवर कुणी आणलं नाही, तर त्यांचं आयुष्य शोकांतिका बनण्याची शक्यता असते. प्रतिभा, बुद्धी या गोष्टी देवानं दिलेल्या आहेत, पण त्यांना स्वतःचं मरणही दिलेलं आहे. तेवढ्यासाठीच, त्यांना जगविण्यासाठीच, त्यांना बारीकसारीक सुखदुःखांची जोड द्यावी *लागते.''*

"यू आर राइट! विचार करायला पाहिजे *ह्यावर.''*

असे वादविवाद नि चर्चा अधूनमधून होत असतानाच पळशीकरांना शकुंतलेचं वेगवेगळं दर्शन होत होतं. एखादं गंजलेलं भांडं घासूनपुसून स्वच्छ

केल्यावर जसं तळपावं, तसे तिच्या आयुष्याचे झाले होते. एक दिवस काही तातडीच्या गोष्टी समजून घ्यावयाच्या आणि सोलापूरच्या एका अशिलाला एक ट्रंककॉल करावयाचा होता, म्हणून ती क्लबात गेली. तिथे पळशीकर आणि हायकोर्ट जज्ज अडवाणी एका कायद्याच्या मुद्द्याची चिकित्सा करीत होते. ती येताच त्यांनी आपले बोलणे थांबविले आणि अडवाणी निघून गेले. ती पळशीकरांना म्हणाली,

"इथं येऊनही तुम्ही कायद्याची चिकित्सा करीत बसता? मग क्लबमध्ये येता तरी कशाला? काहीतरी खेळ खेळावा, निदान पोहावं तरी!"

"हे कधी सुचलंच नाही खरं."

"चला तर मग, आज आपण पोहू या."

"आता? ह्या वेळेला? आणि पोहायचे कपडे कुठायेत?"

"अहो, हा काय अडथळा झाला? पाच मिनिटांत मी तुमची सगळी व्यवस्था करते."

खरं म्हणजे पळशीकरांना विरोध करावयाचा होता, पण विरोध करायला त्यांना वेळच मिळाला नाही– कारण तोपर्यंत ती सेक्रेटरीच्या ऑफिसमध्ये गेलीसुद्धा! ते नुसते पाहतच राहिले. सगळ्यांच्या समोर केवळ पोहण्याच्या कपड्यांत वावरायची कल्पनासुद्धा त्यांना भयंकर वाटली. ते दिङ्मूढ होऊन बसले होते. तेवढ्यात ती दोन पार्सले घेऊन आली. एक त्यांच्यासमोर केलं नि म्हणाली, "चला!" पळशीकरांना उठणंच भाग होतं. क्लबचा स्विमिंग पूल त्यांनी नीटसा कधी पाहिलेलाच नव्हता. स्विमिंग पुलाशी येताच पाच-सात माणसे पोहताना पाहून त्यांना आणखीनच थोडं ऑकवर्ड वाटलं. चेंजिंग रूमजवळ आल्यावर तिनं त्यांना जवळपास आत ढकललं आणि लॉकरची किल्ली हातात दिली आणि ती म्हणाली,

"पर्स, घड्याळ वगैरे लॉकरमध्ये ठेवा. नि लवकर या."

पळशीकर आत गेले. पोहायचं टाळावं कसं, ह्याचा ते विचार करू लागले. त्यांना वाटलं, शकुंतला कपडे बदलून येण्याच्या आत आपण चटकन घरी पळून जावं. पण तेवढं धारिष्ट्य त्यांना झालं नाही. शकुंतलेचा त्यांना भयंकर राग आला; पण या घटकेला तरी तो निरर्थक आहे, हे त्यांच्या लक्षात आलं. त्यांनी चेंजिंग रूममध्ये कपडे काढले. अटेंडंटनं लगेच ते कपडे नीट अडकवून ठेवले. आरशात दिसणाऱ्या आपल्या उघड्यावाघड्या प्रतिबिंबाकडे पाहून त्यांना हसूच फुटलं. काहीतरी अघटित घडावं आणि अशा स्थितीत बाहेर पडायला

लागू नये, असं त्यांना सारखं वाटलं. तेवढ्यात शकुंतलेचाच बाहेरून आवाज आला. मग मात्र त्यांचा धीर सुटला आणि ते घाईघाईनंच बाहेर आले.

सारा स्विमिंग पूल निळ्या प्रकाशानं भारलेला होता. त्या निळ्या प्रकाशात शकुंतलेचं अनावृत दर्शन पाहून ते चकित झाले. तिनं एक निराळंच रूप आता तिथं धारण केलं होतं. त्यांच्या डोळ्यांतील आश्चर्याचा भाव तिच्याही ध्यानात आली आणि ती हसली. त्यात हास्यात तर सूर्यालाही विरघळून टाकण्याचं सामर्थ्य होतं! तिला त्या खळखळणाऱ्या शुद्ध निरागस हास्यात पाहताच ज्यांचा परिचय नाही अशा अनेक भावनांचा गोंधळ त्यांच्या मनात झाला. ती इतकी सुदृढ असेल, इतकी प्रमाणबद्ध असेल, हे आजवर त्यांच्या कधी ध्यानातच आलं नव्हतं. खरं म्हणजे स्त्रीकडे त्यांनी कधी असं पाहिलंच नव्हतं. आश्चर्य, उत्कंठा, कुतूहल या साऱ्या गोष्टी त्यांच्या अंत:करणात एकदम दाटून आल्या. तिच्या या दर्शनानं नेमकं त्यांच्या मनात काय उद्‌भवलं, ते त्यांचं त्यांनाही अजमावता आलं नाही. ते पुढं येताच किंचित बोचऱ्या स्वरात ती म्हणाली,

"आता तरी नाराजी गेली आहे ना?"

"आता तरी म्हणजे?"

यावर शब्दानं तिनं उत्तरच दिलं नाही. देहाला किंचित कलतं करून, छाती किंचित पुढं काढून डोळ्यांची किंचित हालचाल केली. ती पुढं आली. त्यांचा हात हातात घेऊन ती स्विमिंग पुलाकडे गेली आणि म्हणाली,

"उडी मारणार?"

"नाही नाही! पंचवीस वर्षांत मी पोहलेलो नाही."

"ठीक आहे. चला आपण जाऊ या."

थंडगार पाण्यात शिरताच पळशीकर क्षणमात्र गांगरले. पण स्विमिंग पूलच्या त्या चैतन्यदायी वातावरणात त्यांच्या स्नायूंनी आपोआपच हालचाल केली नि ते पोहू लागले. पाच-सहा हात पुढे गेल्यावर, शकुंतला कुठं आहे हे ते मागे वळून पाहू लागले. त्यांना ती कुठं दिसेना. त्यांनी सर्व स्विमिंग पूल अगदी न्याहाळून पाहिला; तरीही त्यांना ती दिसली नाही. मग त्यांच्या तोंडून उत्कंठापूर्ण हाक आली, "शकू!"

जणूकाही त्या हाकेचीच वाट पाहत असल्यासारखी शकुंतला त्यांच्या अगदी जवळून पाण्यातून वर आली. तिच्या डोळ्यांत मिश्कीलपणा होता. अशी खेळकर आणि लडिवाळ शकुंतला त्यांनी यापूर्वी कधीच पाहिली नव्हती. तिनं त्यांच्या अंगावर पाण्याचे सपके उडवून त्यांना बेजार केले. मग ती म्हणाली,

"उडी मारणार?"

त्यांनी मानेनंच नकार दिला. ती मासळीसारखी सरसर पाणी कापत जंपिंग स्टेअर्सकडे गेली आणि तिथं जाऊन अगदी उंच थरथरत्या फळीवर उभी राहिली. आकाशाच्या निळाईच्या पार्श्वभूमीवर ती चंद्रकोरीप्रमाणं क्षण-दोन क्षण लकाकून गेली. तिनं हात वर केले. स्नायूंना तणाव दिला आणि एखाद्या बाणाप्रमाणे ती वरून पाण्यात कोसळली. तिच्या सफाईमुळं अन् धिटाईमुळं तिचं निराळंच व्यक्तिमत्त्व पळशीकरांच्या समोर तरळू लागलं. स्त्रीसौंदर्याचा त्यांनी कधी अनुभव घेतला नव्हता. स्त्रीलाघवाशी त्यांचा कधी संबंध आला नव्हता. एरवीची शकुंतला आणि आताची ही चैतन्यगात्री शकुंतला निराळ्याच आहेत, हे त्यांच्या ध्यानात आलं. वेगवेगळ्या प्रतिमा धारण करणारं, वेगवेगळ्या विभ्रमांचा आविष्कार करणारं तिचं रूप त्यांनी सर्वांगांनी न्याहाळलं. ती पुन्हा पृष्ठभागावर दिसताच त्यांनी आपुलकीनं तिच्या पाठीवर हात ठेवला आणि हळूहळू पोहत पोहत पुलाच्या दुसऱ्या दिशेनं जाऊ लागले. ते म्हणाले,

"प्रत्येक क्षणाला तू काही नवीन सरप्राइझेस देते आहेस."

ती हसली. जणू तिला म्हणायचं होतं, 'अजून तुम्ही काय पाहिलंत?' तसेच मंद गतीनं पुष्कळ वेळ पोहत राहून ती त्यांना पोहण्यातील अनेक चमत्कृती करून दाखवीत होती. तशी ती स्थूलदेही होती; पण आता तिचं सारं पुष्टत्व पाण्यात अगदी विरघळून गेलं होतं. ती एखाद्या पिसासारखी, एखाद्या मासोळीसारखी पाण्यावर तरंगत होती, पाण्यात क्रीडा करीत होती.

बरीच दमछाक झालेली दिसल्यानंतर पळशीकरांनी पोहणं थांबवायचं सुचविलं. पहिल्याच दिवशी अतिरेक नको, म्हणून शकुंतलेनं आवरतं घेतलं. मघाशी अपुऱ्या कपड्यांत वावरताना लाजणारे पळशीकर आता पूलमधून बाहेर पडून ड्रेसिंग रूममध्ये जाताना मुळीच लाजले नाहीत. लाजायसारखं त्यात काही नव्हतंच, हेही त्यांच्या ध्यानात आलं. जगाचं आपल्याकडं फार लक्ष आहे, असा एक गैरसमज करून घेऊन बारीकसारीक गोष्टींत आपण अकारण निर्बंध लादून घेत होतो. पण खरंतर जग आपल्या व्यवहारात इतकं गुंग असतं, की त्याला अन्य कोणाकडे पाहायची सवडच नसते.

कपडे चढवून दोघेजण बारमध्ये येऊन बसली. खरं म्हणजे हेसुद्धा न ठरवता घडून गेलं. बेअराला त्यांनी खूण करून बोलावलं आणि तो येत असतानाच शकुंतलेस त्यांनी विचारलं,

"काय घेऊ या?"

''काहीही.''

''काहीही म्हणजे काय? चहा, कॉफी, व्हिस्की...''

''तुम्ही घ्याल ते!''

तोपर्यंत बेअरा जवळ आला होता. त्याला त्यांनी स्कॉच व्हिस्की आणायला सांगितली. आपण दिलेल्या ऑर्डरचा शकुंतलेच्या चेहऱ्यावर काही परिणाम होतोय काय, हे त्यांनी न्याहाळून पाहिलं. पण तिच्या चेहऱ्यावर काहीच परिणाम झालेला नव्हता. त्यांना थोडं आश्चर्य वाटलं. कितीही सुधारलेली असली, कितीही धीट असली, तरी नेहमीच्या सरावानं दारू पिण्याचा तिला अनुभव असेल हे त्यांना पटेना. बेअरानं अदबीनं ग्लासेस आणून ठेवले. बर्फाचे खडे आणि पाणी ग्लासात घातले आणि तो निघून गेला. पळशीकरांनी ग्लास उचलताच शकुंतलेनंही उचलला. पळशीकरांनी विश् करताच तिनंही विश् केलं. दोघांनी घोट घेतला आणि ग्लास खाली ठेवला. पुष्कळांच्या चेहऱ्यावर मद्याच्या चवीमुळं जो एक कडवटपणा दिसून येतो, तो तिच्या चेहऱ्यावर अजिबात दिसला नाही. ते म्हणाले,

''तू चांगली सराईत दिसतेस.''

''कशावरून?''

''व्हिस्की मागवली तेव्हा तुला धक्का बसला नाही. ती पिताना तू नवशिकेपणा दाखविला नाहीस, आणि त्याहूनही ती पिताना तू ते एंजॉय केल्याचा आनंद जाणवला. म्हणजे यापूर्वी तुला मद्याचा अनुभव असला पाहिजे.''

ती हसली. तिनं व्हिस्कीचा आणखीन एक घोट घेतला. ओठांवरून आपली अंजिरी जीभ फिरविली. ग्लास खाली ठेवला. आपल्या छोट्या रुमालानं नाकाचा शेंडा उगीचच पुसला. तिच्या या निरर्थक कालहरणामुळे पळशीकर आणखीच गोंधळात पडले आणि म्हणाले,

''हॅव आय ऑफेंडेड यू?''

''ओ, नो! मला आपलं आश्चर्य वाटलं. मी मागे एकदा तुम्हांला म्हणाले होते, कायद्यातील कलमांची चिकित्सा आणि मानवी मनाचं ज्ञान या दोन अगदी भिन्न गोष्टी आहेत.''

''मी नाही समजलो.''

''नाहीच समजणार सदानंद. मी माझ्या आयुष्यात प्रथमच दारूला स्पर्श केलाय. आमच्या घरात सगळेजण दारू पितात. दारू तशी मला नवीन नाही. पण का कुणास ठाऊक, तिची चव पाहावी असं मला कधीच वाटलं नाही. आज

तुम्ही माझं ऐकलंत, नाराजीनं का होईना पण पोहायला पाण्यात उतरलात. मला तुम्हांला नाराज करायचं नव्हतं आणि नाराज करायचं नाही असं ठरल्यानंतर चेहऱ्यावर कडवट भाव कसे येतील?''

हा प्रश्न विचारताना टेबलावर दोन्ही कोपरे टेकवून, ओंजळीत चेहरा धरून, किंचित लवून तिनं त्यांच्याकडे पाहिलं. पोहण्याच्या व्यायामानं तिची कांती तेजाळली होती, सुखद थकण्याचा तृप्त आनंद तिच्या आंगोपांगांवरून निथळत होता, मानेखाली तिची पाठ उघडी पडली होती. अंगातील ब्लाउजही ओलसर झाला होता. आजवरच्या आयुष्यात स्त्रीला त्यांनी कधी जवळ येऊ दिलं नाही. स्त्रीचं असं वेगळेपण त्यांना भावलंच नव्हतं. आता तिची तेजाळलेली कांती, आक्रमक, निरोगी तारुण्य, डोळ्यांतील मुग्ध भाव या साऱ्यांनी स्त्रीची एक धूसर प्रतिमा त्यांच्या अंत:करणात शिरू पाहत होती. तिला अडविण्याचा आपला प्रयत्न निष्फळ होईल की काय, यामुळे ते उगीचच सचिंत झाले. त्यांनी एका दमात व्हिस्की पिऊन टाकली आणि वेटरला खूण करून आणखी एक पेग मागविला. पळशीकरांच्या मनातील अस्वस्थतेचा हिशोब शकुंतला जुळवीत होती, आणि एकदम तिला आपल्या कार्याची जाणीव झाली. ज्या कामासाठी ती इकडं आली होती, ते तिनं पळशीकरांना सांगितलं. त्यांच्याकडून सूचना घेतल्या आणि ती म्हणाली,

''यू टेक युवर टाइम. मी घरी जाते आणि ट्रंककॉल करते.''

''घरी कशाला जायला पाहिजे? इथून क्लबमधून केला तरी चालेल.''

''मी इथं थांबलेली चालते का तुम्हांला?''

''चालेलच. थांबायला हवेच.''

मध्यंतरी पळशीकरांशी व्यावसायिक चर्चा करताना मघाशी निर्माण झालेला जिव्हाळा आता कुठंतरी हरवून गेलेला होता. शब्दांच्या पुलाची हीच गंमत आहे. नकळत एकाला एक जुळत तो दोन माणसांना एकत्र जोडून टाकतो आणि अगदी कारण नसताना तो पूल तुटूनही जातो. मग कितीही प्रयत्न केला किंवा कितीही आर्जवी शब्द नजाकतीनं शोधून आणले, तरी तो पूल उभा राहत नाही. शब्दांचा पूल निर्माण होण्याचा एक अद्भुत क्षण असतो. तो क्षण हुकला की मग सारी काही अनुकूलता असूनही समोर दिसत असलेल्या गोष्टी हातात येत नाहीत. शकुंतलेनं पुन्हा पुन्हा संभाषण जोडण्याचा यत्न केला; पण धागा तुटला तो तुटलाच.

पण या घटनेनं एक गोष्ट झाली. शकुंतलेनं तिला हवे ते कार्यक्रम

ठरविले. नाटक-सिनेमा, संगीताची मैफल, रेसकोर्स, फ्री स्टाईल कुस्ती, कॅबेरे अशा अनेक ठिकाणी कोणताही विरोध न करता पळशीकर जाऊ लागले. पळशीकरांच्या कामात कोणताही व्यत्यय येऊ न देता शकुंतला हे चातुर्यानं हे कार्यक्रम आखत असे. पळशीकरांचे स्वतंत्र असे कार्यक्रमच नसल्यामुळे त्यांना विचारून करण्याचा प्रश्नही नसे. नेहमीप्रमाणे पहाटे चार वाजता दोघांचा चहा होई, मग ते त्यांच्या पुस्तकात गुंग होत. आवश्यक असेल तेव्हा ती त्यांच्याबरोबर लायब्ररीत बसे. पण बहुतेक वेळा आदल्या दिवशीचं त्यांचं काम टाइप करणं किंवा त्या दिवशीच्या कोर्टातील कामाच्या आर्ग्युमेंटची टिपणं तयार करणं, हे काम ती करी. सात वाजता पुन्हा चहा घेताना ती त्यांच्याकडून डिक्टेशन घेई. आठच्या सुमारास त्यांच्याकडे अशील व सहकारी वकील येऊ लागत. घेतलेल्या डिक्टेशनचं अन् टायपिंगचं काम पुरं होताच ती स्वत:चं आन्हिक आटपून जेवणाकडे लक्ष देई आणि दहाच्या ठोक्याला दोघे जेवण करीत. मग कोर्ट संपेपर्यंत ती त्यांच्याबरोबरच असे. काही कारणानं कोर्टात काम झालं नाही तर किंवा लंच ब्रेकला ते त्यांच्या चेंबरमध्ये असत. तिथं कामाची वर्गवारी करणं, तारखा, अर्ज, पेपरबुक्स आदी गोष्टी, आल्या-गेल्या पैशाच्या नोंदी, पुढील आठवड्यात बोर्डावर येणाऱ्या केसेस या सर्व गोष्टींची ती दक्षतेनं व्यवस्था ठेवी. शकुंतला आता ऑफिसचा एक अपरिहार्य घटक बनली होती. तिच्या वागण्या-बोलण्यात एक आक्रमक सफाई आली. कधी कधी लहानसहान प्रकरणी ती कोर्टापुढे उभी राहू लागली. कोर्टात अपील ॲडमिट करून घेणारं बेंच सांभाळणं, हे मोठं कठीण काम हळूहळू ती शिकू लागली. कोर्टातील पुष्कळसे वकील तिला ओळखू लागले आणि जजेसचाही तिला पुरेसा परिचय झाला.

अशा परिचयातच एका दाव्याच्या निमित्तानं एका तरुण ॲडव्होकेटशी– नारगोळकरशी– तिचा परिचय झाला. एक-दोन गाठीभेटींतच तो तिच्याशी जास्त आपुलकीनं वागू लागला. तिला गाठायची तत्परता दाखवू लागला. तिनं त्याला कधी उत्तेजनही दिलं नाही आणि विरोधही दर्शविला नाही. रोजच कोर्टातून ती पळशीकरांबरोबर क्लबला जात नाही, हे नारगोळकरच्या लक्षात आलं. संधी साधून तो तिला बसस्टॉपवर गाठे, आणि लिफ्ट देऊ करी. कुठंतरी चहा घेऊ या, असंही सुचवी. ती त्याच्याबरोबर अन्यत्र कुठं गेली नाही, पण तिनं त्याची लिफ्ट कधी नाकारली नाही. कधी कधी ती त्याला गाडीतून उतरताच घरात येण्याची विनंती करी. चहाही देऊ करी. तो तिथं रेंगाळायचा प्रयत्न करी. नारगोळकर तसा चांगला उदयोन्मुख वकील होता. त्याला झिडकारून टाकावं

असं मनात आलं, तरी झिडकारून टाकणं तिला कधी जमले नाही. तो येतच राहिला. तो नि ती गप्पा मारत असताना एके दिवशी वेळेच्या आधीच पळशीकर घरी आले आणि त्याला शकुंतलेशी गप्पा मारताना पाहून ते थोडे चकित झाले. नारगोळकर पळशीकरांना मानत होताच. त्यांना नारगोळकरानं आदरानं नमस्कार केला आणि नम्रतेनं त्यांच्याशी तो बोलू लागला. थोडा वेळ गप्पाटप्पा झाल्यावर तो निघून गेला. पण तो निघून जाताच पळशीकरांच्या वागण्यातील अलिप्तपणा शकुंतलेच्या ध्यानात आल्यावाचून राहिला नाही. नेहमीपेक्षा अधिक उत्साहानं ती त्यांच्याशी बोलू लागली. जो थोडासा अंतराय उत्पन्न झाला, तो दूर करण्यासाठी तिनं प्रयत्न केला. परंतु पळशीकर आपल्या मूडच्या बाहेर काही येईनात. ती म्हणाली,

"आपण सिनेमाला जाऊ या काय?"

"छे छे! खूप कामं पडलीत आणि मला रात्रीचं जागरण केव्हाही आवडत नाही. उद्या पुन्हा कामावर जायचं आहे."

"पण आजचा दिवस तरी माझं ऐका."

"आजच्या दिवसाचं काय विशेष आहे?"

"सांगेन मग मी."

तिच्या आवाजात येऊ लागलेला फरक पळशीकरांनी जोखला. पण त्या कातरतेला भुलायचं नाही, असा त्यांनी निश्चय केला होता. ते म्हणाले,

"नो! नॉट टुडे."

रात्री जेवायच्या वेळेससुद्धा शकुंतला जेवणगृहात आली नाही. पळशीकरांना जरा चमत्कारिक वाटलं. त्यांनी भगतला तिला बोलवायला पाठवलं. आपलं डोकं दुखतंय आणि आपण गोळी घेऊन झोपलो आहोत, असा तिनं निरोप पाठविला. पळशीकरांनी जेवण्याचा प्रयत्न केला, पण त्यांचंही जेवणात लक्ष लागेना. त्यांना एकदा वाटलं की, आपण जाऊन चौकशी करावी. पण त्यांना तो धीर झाला नाही. ते तसेच आपल्या लायब्ररीत गेले. कामात त्यांनी मन रमविण्याचा प्रयत्न केला. एरवी कुठल्याही गोष्टीनं अस्वस्थ न होणाऱ्या पळशीकरांचं प्रथमच कामात मन लागेना. हा अनुभव त्यांना नवीन होता. मग मात्र त्यांनी पुस्तकं मिटवून ठेवली आणि ते सरळ शकुंतलेच्या खोलीत आले. त्यांनी दरवाजावर टॅप केलं. कोण आहे असं शकुंतलेनं विचारलंसुद्धा नाही. त्यांना वाटलं, शकुंतलेला झोप लागली आहे, म्हणून ते परत वळू लागले, एवढ्यात शकुंतलेच्या खोलीचा दरवाजा उघडला. ती म्हणाली,

"या ना!"

शकुंतलेच्या बेडरूममध्ये सदानंद प्रथमच येत होते. येता येता ते म्हणाले, "आपण सिनेमाला जाऊ या. लवकर तयारी कर."

"पण आता तिकिटं कशी मिळतील?"

"त्याची चिंता तू करू नकोस."

"पण आता सिनेमाला जायची खरंच गरज नाही."

"पण मघाशी तरी काय गरज होती?"

"मघाची गोष्ट निराळी होती."

"तेवढ्यात काय फरक पडला?"

"मघाशी तुम्ही रागावलेले होतात."

"मी? नाही बुवा!"

"बुद्धिमान माणसंसुद्धा माणसंच असतात. त्यांनासुद्धा मत्सर असतोच. मघाशी नारगोळकर आले, ही गोष्ट तुम्हांला काही आवडलेली नाही, आणि खरं सांगायचं तर मलासुद्धा फारशी आवडलेली नाही. पण त्यांनी मला लिफ्ट दिली; मग त्यांना आत या म्हणणं, चहा देणं हा शिष्टाचारच नाही का? आणि मग ते उगाचच फालतू बोलत रेंगाळत राहिले."

"फालतू?"

"फालतू नाहीतर काय? स्त्रियांच्या रूपाची आणि गुणांची खुशामत करीत राहणं याला फालतू संभाषण म्हणायचं नाही, तर काय म्हणायचं?"

"तुला खुशामत आवडत नाही? तुला कुणी सुंदर म्हटलेलं आवडत नाही?"

"नाही. मला कुणी असं काही म्हटलेलं आवडत नाही; पण एखाद्याच्या मनात माझ्याबद्दल अशी भावना आहे हे जर त्याच्या कृतीतून कळलं, तर आवडेल मला."

"पण एखाद्याला शब्दातून तसं व्यक्त करावंसं वाटलं, तर काय बिघडलं?"

"जे लोक केवळ तोंडावाटे प्रेम व्यक्त करतात, त्यांचं प्रेमही तोंडदेखलंच असतं. जे केवळ सौंदर्यालाच आकृष्ट होतात, त्यांच्या फक्त डोळ्यांनाच प्रेम समजतं. प्रेम ही गोष्ट अणुरेणूंतून जेव्हा जाणवते, तेव्हाच ती दुसऱ्याच्या अंत:करणाला भिडते. म्हणूनच पुष्कळांचं प्रेम हे बरंचसं शारीरिक असतं. ठरलेल्या अभिव्यक्तीत ते खूश असतात. लग्नाच्या बंधनानं त्याला बांधून ठेवावं लागतं. असलं प्रेम मला आवडत नाही. शिवाय माझं रूप आरशात मी रोज पाहते. जे माझ्याजवळ नाही त्याची स्तुती कुणी करू लागलं, म्हणजे एकतर तो माणूस ढोंगी असला

पाहिजे, किंवा त्याची सौंदर्यदृष्टी अगदी सामान्य असली पाहिजे असं मला वाटतं.''

''धिस इज टू मच! त्याला तू खरी आवडल्याची शक्यता नसेल का?''

''शक्य आहे. पण मलासुद्धा तो न आवडणं शक्य आहे की नाही?''

''हां, तेही बरोबर आहे. पण तू सुंदर नाहीस असा जो तुझा गैरसमज आहे, तो मात्र तू काढून टाक.''

शकुंतला हसली.

''मग मी सुंदर आहे तर! पण तुम्हांला ते आजपर्यंत जाणवलं असं वाटत नाही.''

''जाणवण्याचा प्रश्न नाही; पण सांगण्याचं कारणच पडलं नाही.''

''म्हणजे तसं कारण पडल्याशिवाय जवळपास असणाऱ्या गोष्टींकडे लक्ष द्यायचं नाही, असं तुम्ही ठरवलेलं दिसतंय. निदान एक बरं आहे. नारगोळकरांचे उद्या मला आभार मानले पाहिजेत. त्यांच्यामुळे का होईना, तुम्ही नाराज झालात आणि त्या नाराजीतून एक सत्य मला समजलं.''

''छे छे! मी मुळीच नाराज झालो नाही. काही कारणही नाही तसं. किंबहुना एका जबाबदारीतून मुक्त झाल्याचा मला आनंद झाला.''

''तुमच्यावर कसली जबाबदारी?''

''माझ्या मित्रानं तुला इथं आणली. माझा असिस्टंट करण्याचं केवळ एक निमित्त. पण तू तुझ्या औदासिन्यातून बाहेर पडावंस, हा त्याचा हेतू होता. तो सफल झाला आहे. तुझ्यावरचं सगळं सावट आता दूर झालं आहे. तू पुन्हा आता नव्यानं जन्म घेतलेली सुंदर, तरुण, आशावादी स्त्री झालेली आहेस. कुठल्याही पुरुषाला अंकित करून टाकण्याइतके गुण आणि रूप तुझ्याजवळ आहे. तुझं सारं व्यक्तिमत्त्व आता जागं झालं आहे. नारगोळकरासारखा तरुण, बुद्धिमान माणूस तुझ्यात गुंतलेला दिसतोय. यू हॅव सॉल्व्ह्ड युवर प्रॉब्लेम्स.''

''माझे खरे प्रॉब्लेम्स काय आहेत, याचा तुम्ही कधी विचार केला आहे काय?''

''मला नाही समजलं.''

''नाहीच समजायचं.''

शकुंतलेनं पाठ फिरविली आणि ती खिडकीतून बाहेर पाहू लागली. बंगल्याबाहेरची बाग चंद्रप्रकाशानं अद्भुत झाली होती. त्यापलीकडची गगनचुंबी इमारत विद्युत्प्रकाशानं चमचमत होती; परंतु शकुंतलेच्या अंत:करणात मात्र

अंधार दाटलेला होता. आपल्या दुःखाला बोलकं करण्याचं सामर्थ्य आपल्याजवळ नाही, हेही तिला कळलं. खांद्यावर स्पर्श जाणवल्यामुळे एकदम तिनं वळून पाहिलं. पळशीकर आर्जवी स्वरात विचारीत होते,

"सिनेमाला जायचं ना आपण?"

"नको."

"सिनेमाला नको तर नको. आपण कुठेतरी हिंडायला जाऊ किंवा बागेत फिरू. प्लीज!"

पळशीकरांचा आवाज तिला एकदम निराळा वाटला. त्यांच्या डोळ्यांतही नेहमीचा ताठरपणा, करारीपणा जाणवला नाही. का कुणास ठाऊक, एकदम तिला हुरूप आला. ती म्हणाली,

"मी कपडे बदलून तयार होते. तुम्ही कपडे बदलून घ्या."

पळशीकरांनी गाडी बाहेर काढली. त्या रात्री ते दोघे मुंबईच्या कितीतरी रस्त्यांवरून सैर करीत होते. त्यांचं संभाषण सुरूच झालं नाही आणि संपलंही नाही. संभाषण करायलाच हवं, असंही दोघांना वाटलं नाही. नेहमीपेक्षा ती त्यांच्या निकट बसली होती. इतकी की तिच्या अंगोपांगांचा स्पर्श त्यांना सारखा जाणवत होता. तिच्या केसांच्या बटा पळशीकरांच्या मस्तकाला, चेहऱ्याला स्पर्श करीत. तिच्या तारुण्याचा मुग्ध सुगंध तिनं वापरलेल्या सुगंधातूनही उठून त्यांच्याभोवती घुटमळत होता. संथ लयीत त्यांची सैर चालली होती, आणि अशीच ती अविरत चालावी, असं दोघांनाही वाटत होतं. एका वळणावर गाडी जोरानं वळली आणि शकुंतला त्यांच्या बाजूला कलली आणि गाडी परत सरळ जाऊ लागली तरीही तिनं आपली मान त्यांच्या खांद्यावरून काढली नाही. पळशीकरांनी तिच्या केसांवरून हात फिरविला आणि तिला उगीचच थोपटल्यासारखं केलं. ते घरी परतले तेव्हा बारा वाजले होते. सगळीकडे किर्रर्र शांतता पसरली होती. गाडी गॅरेजमध्ये ठेवण्याचा त्यांनी आळस केला. ती पोर्चमध्येच ठेवली. गाडीला कुलूप लावून ते परत येईपर्यंत शकुंतला दरवाजाशी तशीच उभी होती. तिच्या कमरेभोवती त्यांनी हात घातला, लॅचकीने दरवाजा उघडला आणि शकुंतलेच्या खोलीपाशी ते तिला घेऊन गेले. तिच्या खोलीच्या दरवाजापाशी उभे राहून त्यांनी तिच्या खांद्यावर हात ठेवला आणि ते म्हणाले,

"आता तरी डोकेदुखी थांबली ना?"

शकुंतलेनं त्यांच्या डोळ्याला डोळा दिला आणि ती खळखळून हसली. हसणं थोडं अनावर झाल्यानं तिनं आपलं डोकं पळशीकरांच्या छातीवर घुसळलं.

ती म्हणाली,

"आता तर खरं डोकं दुखू लागलं आहे." आणि मग एकदम ती आपल्या खोलीत शिरली. तिनं हलकेच दार लावून घेतलं. तिच्या कपड्यांची सळसळ ऐकत ते क्षणभर दरवाजाबाहेरच उभे राहिले. हर्षभरानं ती गुणगुणत होती. क्षणभर त्यांना दरवाजा उघडून आत जाण्याचा मोहही झाला. पण तो मोह टाळून ते आपल्या बेडरूममध्ये आले. आरशात त्यांनी स्वत:लाच रोखून पाहिलं, आणि ते रिकामपणाने स्वत:शीच हसले. त्यांच्या शर्टची इस्त्री चुरगळलेली होती. त्या शर्टावर तेलाचा एक डाग जाणवत होता आणि लिपस्टिकच्या लाल खुणाही रेंगाळत होत्या. आपलं नेहमीचं रूप आपण आता हरविलं आहे, हेही त्यांच्या ध्यानात आलं. आपली नसन् नस काहीतरी मागणी करत आहे आणि ती पूर्ण करणं आता अशक्य आहे, यामुळे ते अस्वस्थ झाले. वयाच्या कित्येक पायऱ्या उतरून आपण परत मागं वळलो आहोत, या जाणिवेनं त्यांना हलकं हलकं वाटत होतं.

पळशीकर अंथरुणावर पडले, पण त्यांना झोप काही केल्या लागेना. शकुंतला अशीच तळमळत असेल का, असाही विचार त्यांच्या मनात तरळून गेला. बराच वेळ झोप येत नाही असं पाहून त्यांनी व्हिस्कीची बाटली काढली. एक-दोन पेग पोटात गेल्यावर त्यांना थोडं बरं वाटलं. आपल्या मनात उद्भवणाऱ्या नव्या जाणिवांचा ते विचार करू लागले. शकुंतला ही आपल्याकडे विश्वासानं ठेवलेली ठेव आहे आणि आपण विश्वासघात तर करीत नाही, या विचारानं ते पुन्हा अस्वस्थ झाले. पेल्यावर पेले त्यांनी झोकले. हळूहळू त्यांची शुद्ध केव्हा हरपली, हे त्यांना कळलंही नाही.

दुसऱ्या दिवशी पहाटे शकुंतलेला जाग आली तेव्हा आपल्याला उठायला उशीर झाला आहे, हे तिच्या लक्षात आलं. अपराधाच्या जाणिवेनं तिनं लगबगीनं स्वयंपाकघरात जाऊन चहाची तयारी केली. घाईघाईनं तोंड धुतलं आणि पळशीकरांच्या खोलीत आली. त्यांच्या खोलीत उजेड नाही, हे पाहून तिला आश्चर्य वाटलं. तिनं दार उघडून दिवा लावला, तर पळशीकर अस्ताव्यस्त झोपलेले. तिनं चटकन दिवा बंद केला. काय करावं हे तिला चटकन समजेना. मग तिचं लक्ष दारूच्या बाटलीकडे गेलं. तिच्या मनातील अस्वस्थता दूर झाली आणि चेहऱ्यावर हसू आलं. तिच्या लक्षात आलं की, आपल्या खोलीत रात्री येण्याचा मोह टाळण्यासाठी त्यांनी दारूचा आश्रय घेतला असला पाहिजे. मग तिनं छोटा दिवा लावला. अस्ताव्यस्त झालेली खोली आवरून घेतली. खिडक्यांचे पडदे लावून

घेतले. चहा परत घेऊन जावा असं एकदा तिला वाटलं; पण त्यांच्यापासून दूर जायला तिचं मन तयार होईना. मग ती तिथंच एका खुर्चीत बसली व तयार करून आणलेला चहा पिऊ लागली.

मग तिचा डोळा केव्हा लागला, हे तिला कळलंच नाही; पण ती जेव्हा जागी झाली, तेव्हा मात्र पळशीकर सगळे कपडे घालून बाहेर पडायच्या तयारीत होते. तिला आपल्या झोपेबद्दल राग आला आणि ती म्हणाली,

"तुम्हांला झोप लागली होती, म्हणून तुम्हांला मी उठवलं नाही."

"आणि तुला झोप लागली होती, म्हणून मी तुला उठवलं नाही. फिट्टम्फाट झाली!"

"मी जागी असेन तेव्हा तुम्ही झोपलेले असणार आणि तुम्ही जागे असणार तेव्हा मी झोपलेली असणार. म्हणजे एकमेकांची गाठच पडायला नको."

"गाठ पडण्यापेक्षा वाट पाहण्याचं सुख काही कमी नाही."

"नाही नाही. मला वाट पाहायची नाही. वाट पाहण्याची मला ताकदही नाही. उद्यावर माझा विश्वास नाही. एक क्षणसुद्धा घालवायची माझी तयारी नाही." असं म्हणतम्हणतच ती उठली आणि तिनं त्यांना घट्ट मिठी मारली. तिच्या आवेगानं ते क्षणभर मागे सरले, पण मिठीची पकड अधिकच घट्ट झाली. इतकं टवटवीत तारुण्य त्यांच्या अंगावर प्रथमच कोसळलं. ती त्यांच्या गालांची, ओठांची, डोळ्यांची वेड्यासारखी चुंबनं घेत सुटली. तो उन्मादच होता. एखादा खळखळणारा प्रवाह एखादा प्रचंड बंधारा घालून अडवावा म्हणजे त्या प्रवाहाचा राग अंतर्यामी वाढत राहतो आणि एखादा कमकुवत क्षण साधून तो बंधारा फेकून देण्याची ऊर्मी त्या प्रवाहात उत्पन्न होते. शकुंतलेचंही असंच झालं. हळूहळू क्षणाक्षणानं ती त्यांच्या श्वासांत, हुंकारांत, व्यक्तिमत्त्वात अडकत गेली. गेले काही दिवस त्यांच्या कडेकोट दरवाजालाही आपुलकीची फट पडली होती आणि आता तिला तो निर्णायक क्षण साधायचा होता; म्हणून सारं काही सोसलेलं तिचं तारुण्य, तिचं आकर्षण, तिचा जिव्हाळा आता झपाटून पळशीकरांना पकडू पाहत होता. आता आपली सुटका नाही, हेही त्यांना कळून चुकलं. सहजगत्या त्यांच्या शरीरानं प्रतिजबाबही दिला. त्यांनीही तिच्याभोवती मिठी घट्ट केली आणि तिच्या मखमली स्पर्शाला साद घातली.

त्या अद्भुत स्पर्शानं त्यांची गात्रन् गात्रं पेटून गेली. असा काही विलक्षण अनुभव घेण्याची त्यांना सवय नव्हती. देहाचं असलं कोडकौतुक कधी झालेलं

नव्हतं. माणसाला सुगंध असतो, हे त्यांना कधी जाणवलंच नव्हतं. स्पर्शाची भाषा त्यांनी कधी ऐकली नव्हती.

पळशीकरांच्या मिठीत शकुंतला भारावून जाऊन विरघळून गेली. त्यांचा पुरुषी आक्रमकपणा तिला जाणवताच तिचा वेडा उन्माद ताळ्यावर आला. मग ती त्यांच्या मागणीप्रमाणे आपोआप हुंकारे देऊ लागली. प्रेमाची एक निराळी गूढ भाषा असते, हे तिला जाणवलं. पाखरांची प्रेमक्रीडा तिनं पाहिली होती. तिच्या लक्षात आलं, की प्रत्येकाच्या मनात कामोत्सुक असं एक पाखरू असतं. अनुनयाच्या वेळी ती पाखरांची भाषा आपोआप जागी होते.

खरंतर तिला सर्वार्थानं एकरूप व्हायचं होतं. हा क्षण घट्ट पकडून ठेवायचा होता. प्रतिष्ठा, बुद्धी, वैभव, सौंदर्य या साऱ्यांच्या पलीकडे स्त्री आणि पुरुष एकाच पातळीवर आणणारा तो क्षण होता. अप्राप्य वाटणारा, उंचीवरचा माणूस जमिनीवर आणणारा, रूपगर्वितेला लीन करणारा, रूक्ष पंडिताला रसिक करणारा. त्या क्षणापुरतं तरी सारी माणसं– पुरुष आणि स्त्री– क्षणभर एका पातळीवर वावरतात.

पण त्या वेळेस तिला तो क्षण पकडता आला नाही, कारण दरवाजावर कुणीतरी थाप मारली. भगत बोलवायला आला होता. खाली पुष्कळ माणसं येऊन बसलेली होती. मोठ्या नाराजीनं पळशीकरांनी ती मिठी तोडली. मोठ्या गतीनं चाललेलं आयुष्य, व्यक्तिगत सुखानुभवासाठी असं मध्येच थांबविता येण्यासारखं नसतं. व्यवहार आडवा येतो. सवयीही आडव्या येतात. कर्तव्य कित्येकदा साऱ्याच गोष्टींवर मात करतं. पळशीकरांच्या बेडरूममध्ये जमा झालेल्या कदंबवृक्षाखाली तो कामक्रीडेचा सुगंध हवेत मिसळून गेला. त्याचं अस्तित्व आता उरलं नाही.

पण सबंध दिवसभर पळशीकरही वेगळ्या जगात वावरत होते. शकुंतलाही ते जेवायच्या टेबलाजवळ आले, तेव्हाही फारशी बोलू शकली नाही. कारण शब्द आता त्यांना निरर्थक वाटत होते. सहजगत्या अंगाचा होणारा स्पर्श आता बोलण्याचं काम करीत होता. त्या दोघांत एक गूढ, अबोल, फार जवळिकेचं नातं निर्माण झालं आणि ते भोवताली वावरणाऱ्या लोकांनासुद्धा जाणवलं. नेहमीच्या पळशीकरांच्या भाषेत एक अकारण स्निग्धपणा आला. कोर्टात वावरतानासुद्धा ते त्यांचे नव्हते. सवयीनं त्यांचं शरीर काम करीत होतं. तोंडातून कायदेशीर शब्दांची पलटण निघत होती. हे सारंच क्षणभर त्यांना निरर्थकसुद्धा वाटून गेलं. पण मग एकदम त्यांनी स्वतःला सावरलं. आपण करतो ते बरोबर

नाही, हे त्यांच्या लक्षात आलं. कोर्टाच्या आवारात शकुंतलेचा विचार यावा, या गोष्टीची त्यांना लाज वाटली. क्षणभर शकुंतलेचासुद्धा त्यांना राग आला. त्यांची चलबिचल लक्षात येऊन जज्ज मोहनी म्हणालेसुद्धा, "पळशीकर, यू आर नॉट वेल! तुम्ही काही नेहमीचे नाहीत. यू नीड ए व्हेकेशन." ह्यावर एरवी पळशीकरांनी काहीतरी चमकदार उत्तर देऊन गंभीर आणि शुष्क अशा भिंतीत क्षणभर चैतन्य फुलविले असते; पण ते नुसतेच हसले–

कोर्टाचं काम संपल्यावर ते आणि शकुंतला घरी जायला निघाली. पण घराकडे गाडी न वळविता त्यांनी दुसरीकडे गाडी वळविलेली पाहून शकुंतलेनं विचारलं, "घरी जायचं का क्लबवर?"

"घरीच जाऊ; पण त्याआधी थोडं काम आहे एके ठिकाणी. तिथं जाऊन येऊ."

"कुणाकडे जायचं आहे?"

"माझे एक मित्र आहेत डॉ. भरूचा म्हणून. माझा जुना मित्र. त्याचा फोन आला होता. भेटून येऊ त्याला पाच-दहा मिनिटांत."

पळशीकरांची गाडी कुलाब्याला वळली आणि एका मोठ्या आलिशान इमारतीजवळ जाऊन उभी राहिली. पळशीकर आणि शकुंतला खाली उतरले आणि त्या इमारतीत शिरले. भरूचांचा बोर्ड दृष्टीस पडताच शकुंतलेच्या लक्षात आलं की, मुंबईतील नामांकित हार्ट स्पेशॉलिस्ट डॉ. भरूचा ते हेच. यांच्याकडे पळशीकरांचं काय काम असेल, हा प्रश्न तिला पडला. पण तो प्रश्न विचारण्याची इच्छा असूनही तिला शक्ती नव्हती आणि खरंतर वेळही मिळाला नाही; कारण तोपर्यंत ती दोघे भरूचांच्या कन्सल्टिंग रूममध्ये शिरली. भरूचांच्या रिसेप्शनिस्टनं पळशीकरांना ओळखलं. ती स्वतःच आत गेली व तिनं पळशीकर आल्याचं भरूचांना सांगितलं. भरूचा बाहेर आले आणि त्यांनी पळशीकरांचं आपुलकीनं स्वागत केलं आणि ते म्हणाले,

"वेल यंग मॅन! आमच्या दर्शनासाठी येण्याची का कृपा केलीत?"

"सांगतो. आतल्या केबिनमध्ये गेल्यावर सांगतो."

"आत एक पेशंट तपासतोय मी. पण इकडे दुसऱ्या खोलीत बसू. बाय द वे, हू इज धिस स्वीट यंग लेडी विथ् यू?"

पळशीकरांनी तिची ओळख करून दिली. भरूचा आपल्या मिश्कील, पारशी लकबीनं म्हणाले,

"वेल पळशीकर! ही काही केवळ असिस्टंट वाटत नाही, ती आणखीनही

कुणीतरी आहे!''

"भरूचा, तू नको त्या गोष्टीत फार खोल खोल जातोस बाबा आणि बरोबर बाई असली म्हणजे काहीतरी असलंच पाहिजे, असं तुम्ही लोक मानता. हे निदान माझ्या बाबतीत तरी खरं नाही, हे तुला माहीत आहे. आजपर्यंत तू माझ्याबरोबर कुणी बाई पाहिलीस?''

"म्हणून तर मला शक आला. तू असा बाईद्वेष्टा माणूस म्हणून मला वाटलं, की इथं काहीतरी पाणी मुरतंय.''

"तू एवढा मोठा डॉक्टर; पण तुझा चावटपणा काही कमी होत नाही.''

"अरे, मी मोठा डॉक्टर आहे म्हणूनच मला त्याची गरज आहे. रोज सदासर्वकाळ रोग्यांच्या घोळक्यात बसायचं, आजाराची चिकित्सा करायची. त्यातून मी हार्ट-स्पेशॅलिस्ट! म्हणजे हृदय नसलेल्या किंवा ते कमजोर असलेल्या लोकांशी सामना! तेव्हा आपलं हृदय शाबूत पाहिजे बाबा, आणि बाई अशी एकच गोष्ट आहे, की जिला तुमचं हृदय नको असतं, तर जी आपलं हृदय तुम्हांला द्यायला तयार असते. तिथून तर मी माझ्या आयुष्याचं चैतन्य मिळविलं.''

हात जोडून पळशीकर म्हणाले, "भरूचा, तुझ्याइतका गाढव मनुष्य मी पाहिला नाही. माझ्याबरोबर ज्या बाई आलेल्या आहेत, त्या तुला अगदी अपरिचित आहेत आणि...''

"अरे, परिचय होण्याची गरजच काय? तुझ्याबरोबर त्या आल्यात एवढं पुरेसं आहे. शी इज युवर वुमन. मी तुझं अभिनंदन करतो.''

"अरे, आत तुझा पेशंट तिकडं वाट पाहतोय. तेव्हा लवकर माझ्याशी बोलून तू कामाला लागशील की वायफळ बोलत बसशील? ही काय गप्पा मारण्याची जागा आहे नि वेळ आहे?''

"वेल् पळशीकर! आयुष्य इतक्या गंभीरपणे घेऊ नये माणसानं. म्हणूनच तुमच्यासारखी माणसं कमजोर हृदयाची होतात. अरे, काम करताना हसत राहिलं किंवा हसता हसता काम करीत राहिलं, म्हणजे कामाचंसुद्धा ओझं वाटत नाही. आयुष्याकडे जरा मजेनं बघायला शीक. वकिलांनी, अगदी तुझ्यासारख्या नामांकित वकिलांनीदेखील सारखं गंभीर राहिलंच पाहिजे असं नाही.''

शेजारच्या केबिनचा दरवाजा उघडून भरूचा आणि पळशीकर आत गेले आणि एका खुर्चीवर शकुंतला बसून राहिली. डॉक्टरांनी आपल्याला फोन केला होता, असं पळशीकरांनी खोटं का सांगितलं? मघाशी डॉक्टर जे कमजोर हृदय असं पळशीकरांना म्हणाले, ते केवळ त्यांनी लकब म्हणून का... शकुंतला

एकदम सचिंत झाली. पळशीकर भरूचांकडे आलेले आहेत ते भरूचांच्या कामासाठी नाही, हे तिला हळूहळू जाणवलं. वेगवेगळे तर्ककुतर्क करीत ती खुर्चीवर बसली. पाच-सात मिनिटांनी भरूचांनी केबिनचा दरवाजा उघडून तिला आत बोलाविलं. पळशीकर कपडे चढवीत होते. म्हणजे पळशीकरांनी तपासणी करून घेतली असली पाहिजे, हे तिच्या लक्षात आलं. भरूचांनी एका खुर्चीकडे बोट दाखवीत तिला बसायला सांगितलं आणि ते म्हणाले,

"वेल् यंग लेडी, डोंट गेप अपसेट. पळशीकर हा माझा जुना पेशंट आहे. अर्थात त्याचा आजार मुळीच गंभीर नाही. मी त्याला मागं सांगितलं होतं की, तू लग्न मात्र करू नकोस. कारण काही जरी म्हटलं, तरी पति-पत्नीत कलह होतात. एक्साइटमेंट येतेच. एवढंच नव्हे तर सेक्सॲक्ट हीसुद्धा हार्टपेशंटला तकलीफ देणारी गोष्ट आहे. पळशीकर हा माझा केवळ पेशंट नाही, मित्र आहे. इन हिज ओन वे, तो फार मोठा माणूस आहे. समाजाला उपयोगी आहे. मनाचा फार हळवा आहे. तो दाखवितो तसा रूक्ष नाही. पण लग्न करायचं नाही असं एकदा ठरविल्यानंतर त्यानं आपलं आयुष्य बांधून घेतलेलं आहे. बट यू वॉंट हिम! त्यालाही तू हवी आहेस. मी परवानगी दिली, तरच तो तुझ्याशी लग्न करू शकेल. त्याची प्रकृती आता चांगली आहे. त्यानं लग्न केलं तरीसुद्धा चालेल; पण अखेरी तो एक हार्ट पेशंट आहे हे विसरून चालणार नाही. तुम्हांला लग्न टाळता आलं, तर ते दोघांच्या हिताचं आहे. पण, मित्र म्हणून आणि डॉक्टर म्हणून मी एवढंच सांगतो की, कित्येक वेळा प्रमाणाबाहेर केलेले पथ्य हेसुद्धा रोग्याला घातक ठरतं. म्हणून लग्न करूच नको, असं मी सांगणार नाही. आता तुमचं तुम्ही ठरवायचं. पण लग्न केलं तर तुला लहान मुलाप्रमाणं पळशीकरांची काळजी घ्यायला हवी."

खोलीतील वातावरण एकदम गंभीर झालं. मघाचा खेळकर भरूचा आता अदृश्य झाला. पळशीकरसुद्धा आता खरोखरीच एखाद्या पोरक्या मुलासारखे दिसू लागले. शकुंतलेचं अंत:करण आतून भरून आलं. तिला धक्का बसला; परंतु त्यातूनही तिला एक मार्ग दिसत होता. ती एकदम उठली. तिनं भरूचांचे हात एकदम हातात घेतले आणि ती म्हणाली,

"डॉक्टर, मी तुमची आभारी आहे. मी तुमच्या मित्राची सगळी काळजी घेईन. त्याला सांभाळीन. पण आम्हांला लग्न करू द्या. आपलं कुणीतरी जवळचं आहे, ही जाणीवसुद्धा एक चांगलं गुणकारी औषध नाही काय? तसा कुणी कोणाचा भरवसा देण्यात अर्थ तरी काय? बट् आय वॉंट हिम. वॉंट हिम बॅडली!"

भरूचांचा चेहरा उजळला आणि मघाचे भरूचा पुन्हा दिसू लागले. ते म्हणाले,

"हॅव हिम ऑल युवर्स! आता तूच त्याची डॉक्टर आहेस."

"नाही नाही डॉक्टर! आपल्या भूमिका आपण बदलून चालणार नाही. मी त्यांची बायको होणार आहे. तुम्ही म्हणता त्याप्रमाणे त्यांची आई होईन, मैत्रीण होईन, सहकारी तर आहेच आहे. पण डॉक्टर मात्र तुम्हांलाच व्हायला हवं. तुमच्याशिवाय आमचं चालणार नाही."

"तू बरीच लागट मुलगी दिसतेस. माझ्या मित्राचीच तू प्रेयसी आहेस, म्हणून माझा नाइलाज आहे. नाहीतर मी तुला नक्की गटवली असती.."

मग तिघेही हसले आणि केबिनबाहेर पडले. शकुंतला आणि पळशीकर गाडीत येऊन बसले. एरवी पळशीकर असताना शकुंतला कधीच ड्रायव्हिंग करीत नसे. पळशीकर नेहमी म्हणत, की बायका ड्रायव्हिंग करू लागल्या, की मला फार भीती वाटते. पण आता तो प्रश्नच नव्हता. गाडीपाशी पोचताच तिनं गाडीच्या किल्ल्या मागितल्या. त्यांनी त्या विनातक्रार काढून दिल्या. नेहमीपेक्षा अधिक आत्मविश्वासानं ती गाडी चालवायला लागली. सवय नसल्यामुळे एक-दोन वेळेला गिअर बदलताना आवाज झाला, तेव्हा तिनं अपराधी मुद्रेनं त्यांच्याकडे पाहिलं. ते हसले. मग ती काहीच बोलली नाही. तिनं ड्रायव्हिंगमध्ये लक्ष केंद्रित केलं आणि ती गाडी चालवू लागली. घरी पोचताच तिनं त्यांना गाडीतून उतरायला सांगितलं. गाडी गॅरेजमध्ये ठेवली. ती येताच दोघेही जण पळशीकरांच्या लायब्ररीत आली. गाडीचा आणि त्या दोघांचा आवाज ऐकताच तत्परतेनं भगत लायब्ररीत आला. त्याला चहा आणि काहीतरी खायला आणावयास तिनं सांगितलं.

शकुंतला कपडे बदलण्यासाठी म्हणून खोलीत गेली. चहा येऊन तयार करण्याची वेळ येण्यापूर्वीच ती परत आली, तेवढ्यात तिनं शॉवर घेऊन स्लॅक्स घातलेल्या होत्या. तिला या कपड्यांत पळशीकरांनी कधी पाहिलं नव्हतं. त्यांच्या चेहऱ्यावरील विस्मय तिनं ओळखला. ती म्हणाली,

"कसे दिसतात हे कपडे?"

"कपड्यांचे केवळ निमित्त आहे. पण इतक्या झटपट कपडे बदलून आंघोळ करून तू आलीस, याबद्दल तुला सर्टिफिकेट द्यायला हवंय."

"मुळीच नाही. बायकांबद्दल पुरुषांनी करून घेतलेले जे गैरसमज आहेत, त्यांतील तो एक आहे आणि बायकांनी चांगलं दिसावं, अशी काय पुरुषांना इच्छा नसते होय?"

"कोण म्हणतंय तसं?"

"मग क्रीम, पावडर, आभूषणं, मॅचिंग याला थोडा वेळ लागायचाच."

"तू कशी एवढ्या लवकर आलीस?"

"एकतर मला मेकअप आवडत नाही आणि बायकांनी पुरुषांना भुलविण्यासाठी खास आभूषणं, प्रसाधनं वापरावीत, असं मला वाटत नाही. मला वाटतं, स्त्रीला केवळ स्त्री म्हणून पुरुषानं ओळखावं; एक खेळणं म्हणून नव्हे. स्त्रीचा नाजूकपणा, अभिरुचीच्या चुकीच्या कल्पना, नटवेपणा या साऱ्या गोष्टींबद्दल पुरुषांनीच तिच्या डोक्यात भलती खुळं उत्पन्न करून दिलेली आहेत. मला स्वत:ला खरंच त्यांतलं काही आवडत नाही. मी जशी आहे तशीच ज्यांना आवडेन, तोच मला पुरुष म्हणून आवडेल."

"आणि मग माझ्याबद्दल? मी तर कपड्यांबाबत फारच चोखंदळ आहे. हे तुला माहीत आहे."

"उपयुक्तता आणि नीटनेटकेपणा या गोष्टी नटवेपणापासून वेगळ्या आहेत आणि खरं सांगायचं तर तुम्ही मला स्त्री म्हणून कधी वागवलंच नाही. गेल्या दहा-पंधरा दिवसांबद्दल मी म्हणत नाही..."

पळशीकर हसले.

"आय विल मेकअप. पण मी हार्टपेशंट आहे, हे ऐकून तुला धक्का बसला?"

चहा तयार करता करता शकुंतलेनं पळशीकरांकडे रोखून पाहिलं. अर्धा चमचा साखर चहात घालताना ती म्हणाली,

"मला मुळीच धक्का बसलेला नाही."

"तुला ठाऊक होतं?"

"तुम्ही लग्न न करण्याच्या मागं काहीतरी वैद्यकीय कारण असणार, असं श्यामकाका एकदा म्हणाले होते."

"पण आता मी हार्टपेशंट आहे हे कळल्यावर तरी तू माझा नाद सोडायला हवास."

शकुंतला मिश्कीलपणे हसली.

"त्याची वेळ टळून गेली आहे, असं तुम्हांला वाटत नाही?"

"म्हणजे?"

"मला वाटतं, या गोष्टी चर्चा करण्याच्या नव्हेत. तुम्ही कसेही असलात, तरी आता परतीचा रस्ता बंद झालाय. शिवाय भरूचांनी लग्न करायला हरकत

नाही, असं सांगितलंय.''

"डॉक्टरला काही कळत नाही यात. त्यांना लग्न म्हणजे केवळ फिजिकल फिटनेस आणि सेक्च्युअल युटिलिटी एवढंच दिसतं."

"मग लग्न म्हणजे तुम्हांला वाटतं तरी काय?"

"लग्न? मी कधी विचारच केलेला नाही."

"पण करा ना! आता तरी तुम्हाला करायलाच पाहिजे."

"पण मला तशी संधी तू दिलेलीच नाहीस. लग्नाच्या या घोळात मी नकळत केव्हा सापडलो, हेसुद्धा मला नीट कळलं नाही. पण एवढी गोष्ट खरी, की हे लग्न अनैसर्गिक आहे, आणि यात काहीतरी चुकतंय असं मला वाटतं."

"काय चुकतंय?"

"तुझ्या-माझ्या वयात किती अंतर आहेसं तुला वाटतं?"

"अंतर तर आहेच. असलंच पाहिजे. निदान पंधरा-सोळा वर्षांचं तरी. पण मला ते कधी जाणवलेलं नाही आणि जी गोष्ट जाणवलेली नसते, त्याचा विचार करण्याचं कारण नाही."

"असं म्हणून कसं चालेल? अनुरूपता हा लग्नात एक महत्त्वाचा घटक नाही काय?"

"म्हटलं तर आहे, म्हटलं तर नाही. लक्षात ठेवा, मी एक विधवा आहे. आमच्या जातीत अजून पुनर्विवाह होत नाहीत. तुम्ही समजता एवढी मी तरुण नाही. मध्यंतरीच्या वर्षा-दोन वर्षांच्या काळात माझं बालपण एकदम संपून गेलं. एकटेपण माणसाला अकाली प्रौढ करतं. वयाच्या मानानं मी खूपच प्रौढ झाले आहे. तुम्हांला शोभण्याइतकी. तुमच्या दृष्टीनं विचार केला, तरी तुम्ही एवीतेवी लग्न करणारच नव्हता. यदृच्छेनं आपण जवळ आलो. मला आधार मिळाला. पराक्रमी पुरुषाच्या प्रेमात पडणं हा उन्माद आहे. तुमच्या दृष्टीनं मी कदाचित अनुरूप नसेन, पण तरीही माझ्याबद्दल तुम्हांला काहीतरी वाटायला लागलं, म्हणूनतर तुम्ही आज डॉक्टरकडे आपणहून तपासणीला गेलात. डॉक्टरांनी संमती दिली. खरं पाहायला गेलं, तर इतक्या सरळपणानं तुम्हांला मिळवता येईल, असं मला वाटलं नव्हतं."

"तू काहीही म्हटलंस, तरी तुझ्या-माझ्या वयातील अंतर ही गोष्ट शिल्लक उरतेच."

"मग असं करा, तुमची मॅच्युरिटी मला द्या. माझं तारुण्य मी तुम्हांला देते."

पळशीकर हसू लागले. ते म्हणाले,

"अशा सहज देऊन टाकण्यासारख्या त्या गोष्टी आहेत का?"

"देणाऱ्याची इच्छा असेल, तर सगळं काही शक्य आहे. तुम्ही पुढं वाकून माझ्याजवळ या. मी मान उंच करून तुमच्याजवळ यायचा प्रयत्न करीन. नाही म्हटलं, तरी तारुण्याच्या संगतीत प्रौढत्वही अल्लड बनतं; आणि तुमच्या जाणतेपणामुळं मीसुद्धा प्रौढ होईन. याच देण्याघेण्याच्या क्रियेत बघता बघता वर्षं उलटून जातील. एखाद्या वेळेस मी म्हातारी होईन आणि तुम्ही तरुण व्हाल."

"शकुंतला, मला वाटलं होतं त्याहूनही तू फार चतुर आहेस. एखादी वाईट केस हातात आली, तर मलासुद्धा जे आर्ग्युमेंट करता येणार नाही, ते धाडसी, अनकन्व्हिन्सिंग परंतु काव्यात्म आर्ग्युमेंट करून तू जज्जला बुचकळ्यात पाडशील. आर्ग्युमेंट पुष्कळदा साउंड नसलं तरी चालेल; पण भावनास्पर्शी हवं, असा एक नवीनच मुद्दा तू माझ्या लक्षात आणून दिलास. बरं, आता चंद्रकांतला मी हे कसं कळवायचं?"

"काकांना हे माहीत आहे."

"काय? चंद्रकांतला हे माहीत आहे?"

"होय. दोन आठवड्यांपूर्वी काही कामासाठी काका मुंबईला आले होते. तुम्हांलाही भेटले होते. त्यांनी माझी चौकशी केली. कसं काय चाललंय, ते विचारलं. नारगोळकर त्यांना भेटले होते. त्यांनी माझ्याबद्दल त्यांना विचारलं. मग काकांनी मला प्रश्न केला. मी त्यांना सांगितलं की, 'तो माणूस वाईट नाही, पण मला त्यांच्यात इंटरेस्ट नाही.' तेव्हा त्यांनी विचारलं, 'लग्न करायचा तुझा विचारच नाही काय?' मला चटकन उत्तर सुचेना. पण अखेरीस म्हणाले, 'विचार नाही, असं नाही. पण मला थोडा वेळ पाहिजे.' तर त्यांनी विचारले की, 'तुझ्या डोळ्यासमोर कुणी आहे काय?' मला एकदा वाटलं, तुमचं नाव सांगून टाकावं. पण तुमची खात्री नव्हती आणि शिवाय काकांनाही ते आवडेल की नाही, हे कळलं नाही. पण काकांच्या मनात बहुतेक तुमच्या-माझ्याबद्दल विचार चालू असावा. त्यांनीच तुमचा विषय काढला. मी लाजले नि तिथून निघून गेले. परत जायच्या वेळेस स्टेशनवर ते एवढंच म्हणाले, 'तुझ्या इच्छेप्रमाणं होओ. माझा आशीर्वाद आहे.' तेव्हा लक्षात आलं, की बरीचजणं तुमचं-माझं लग्न होणार, हे गृहीतच धरून चालली आहेत. माझ्या मनात एक शंका आहे. काकांनी मला इथं आणून ठेवलं, तेव्हापासून त्यांच्या मनात तुमच्या-माझ्याबद्दल

काही कल्पना असल्या पाहिजेत.''

"काय म्हणतेस? चांगलाच बेरकी आहे की चंद्रकांत! पण माझ्या मात्र ते ध्यानात आलं नाही.''

"बुद्धिमान माणसांची बुद्धी एकाच दिशेनं वाहते. बाकी सर्व बाबतींत ठणठणाट!''

पळशीकर उठले आणि तिच्या पाठीमागून त्यांनी तिच्या गळ्यात हात टाकले. त्यांच्या पुढाकारानं शकुंतला रोमांचित झाली. त्यांच्यातील प्रियकर आता जागा झाला होता. त्यांनी खाली वाकून तिच्या कपाळाचं, गालाचं, ओठाचं चुंबन घेतलं. एरवी त्या कृतीस तिनं प्रतिजबाब दिला असता; पण आज तिच्यात एक अनामिक संकोच निर्माण झाला होता. पूर्वी ही भावना तिच्यात कधीच जागी झाली नव्हती. तिची गात्रं कधी थरारलीच नव्हती. शरण जाण्यातसुद्धा काही अद्भुत आनंद आहे, याचा अनुभव ती प्रथमच घेत होती, आणि तसाच उत्कट अनुभव घेत असल्याचं पळशीकरांच्या डोळ्यांतून जाणवत होतं. तेही तिच्या स्पर्शानं मोहरून गेले होते. त्यांच्या मिठीत ती क्षणमात्र भानरहित राहिली. आणि मग जागृत झालेल्या स्त्रीत्वानं तिनं त्यांना लपेटून घेतलं. दोन मानवी देहांचे प्रेमभाव निराळीच आकृती निर्माण करीत होते, हे ध्यानात येताच तिला आपली आणि आपल्या प्रियकराची वस्त्रं अडचणीची वाटली. त्या एका धुंदावलेल्या नादातच ती दोघे बेडरूममध्ये शिरली. एकमेकांच्या मिठीत राहून वस्त्रं अलग करणं अशक्य आहे, हे दोघांनाही कळलं; परंतु स्पर्शाचा मोह एवढा अनावर होता, की एरवी कपडे काढताना किंवा घालताना कसलीच अडचण वाटत नसलेली प्रत्येक गोष्ट आता अडचणीची वाटत होती. मग क्षणभर त्यांनी मिठी सोडली आणि स्पर्शाची धग नजरेत सामावली, ते दोघेही मुक्त झाले. पळशीकरांनी तिला मिठीत घेता घेताच तिचे केस सगळे मोकळे करून टाकले होते. त्या लांबसडक केसांचा तिनं आपल्या देहाभोवती एक पडदा केला त्या पडद्यातून तिचं सळसळणारं लावण्य पळशीकरांनी नजरेनं पिऊन घेतलं.

वेळ किती गेला, सुखाची आवर्तनं किती झाली, प्रत्येक अवयवाच्या आस्वादाचे नवनवे प्रकार कसे सापडले, कधीच न ऐकलेले किंवा न निघालेले कामुक चीत्कार तोंडातून कसे निघाले, याचा हिशोब उरला नाही. अंधार झाला तरी दिवे लावण्याचं भान राहिलं नाही. कारण नजरेला अंधारातही दिसत होतं. पाहून डोळ्यांची तृप्तीही झाली होती. सर्व अवयवांचं कोडकौतुक करायचं तेवढं करून झालं. जेवायची वेळ टळून गेलेली होती म्हणून भगतनं जेव्हा दरवाजा

वाजवला, तेव्हा दोघंही भानावर आली.

नेहमीच्या जेवणापेक्षा आजचं जेवण निराळं होतं. त्या पदार्थांना निराळी रुची आलेली होती. लहानमोठ्या आग्रहाचं ते केवळ जेवण राहिलं नव्हतं, तर तेही एक देणं-घेणंच होतं. एखाद्या अपुऱ्या गोष्टीच्या जाणिवेनं दीर्घकाळ मन भुकेलं असावं आणि त्या गोष्टीच्या प्राप्तीला एकदम तृप्तीची जाणीव व्हावी, परिपूर्णतेचा स्पर्श व्हावा, असं काहीसं घडलं होतं. दोघांचं जेवण झालं होतं. दोघे गच्चीत येऊन बसली. एकमेकांच्या हातांत हात घेऊन त्यांचं अबोल संभाषण सुरू झालं. सांगण्यासारखं आता काही उरलं नाही, असं दोघांना वाटलं.

नीरव शांततेत असाच काही काळ गेल्यावर शकुंतला म्हणाली,

"चला. बरीच रात्र झाली आणि बरंच काहीतरी झालं. आता तुम्ही विश्रांती घ्या."

आणि मग संमती किंवा विरोध या कशाचीच गरज उरली नाही. दोघेही पळशीकरांच्या बेडरूममध्ये आली. तिनं अंथरूण-पांघरूण सारखं केलं. ते सारखं करतानाही तिला मनात हसू आलं. कारण मघाशी या अंथरुणाची आपण किती रया केली, हे तिच्या नजरेस आलं. तिनं त्यांना झोपवलं आणि ती शेजारी बसून राहिली. त्यांच्या मस्तकावरून हात फिरवीत हलक्या हातानं ती थोपटू लागली.

"आता फक्त अंगाईगीतच म्हणायचं राहिलंय!"

"तेसुद्धा म्हणते हवं तर! पण माझा आवाज ऐकून झोप हळूहळू पावलांनी यायच्या ऐवजी पार पळून जाईल. गर्दी हटविण्याचा एक हमखास उपाय म्हणून माझं गाणं कॉलेजमध्ये वापरलं जात होतं."

"निदान इतक्या दूर राहून अलिप्तपणानं थोपटत बसू नकोस. तू इतक्या दूर आहेस, ही कल्पना मला सहन होत नाही. माझ्या कुशीत, माझ्याजवळ तू हवी आहेस."

"मला ते माहीत आहे. पुढं काय होईल, तेही मला माहीत आहे. आता गुपचूप झोपा. अधाशी माणसासारखं एकदम भराभर खाऊ नका."

"कित्येक वर्षांचा हा हिशेब थोड्या दिवसांत चुकवायचा, तर अधाशीपणा हवाच."

"कोणतीही गोष्ट संख्येवर का अवलंबून आहे? ते काही नाही. आता बोलणं बंद. लहान मुलासारखं गुपचूप झोपा बघू."

“हे बघ, लहान मुलासारखं मला काहीही करता येणार नाही, आणि तूही उगाच आईसारखी वागू नकोस.” असं म्हणत त्यांनी तिला कुशीत ओढून घेतलं आणि अक्षरश: गुदमरवून टाकलं. जरा श्वास घेता येताक्षणीच ती म्हणाली,

“इतका दंगा करायचा नाही. तुम्हांला तो झेपणार नाही.”

“मला ठाऊक आहे, तू मला सारखीच माझ्या आजाराची आठवण करून देशील. मी मुळीच आजारी नाही; निदान मला तसं वाटत नाही. तू उगीच घाबरतेस. मला काहीही झालेलं नाही. मी अगदी नॉर्मल आहे, या घडीला ताजा नवरा आहे. मधुचंद्राच्या पहिल्या रात्रीत असला संयम मी मुळीच पाळणार नाही.”

“तीच मला भीती वाटते. इतके दिवस तुमच्याजवळ इनफिरीऑरिटी कॉम्प्लेक्स होता. आता तो एकदम उडून जाऊन त्याची जागा आक्रमक पुरुषत्वानं घेतली आहे. डॉक्टरांना मी काही कबूल केलं आहे, त्याचा मी विसर पडू देणार नाही आणि शिवाय मधुचंद्र साजरा करायला आपलं लग्न कुठं झालंय?”

“लग्न म्हणजे काय? नुसता विधी. तो काय उद्या करून टाकू. केवळ तेवढीच अडचण असेल, तर त्यासाठी मी एक क्षणसुद्धा थांबणार नाही.”

“पण लग्न करायलाच पाहिजे काय? आहे हे काय वाईट आहे?”

“काय बोलतेस काय तू? तू काय माझी रखेली म्हणून राहणार आहेस?”

“उगाच वेडेवाकडे शब्द वापरले म्हणजे मुद्दा सिद्ध होत नाही, हे निदान तुमच्यासारख्या वकिलाला तरी कळायला हवं. माझं स्वप्नं होतं ते तुमच्या सहचरीचं. ते तुम्ही मानलंत. मी तेवढ्यावर संतुष्ट आहे. तुमच्यावर कायदेशीर मालकी सांगण्यात मला स्वारस्य वाटत नाही.”

“अगं पण...”

“मला माहीत आहे, तुम्ही नीती, चारित्र्य, प्रतिष्ठा या साऱ्या गोष्टी माझ्यासमोर मांडणार! पण ते सारं लक्षात घेऊनसुद्धा मला वाटतं की, लग्न न करताच मला हवं ते मिळालं आहे, मिळत राहील. एक क्षणभरही तुम्ही मला विसरणार नाही. तुमची आणि माझी जोडी तुटणार नाही. कायदेशीर लग्नाच्या बंधनापेक्षा एकमेकांच्या आकर्षणानं निर्माण झालेलं बंधन जास्त चिवट असतं. कारण तिथं हक्क असतात, ते उभय पक्षांच्या समजुतीवर. प्रेम असतं ते दोघांच्या व्यक्तिमत्त्वावर. एकमेकांचा कंटाळा येत नाही. दोघांचं कुतूहल कायम राहतं. आज आहे ते आपलं आयुष्य फार फार सुखाचं आहे. लग्नानं आपण आणखीन काही साधू, असं मला वाटत नाही.”

"काही तरी मूर्खासारखं बोलतेस. लग्नाला काहीच अर्थ नसता, तर लग्नासाठी एवढी धडपड कशाला कोणी केली असती?"

"भीतीपोटी. सुरक्षिततेसाठी."

"छे छे! काहीतरीच बोलायला लागलीस. लग्न हा एक चिरंतन आणि सन्माननीय करार आहे. त्यात भविष्याचं आश्वासन आहे. जबाबदारीची जाणीव आहे..."

"लग्नाच्या बायकोपेक्षा अधिक काळजीपूर्वक त्या साऱ्या जबाबदाऱ्या मी पार पाडीन... म्हणजे नकळत पाळल्या जातील. तुमच्या आयुष्यात माझं आयुष्य मी झोकून देईन. माझं वेगळं अस्तित्वच आता उरलेलं नाही."

"तेच मला नकोय. तुला स्वतंत्र अस्तित्व राहिलंच पाहिजे. किंबहुना तुझं स्वतंत्र अस्तित्व निर्माण झालं पाहिजे, म्हणूनच तुला माझी पत्नी व्हायला पाहिजे. लोकांची तुझ्याकडे पाहण्याची दृष्टी बदलली पाहिजे. मी म्हणेन तसंच वागण्याचं तुझ्यावर बंधन असता कामा नये. तू माझी सावली असता कामा नयेस. लग्न हे निरर्थक गोष्टीसाठी कुणी करीत नाही. तुझ्या-माझ्या एकत्र येण्याला माझा विरोध होता. या रस्त्यावरून मला चालायचं नव्हतं. तुझ्या-माझ्या वयांतील अंतर मला भयानक वाटतंय. इतक्या सुकुमार तारुण्यावर माझा हक्क नाही, असं मला वाटत होतं. निसर्गाच्या न्यायानुसार तुला तुझ्यायोग्य जोडीदार मिळायला हवा, असंच मी मानलं. आदर आणि प्रेम या गोष्टी एक केल्यामुळं तू अकारण माझ्यात गुंतलीस. आणखी पाच-सात वर्षांनंतर तुझ्या-माझ्यातील अंतर तुला जास्त जाणवू लागेल, तेव्हा कदाचित तू माझा द्वेष करायला लागशील. पुरुषासारखा पुरुष कितीही मोठा असला, तरी प्रेमाला अपुरा झाला की त्याचं मोठेपण संपतं. कर्तृत्व, मोठेपण, पैसा, प्रतिभा, नैपुण्य या साऱ्या गोष्टी काही गोष्टींची भरपाई करतात; पण तारुण्याची नाही. तारुण्याला पर्याय नसतो आणि तारुण्याची मागणी एवढी जबरदस्त असते, की तिच्यासाठी आदराचं रूपांतर द्वेषातसुद्धा होतं. म्हणून तुझ्या-माझ्या एकत्र येण्याला माझा विरोध होता. खरं म्हणजे अजूनसुद्धा आहे. नारगोळकरांसारखा तरुण, कर्तबगार पुरुष तुझ्या मागं लागलेला असताना..."

"प्लीज सदानंद, असलं काहीतरी बोलू नका. मी काही अगदी अनाघ्रात पुष्पाप्रमाणं नव्हते. तुमच्या आयुष्यात येण्यापूर्वी मी जग काहीच पाहिलं नव्हतं, असं नाही. मला एका तरुण पुरुषाची निवड करावयाची असती, तर ते कठीणही नव्हतं. पण मला आजपर्यंत कुणावर प्रेम करावं, असं वाटलंच नाही. स्त्रीचं रूप

हाच प्रथमदर्शनी आकर्षणाचा विषय झालेल्या पुरुषांचे डोळे मला अजिबात आवडत नाहीत. का कुणास ठाऊक, तुमच्याबद्दल जवळीक निर्माण झाली, तुम्ही हवेसे वाटू लागलात, ते तुमचं अलिप्त मन पाहूनच. एकाकीपणाच्या, शिस्तीच्या आवरणाखाली तुम्ही स्त्रीजातीकडेच पाठ फिरविलीत. तेव्हा वाटलं की, हा स्त्रीजातीचा अपमान आहे, सौंदर्याचा अपमान आहे, माझ्या तारुण्याचा अपमान आहे, आणि मग तुम्हांला मिळविणं, तुम्हांला जिंकणं या एका ईर्ष्येनं आत-बाहेरून मी मोहरून गेले. मला तुम्ही मिळालात. मला तर आता खरोखरीच काही नकोय. तुमच्या जास्तीत जास्त संगतीत राहायचं, तुम्हाला जास्तीत जास्त सुख द्यायचं, तुम्हाला मनोमन संतुष्ट करायचं, तुम्ही मागाल ते ते, सांगाल ते ते करण्यातच माझी सार्थकता आहे.''

''पण हे सगळं असून एक साधी गोष्ट मी मागितली, तर तू नाही म्हणतेस.''

''मी काय नाही म्हणाले?''

''एवढ्यात विसरलीस?''

त्यांच्या आवाजातील कामोत्सुक बदल तिच्या ध्यानी येताच तिनं लाजून आपली मान त्यांच्या वक्षावर ठेवली.

''मी नाही म्हणाले नाही. नाही म्हणणारही नाही. त्या तुमच्या हाकेची मी सारखी वाट पाहत राहीन. माझ्या देहातील अणुरेणू तुमच्यासाठी आसुसलेला आहे; पण माझीहून मी स्वत:वर काही बंधनं घालून घेतलीत. एखादा हट्टी मुलगा सारखा खाऊ मागू लागला तर त्याला तो द्यायचा, का त्याचं मन दुसरीकडे वळवायचं? लहान मुलाचं काय, त्याला दुसरं खेळणं मिळालं, की पहिल्याचा मोह सुटतो.''

''पण मी मात्र तितका भाबडा हट्टी मुलगा नाही.''

''पण मीही मुलाचे वेडेवाकडे लाड करणारी आई नाही. त्यापेक्षा तुम्ही थोडं माझं ऐकलं, मी तुमचं थोडं ऐकलं. आपण गप्पा मारत मारत कुशीत झोपलो...''

आणि मग रात्र कितीतरी उलटून गेली, तरी दोघेजण कानांत कुजबुजत गप्पा मारत होते. सारखे गंभीर बोलणारे, तार्किक विचार करणारे पळशीकर ते हेच का, असा तिला प्रश्न पडला. लहानपणाच्या कितीतरी गमतीशीर आठवणी ते सांगत होते. त्या ऐकताना तिच्या लक्षात आलं, की माणसं नाना तऱ्हेचे मुखवटे वापरीत असली, तरी आत ती फार वेगळी असतात. विनोदी, मिश्कील

अशा हकीकती सांगताना पळशीकर मध्येच पुष्कळांच्या नकला करीत, तेव्हा तिला हसू अनावर होई. तिचं ते खळखळणारं हास्य ऐकून पळशीकरांना आणखीनच हुरूप येई. माणूस इतकं निर्मळ, सुरेख हसू शकतो? त्या हसण्यानं एक भारलेलं वातावरण निर्माण होत होतं. शब्दांनासुद्धा एक निराळंच लाघव प्राप्त होत होतं. संभाषणसुद्धा फुलपाखरासारखं रंगीबेरंगी, तरंगत तरंगत, उंचउंच जातं. हे सारेच अनुभव त्या दोघांना नव्यानं येत होते. अखेरी एकेकटा माणूस हा अपुराच आहे. दोन वेगवेगळ्या विद्युत्कणांतून लखलखणारं चैतन्य निर्माण होतं. एकेकटे निरर्थक असतात...

आपले डोळे मिटले केव्हा, आपल्या डोळ्यांतील ती पाखरं घरट्यात परत आली केव्हा, ते दोघांना कळलेच नाही. पहाटे जेव्हा जाग आली, तेव्हा पळशीकरांनी शेजारी अनावृत शकुंतलेला गाढ झोपलेली पाहिली. काल संध्याकाळच्या अस्पष्ट प्रकाशात हाच निरोगी रसरसता देह किती आव्हाने-प्रतिआव्हाने देत होता, ह्याची त्यांना आठवण झाली. आताच्या तिच्या कमनीय, पुष्ट देहाकडे पाहून त्यांच्या मनात वासना पेटली नाही; तर एक नवाच जिव्हाळा निर्माण झाला. एका साध्या, निष्कपटी परंतु चतुर स्त्रीचा देह तिच्या मनासारखाच टवटवीत आणि प्रफुल्लित होता.

त्यांनी एक पातळशी चादर तिच्या अंगावर घातली, खरंतर त्यांना तिच्याकडे बघत बसावंसं वाटलं. त्यांच्या देहात एक मस्ती, सुस्ती रेंगाळत होती. पण सकाळच्या किरणांनी एकदम ते नित्याच्या जगात आले. आजच्या कोर्टातल्या कामकाजाची त्यांना आठवण झाली. गेले काही दिवस नकळत आपल्या कामात दुर्लक्ष होतंय, ह्या जाणिवेनं ते चटकन उठले आणि शकुंतलेची झोपमोड होऊ नये म्हणून खोलीबाहेर आले व आन्हिक उरकता उरकताच कोर्टाच्या कामाचा विचार करू लागले.

जेवायच्या वेळेपर्यंत शकुंतला उठली नाही; त्यामुळे पळशीकरांना चुकचुकल्यासारखं वाटलं. त्यांनी थोडंसं खाण्याचा प्रयत्न केला. त्यांना नीटसं जेवण गेलं नाही. कोर्टात जायची वेळ झाली, तेव्हा बेडरूममध्ये जाऊन कपडे करणंच भाग होतं. असिस्टंट्स आणि क्लायंट्स ह्यांच्याशी बोलून त्यांना त्यांनी केव्हाच वाटेस लावले. एक-दोन नवीन अपील्स घेऊन आलेल्या क्लायंट्सना त्यांनी साभार नकार दिला. असिस्टंट्सना आश्चर्य वाटले. केसेस चांगल्या होत्या. नाव मिळवून देणाऱ्या होत्या. पैसेही मिळवून देणाऱ्या होत्या. शिवाय ज्याची ब्रीफ पळशीकरांकडे नेहमी येत, त्या वकिलाकडूनच त्या आलेल्या होत्या.

त्यांना असं एकदम नाही म्हणणं बरं वाटलं नाही; पण पळशीकरांनी त्या केवळ नाकारल्याच असे नाही, तर ॲडव्हॉकेट पै किंवा ॲडव्होकेट नारगोळकर ह्यांच्याकडे जाण्याचा त्यांनी सल्ला दिला. पण ते बोलण्याच्या मन:स्थितीत नाहीत हे पाहून असिस्टंट्सना काही बोलता आलं नाही. कपडे चढविण्यासाठी ते बेडरूममध्ये गेले, त्या आवाजाने शकुंतला जागी झाली. त्यांच्याकडे पाहून ती आश्चर्यचकित झाली आणि शरमलीसुद्धा. आपण खूप वेळ झोपलो, हे ध्यानात येताच ती लगबगीनं उठू लागली. पळशीकर कपडे घालत असतानाच म्हणाले,

"डोंट हरी! आता वेळ झालेली आहे. मी कोर्टात जायला निघतो. आज तुला सुट्टी. यू डिझर्व्हड अ हॉलिडे!"

"नाही. नाही. मी दहा मिनिटांत तयार होते."

"उगीच घाई करू नकोस. टेक युवर टाइम. तुला बरं वाटलं तर नंतर कोर्टात ये. खरं म्हणजे नाही आलीस तरी चालेल."

"नाही नाही. मी येतेच."

"खरंच आता वेळ नाही. आय मस्ट हरी!"

"पण मग ड्रायव्हिंग कोण करणार?"

"मी करीन. रोजच नाही का मी करीत?"

"रोजची गोष्ट निराळी आहे आणि यापुढं तुम्ही ड्रायव्हिंग करायचं नाही. आजचा दिवस तुम्ही टॅक्सीनं जा. मी कोर्टात लवकरात लवकर येतेच. आय ॲम व्हेरी सॉरी. काय गाढवासारखी झोपले..."

पळशीकरांनी चटकन जवळ जाऊन तिला मिठीत घेतलं.

"काहीतरी वेड्यासारखं बोलू नकोस. एखाद्या वेळेस लागते झोप आणि खरं म्हणजे तुला झोप लागली याबद्दल मला तुझा हेवा वाटतो. अगदी तुझा आग्रहच असेल, तर मी टॅक्सीनं जातो. उगीच चिंता करू नकोस आणि घाईही करू नकोस. एवढा थोडा वेळ मी काढीन तुझ्यावाचून."

"तुमचं काही सांगू नका. कोर्टाच्या आवारात गेलात, की सगळं विसरून जाल."

"आता शक्य नाही ते. एनी वे, आय विल बी गोइंग."

"टॅक्सीनं हं!"

"होय, बाईसाहेब! आज्ञा प्रमाण. भगतला टॅक्सी आणायला सांग."

भगत टॅक्सी आणायला गेला. पळशीकर कपडे घालायला लागले आणि शकुंतला चटकन तोंड धुऊन केस सारखे करून ते जायला निघाले तेव्हा

त्यांच्याजवळ आली. तिनं हळूच त्यांच्या गालावर ओठ टेकविले. तिनं बांधलेले केस त्यांनी मोकळे केले. तिचा लटका विरोध त्यांनी मोडून काढला. त्या केसांत त्यांनी आपला चेहरा लपविला. तिला एक बारीकशी ढुशी दिली. बाहुट्याला दंश केला आणि ते एकदम मोह सोडून जायला निघाले. त्यांच्या कोटावर एक तुटका केस रेंगाळला. तिनं तो काढायचा प्रयत्न केला. ती म्हणाली, ''कोर्टात काय असंच जाणार होतात? हा केस कुणी पाहिला असता, तर चेष्टा नसती का केली?''

''चेष्टा काही केली नसती; पण हेवा मात्र केला असता. निघू आता मी?''

पळशीकरांच्य पाठमोऱ्या डौलदार आकृतीकडे पाहत तिचा ऊर अभिमानानं भरून आला. ते टॅक्सीत बसले. त्यांनी हात हलविला. टॅक्सी दिसेपर्यंत तिनं हात उंच करून त्यांना निरोप दिला. ते दिसेनासे झाल्यावर ती परत बेडरूममध्ये आली. त्यांच्या अस्तित्वाच्या खुणा जागोजागी पसरलेल्या होत्या. रात्रीचा संग आणि संभाषण अजूनही रेंगाळत होती. पुन्हा एकदा ती त्या शय्येवर बसली. पण तिने उशीवर मान टेकली. बेडशीट अंगावर ओढून घेतलं आणि पळशीकर जणू काही शेजारीच आहेत अशा जाणिवेनं ती कालच्या मिठीत पुन्हा एकदा बुडून गेली. मग सुप्त तृप्तीनं तिचा ताबा घेतला. ती अर्धवट जागृतीत, अर्धवट स्वप्नात वावरत होती. कुठंतरी दूर हिमालयातील एखाद्या हिलस्टेशनवर-त्यातही एखाद्या निवांत बंगलीत दोघांनी जायचं. शिरशिरी आणणाऱ्या थंडीत लपेटून चालायचं. तिथल्या गूढ, अद्‌भुत, हिरव्या, करड्या, निळ्या, तांबड्या रंगांत आपल्याही मनांचे रंग उधळून द्यायचे. तिला हवं ते आता सारं मिळालं होतं. म्हणूनच आपल्या मनोरथाचा वारू हव्या त्या दिशेनं नेण्याची तिला मुभा होती. लग्न साधं करायचं का समारंभ करायचा, आपल्या लग्नाची प्रतिक्रिया आपल्या गावी आणि मुंबईत काय होईल, आपलं दोघांचं सहजीवन कसं असेल, लग्न झाल्यावर सदानंद बदलतील का आपण बदलू? असे गमतीशीर अंदाज करीत ती पडली होती. लंच ब्रेकपर्यंत कोर्टात जाण्यात काही अर्थ नाही, असं तिनं मनाशी ठरविलं. कारण एकदा आर्ग्युमेंटसाठी पळशीकर उभे राहिले, की मग त्यांना भोवतालचं फारसं भान राहत नाही, हे तिला ठाऊक होतं. कोर्ट थांबवील, तेव्हाच ते थांबणार. मग ते आजूबाजूस वळून पाहणार. त्या वेळेस मात्र त्यांना आपण दिसायला हवं. तिच्यावर अवलंबून असणारी तशी खूप कामं बाकी होती. एरवी प्रत्येक गोष्ट वेळच्या वेळी करण्यावरच तिचा कटाक्ष असे; पण आज कोर्टातील कामे एकदम निरर्थक वाटू लागली. तिला वाटलं, आता हे घर

सांभाळावं, पळशीकरांना अभिमान वाटेल असं ते सजवावं, बागेतील रोपट्यांची काळजी घ्यावी, स्वयंपाकघरातील पदार्थांत आपलं अस्तित्व असू द्यावं, पळशीकरांचे कपडे आवरावेत. त्यांना इस्त्री करावी. कोर्टातील कामात त्यांना साहाय्य करण्यापेक्षा ह्या इथल्या घरात आपलं अस्तित्व प्रत्येक जागेत उमटावं आणि पळशीकरांच्या एखाद्या छोट्या प्रतिमेकडे वाट पाहत बसावं...

या कल्पनेनं एकदम ती मोहरली. पळशीकरांना तिनं मिळविलं होतं. सर्वार्थानं तिनं त्यांचा ताबा घेतला होता. पण त्यांची अशी एक गोष्ट होती, की जिच्यावर फक्त तिचंच स्वामित्व राहणार होतं. मुलाच्या कल्पनेनं एकदम तिच्या अंत:करणात भरतं आलं. काल रात्री ते अगदी निकट आले होते. इतक्या निकट की तिला त्यांचं अस्तित्व आतून-बाहेरून जाणवत होतं. इतक्या उत्कटपणानं आणि बेबंदपणानं ते तिच्या मनाशी आणि शरीराशी एकरूप झाले होते, की हे थोडंतरी अस्तित्व मागं ठेवल्याशिवाय ते अलग होऊच शकले नसणार. तिनं आपल्या ओटीपोटावरून उगाचच हात फिरवला. कसल्यातरी चैतन्यानं भारावून जाऊन ती एकदम आरशासमोर जाऊन उभी राहिली, आणि तिनं नाईट गाऊन काढून फेकून दिला. आपल्या अनावृत्त, सुंदर आणि काळजीपूर्वक जोपासलेल्या देहावर तिनं कौतुकानं नजर फिरविली. स्त्रीचं सार्थकत्व कशात असतं? स्त्रीस्वातंत्र्याची ती पक्की स्वाभिमानी होती; तरीही तिच्या लक्षात आलं, लहानसहान गोष्टींतील सवयी, समजूत, माघार, तडजोड यांच्यापेक्षा स्वातंत्र्याचा संबंध मनाच्या मुक्तीत आहे. एकमेकांच्या मदतीशिवाय जी फुलं फुलतच नाहीत तिथं नम्रता आणि शरणागती अपरिहार्य आहे, म्हणूनच स्वातंत्र्य हा शब्द किती फसवा आहे. एखादी लहानसहान माघार स्वातंत्र्याआड येत नाही. नदीला मुक्तपणानं खळखळत वाहायचं असलं, तरी दोन किनाऱ्यांचं बंधन असतंच. तिच्या स्वातंत्र्याआड येणाऱ्या बंधाऱ्याशी ती झगडते, सर्व शक्तिनिशी झगडते; पण किनाऱ्यांशी मात्र स्नेहानंच वागते. आपल्या मनात येणारा प्रत्येक विचार जसाच्या तसा कृतीत आणणं म्हणजे स्वातंत्र्य नव्हे. पळशीकरांच्या संपन्न व्यक्तिमत्त्वात ती मिसळून गेली. त्या व्यक्तिमत्त्वाशी तिला एकरूप व्हावंसं वाटलं, हाही तिच्या स्वातंत्र्याच्या लालसेचा भाग आहे; आणि त्यांनाही ती हवी होती ती तिचं वेगळेपण राखून. तिच्या रोमारोमांत त्यांचे शब्द स्पर्श आणि आकांक्षा भिरभिरत होत्या. योगायोगानं त्या एकाच दिशेनं प्रवास करीत होत्या.

कृतकृत्य झालेल्या तिच्या प्रत्येक इंद्रियाकडे ती आता अलिप्तपणे पाहत होती. एरवी रक्तमांसाच्या या गोळ्याची अपूर्वाई ती काय? पण जेव्हा याच

शरीराला दुसऱ्याच्या अनावर आकर्षणाचं चैतन्य लाभतं, तेव्हा या देहाचं ओझं हलकं होतं. संवेदनांनी बधिर झालेला आणि तृप्ततेनं उत्तेजित झालेला असा विरोधी अनुभव देह देऊ लागतो. मग आपल्याच देहाची आपल्याला मातब्बरी वाटते.

आपल्या देहाचं कोडकौतुक करताना किती वेळ गेला, ते तिच्या लक्षात आले नाही. टेलिफोनची घंटा वाजली नि एकदम ती भानावर आली. टेलिफोनवर डॉ. भरूचांचा आवाज तिनं ओळखला; पण डॉक्टर नेमकं काय सांगताहेत, हेच तिच्या लक्षात येईना. डॉक्टर पुन्हा सांगत होते, काळजी करण्याचं काही कारण नाही. कशाची काळजी हेही तिच्या ध्यानात येईना. डॉक्टरांचा चिंतायुक्त गंभीर आवाज तिला सारखा अस्वस्थ करीत होता. त्यांनी ताबडतोब तिला हॉस्पिटलवर बोलाविलं होतं. का? कशासाठी? पळशीकरांना नेमकं काय झालंय, हे ते सांगतच नव्हते. त्यांच्या स्वरांनी तिचं त्राण जात चाललं. काहीतरी अशुभ घडतंय, ह्यानं तिचा तोल गेला. हातातून फोन गळून पडला. तिचा तिच्यावर ताबा राहिला नाही आणि चक्कर येऊन ती खाली पडली.

ती जागी झाली, तेव्हा भगत तिच्या तोंडावर पाणी मारीत होता. तिच्या अंगावर कुणीतरी चादर टाकलेली होती, तिच्या शरीरातील सारी चेतनाच हरविल्यासारखं वाटत होतं. तेवढ्यात शेजारचे डॉक्टर करसनजी खोलीत आले. त्यांचे प्रश्न तिला समजत नव्हते, त्यांनी तिला तपासली. तिला इंजेक्शन दिलेलं जाणवलं आणि क्षणभरानं तिच्या देहातील गारठा ओसरू लागला. ती परिश्रमपूर्वक एवढंच म्हणाली, "मला ताबडतोब भरूचांच्या हॉस्पिटलमध्ये न्या." करसनजींना भरूचांचे हॉस्पिटल माहीत असावं. अजून फोन तसाच लोंबकळत पडला होता. त्यांनी खिशातून छोटी डायरी काढली. भरूचा हॉस्पिटलला फोन केला. ते काहीतरी फोनवर बोलले आणि मग त्यांनी शकुंतलेला कपडे करायला सांगितले, भगतच्या मदतीनं शकुंतलेनं कपडे घातले. तिच्या भेलकांड्या जात होत्या. तिनं निर्धारानं उरल्यासुरल्या सर्व शक्ती गोळा केल्या. पायात सँडल चढवीत ती म्हणाली, "चला!"

करसनजी आणि शकुंतला भरूचांच्या हॉस्पिटलवर पोचली, तोपर्यंत शकुंतला पुष्कळच सावरली होती. करसनजींच्या वेळेचा आपण दुरुपयोग करतोय, याचं तिला दुःख वाटलं; पण त्या वेळेस स्वतः निर्णय घेण्याची तिची ताकदच नव्हती. हॉस्पिटलबाहेर ती त्यांना म्हणाली,

"तुम्हांला खूप त्रास झाला डॉक्टर! तुम्हांला काही फार महत्त्वाचं काम

थोडी सावली उन्हानंतर / १५१

असेल तर तुम्ही गेलात तरी चालेल.''

"नाही नाही! मी थांबतो. माझी कदाचित तुम्हांला गरज लागेल. तुम्ही माझे शेजारी आहात. एवढं मला तुमच्यासाठी केलंच पाहिजे.''

रिसेप्शन रूममध्ये पळशीकरांचे दोन्ही असिस्टंट्स, नारगोळकर, जज्ज दिवेचा आणि एकदोन मंडळी उभी होती. त्यांपैकी कुणाला तरी काय काय घडलंय ते विचारावं, असं एकदा शकुंतलेला वाटलं. परंतु पळशीकरांना केव्हा एकदा पाहीन असं तिला झालं होतं. भरूचाही तेवढ्यात दरवाजा उघडून येताना दिसले. तिला पाहताच चेहऱ्यावर हसू आणून भरूचा म्हणाले, ''वेल् यंग लेडी! घाबरण्याचं काही कारण नाही. पळशीकर इज ऑलराईट. त्यांच्याशी फार बोलायचं नाही. नुसतं त्यांना पाहायचं, त्यांना एक्साइट होऊ द्यायचं नाही.''

भरूचांच्या बरोबर शकुंतला कॉरिडॉरमधून पळशीकरांच्या खोलीत गेली. हॉस्पिटलमधील गंभीर वातावरण पाहून ती थोडी धास्तावली. पण तिला पाहताच पळशीकर नुसते हसले. त्यांचे ते निरागस हास्य पाहून शकुंतलेचा चेहरा एकदम उजळला. ती त्यांच्या कॉटजवळ गेली. कॉटच्या कडेवर टेकून बसली. त्यांचे हात तिनं हातात घेतले आणि तिनं वाकून त्यांच्या गालावर ओठ टेकले. त्या स्पर्शाबरोबर तिच्या डोळ्यांतून अश्रूही ओघळले. तशाच अवस्थेत आपलं सगळं वजन अधांतरी ठेवीत ती ओठांनी त्यांना बिलगली. ती हळूच म्हणाली,

"तुम्हांला एकटं सोडून उपयोग नाही.''

"मी एकटा राहणारही नाही.''

"काय दशा करून घेतलीत?''

"काही झालेलं नाही गं. नुसती चक्कर आली.''

"किती घाबरून टाकलंत हो!''

"मी तर आतासुद्धा घरी येऊ शकेन. पण भरूचा सोडायचा नाही.''

"होय डॉक्टर? पळशीकर म्हणताहेत घरी जायचंय.''

"तो मूर्ख आहे. त्याला काही कळत नाही. अजून त्याला तीन-चार दिवस इथं राहावं लागेल. डॉक्टर गिंड्यांना मी आता बोलावलंय. ते एकदा पुरती तपासणी करतील. कंप्लीट चेकअप आणि किमान महिनाभर विश्रांती घेतल्याशिवाय कसलीही हालचाल त्यांनी करता कामा नये.''

"इज इट दॅट सीरियस डॉक्टर?''

"येस. तुम्हांला सगळी हकीकत माहीत नाही. टॅक्सीतून पळशीकर येत असताना एका वळणावर एक बस जोरात टॅक्सीच्या दिशेनं आली. वास्तविक

अपघात वगैरे होण्याची शक्यता नव्हती. पण ड्रायव्हरनं वेळीच ब्रेक लावला, त्यामुळे अनपेक्षित धक्का बसून ते ड्रायव्हिंग सीटच्या बॅकवर आदळले. क्षणभर त्यांना चक्कर आल्यासारखं झालं. ड्रायव्हरच्या लक्षातही काही आलं नाही. गाडी हायकोर्टाशी थांबली तेव्हा त्यानं मागं पाहिलं, तो पळशीकर अजून भोवळलेल्या स्थितीतच होते. कुणीतरी त्यांना ओळखलं. त्यांनी त्यांच्या असिस्टंट्सना बोलावलं; आणि ते इथं आले. खरं म्हणजे सारा प्रकार वरवर क्षुल्लक आहे. परंतु काळजी घेतलेली बरी. मी त्यांची तपासणी केलीय. देअरीज नथिंग रॉंग अबाउट हिज हार्ट! परंतु त्यांच्या डोक्याला कितीसा धक्का बसलाय, याची खात्री करून घेतली पाहिजे. डॉ. गिंडे येतीलच आता.'' एवढं बोलून डॉक्टर भरूचा खोलीबाहेर गेले. मग खोलीत दोघेच होते.

''हे डॉक्टरलोक अगदी अतिशयोक्ती करतात. इतक्या क्षुल्लक गोष्टीसाठी त्यांनी मला हॉस्पिटलमध्ये आणलं, हे अगदी वेडेपणाचं आहे. आज माझं दिवेचांपुढं कटारियाचं अपील होतं. कुणीतरी दिवेचांना सांगितलं, की मला हॉस्पिटलमध्ये नेलंय. तो भला माणूस इथं धावत आला. उगाच या छोट्या गोष्टीला भलतीच प्रसिद्धी मिळाली.''

''उगीच का म्हणता? तुमच्याबद्दल सगळ्यांना आदर आहे.''

''त्यात आदराचा प्रश्न काय?''

''उगीच भलताच काहीतरी विचार करीत बसू नका. डॉक्टरांना सहकार्य द्या आणि लवकरात लवकर बरे व्हा पाहू. मी एकटीनं कसं हो राह्यचं घरी?''

''तुला घरी जायला सांगतंय कोण?''

''पण हॉस्पिटलमध्ये राहू देत नाहीत.''

''छे! तो नियम दुसऱ्यांना लागू असेल. आपल्याला नाही. शिवाय लग्न झाल्यावर आपण हनीमूनला जाणारच होतो की नाही?''

''इश्श! हॉस्पिटलमध्ये कुणी मधुचंद्र साजरा करतं?''

''त्याला काय हरकत आहे? नाहीतरी आपलं सारंच जगावेगळं आहे. मधुचंद्राला हवा असतो एकांत. तो इथं भरपूर आहे.''

''अहो, पण तुम्हांला विश्रांतीसाठी इथं ठेवलं आहे.''

पळशीकर हसले आणि एकदम खोलीतील वातावरणच बदललं. हॉस्पिटलमधल्या खोलीचा एकदम महाल झाला. पांढऱ्याशुभ्र टाइल्सची एकदम रंगी-बेरंगी फरसबंदी झाली. हॉस्पिटलमधल्या जंतुनाशक वासांच्या ठिकाणी अत्तरांचे सुगंध निर्माण झाले. पांढऱ्याशुभ्र कपड्यांची किनखापी वस्त्रं झाली. त्या

निरागस हास्यानं साऱ्या चिंता आणि काळज्या यांची जागा उन्मत्त आकर्षणानं
घेतली.

असंच काहीसं हलकंफुलकं बोलत बोलत ती तिथंच बसून राहिली.
तेवढ्यात डॉ. गिंडे आले. तपासणीसाठी पळशीकरांना परत ऑपरेशन रूमकडे
नेले गेले. डॉ. गिंड्यांचा रिपोर्ट काय आहे याची उत्सुकता शिगोशीग वाढू
लागली. वेळ वाढत चालला. पुन्हा चिंता वाढत चालली. भरूचांनी तिला खूण
करून ऑपरेशन रूममध्ये बोलावलं.

आत जाताच तिच्या लक्षात आलं, की सारं काही बिनसलेलं आहे.
मघाशी हसतमुख वाटणारे पळशीकर आता एकदम काळवंडले होते. ती त्यांच्याजवळ
गेली. ते काही बोलले नाहीत. तरी तिनं त्यांचा हात आपल्या हाती घेतला. नव्या
आलेल्या डॉक्टरनं तिला सांगितलं, "तातडीनं एक ऑपरेशन करणं भाग आहे.
एक मिनिटसुद्धा थांबणं शक्य नाही. तुमची संमती असेल, तरच पळशीकरांची
ऑपरेशनला तयारी आहे. ऑपरेशन गंभीर आहे. मेंदूत रक्तस्राव होतो आहे. जर
ऑपरेशन केलं नाही आणि नशिबानं पळशीकर आहे या आघातातूनही तरले,
तर त्यांना काहीतरी व्याधी सहन करावी लागेल. कदाचित दृष्टी जाईल. कदाचित
वाणी जाईल. काय ते नक्की सांगता येत नाही. कदाचित मृत्यूसुद्धा संभवनीय
आहे. ऑपरेशनसुद्धा धोक्याचं आहे. यशस्वी होण्याचे चान्सेसही फार थोडे
आहेत; परंतु ते टाळता येईल, असं मात्र वाटत नाही. तुमची संमती असेल तर
तो धोका पत्करायचा असं पळशीकर म्हणालेत. निर्णयात वेळ मात्र घालवून
उपयोगी नाही."

शकुंतलेला काय बोलावं, हेच कळेना. तिला हे सारं विचित्र, अनपेक्षित
वाटलं. ती कोणती स्वप्नं पाहत होती आणि काय घडलं होतं, याचा काही मेळच
बसत नव्हता. तिला हे खरंच वाटेना, की पळशीकर इतके गंभीरपणे आजारी
आहेत. पण भरूचांसारखा त्यांच्या विश्वासातील तज्ज्ञ डॉक्टर आणि गिंडे
यांच्यासारखा सर्वोच्च न्यूरोसर्जन निश्चितपणानं हे सांगत असल्यानं तिला ते
स्वीकारणं भागच होतं. पळशीकरांच्या आयुष्यासंबंधीचा निर्णय नियतीनं तिच्यावर
सोपवावा, यातील क्रूरता सर्वांनाच जाणवत होती. पण पळशीकरांचं आणि तिचं
जे नातं निर्माण झालं होतं, त्यात असला निर्णय तिलाच घेणं भाग होतं.

"मी काय सांगणार डॉक्टर? पळशीकरांना वाचविण्यासाठी जे जे आवश्यक
असेल, ते ते सगळं करा."

"असले गंभीर निर्णय अपरिहार्य असतात तेव्हाच घ्यावे लागतात, मिसेस

पळशीकर.''

'मिसेस पळशीकर'या उल्लेखानं शकुंतला एकदम जागी झाली. हा निर्णय आपण का घेतला, हेही तिच्या ध्यानात आलं. पळशीकरांनी हा निर्णय आपल्यावर का सोपविला, याचाही अंदाज तिला आला. ती एकदम म्हणाली,

''तुम्हांला जो निर्णय वैद्यकीय दृष्ट्या योग्य वाटतो, तो मला मान्य आहे.''

मग पुढचं सारं हा नित्यक्रमाचाच भाग होता. गिंड्यांचे असिस्टंट्स आले. ॲनेस्थेटिस्ट आले. हॉस्पिटलच्या धांदलीचा वेग वाढला. डॉक्टरनं खूण केली तेव्हा तिनं वाकून पळशीकरांच्या कपाळावर ओठ ठेवले आणि गदगदत्या स्वरात ती म्हणाली,

''सदानंद, तुम्ही लवकरात लवकर बरं व्हा. तुमच्याशिवाय मला कोणी नाही. तुम्हाला बरं झालंच पाहिजे.''

ऑपरेशन यशस्वी झालं. तीन तास चाललेलं ते ऑपरेशन क्षणाक्षणानं शकुंतलेची शक्ती क्षीण करीत होतं. पळशीकर अजूनही बेहोषीत होते. ते शुद्धीवर येईपर्यंत कुणालाच खात्री देता येत नव्हती. बाह्यत: डॉक्टर काहीतरी हास्यविनोद करीत कन्सल्टिंग रूममध्ये शकुंतलेशी बोलत होते. प्रेसची माणसं मध्येच चौकशी करून गेली. बारमधले काही लहानमोठे वकील अधूनमधून चौकशीला येत होते. पळशीकरांचे असिस्टंट्स त्यांना उत्तर देत होते. संध्याकाळच्या वृत्तपत्राचा अंक कुणीतरी आणून दिला. त्यात पळशीकरांच्या आजाराची माहिती होती. परंतु त्या आजाराचा गंभीरपणा कुणालाच माहीत नसावा.

पळशीकर शुद्धीवर आले. त्यांनी पाण्याचे दोन थेंब घेतले. शकुंतलेकडे त्यांनी भारलेले डोळे लावले आणि मिटून घेतले. आणि मग मात्र हळूहळू ते खचताहेत, असं डॉक्टरांना वाटलं. डॉक्टरांनी काही इंजेक्शनं दिली. थोडीशी चेतना जाणवली. पण पुन्हा सारं चैतन्य हरपलं. डॉक्टरही सचिंत झाले. त्यांच्या मर्यादेतून त्यांचे प्रयत्न चालू होते, परंतु त्यांना यश येत नव्हतं, हे शकुंतलेच्या लक्षात आलं. सारं भवितव्यच तिच्या समोर उभं राहिलं. त्यांना असं का व्हावं? कोणत्या अपराधाची ही शिक्षा? असला क्रूर खेळ खेळण्यात नियतीला काय गंमत वाटते? अस्मानात वेगानं चढत जाणारा बाण अकस्मात तेज हरवून भूमीवर पडावा, असंच सारं होऊन गेलं. फार मोठी स्वप्नं मातीमोल झाली. माणसानं आपली घरं लहान लहान बांधावीत, उंच मनोरे बांधूच नयेत; कारण केव्हा वादळ येईल आणि मनोरा उलटासुलटा होईल, याचा भरवसा कुणी

द्यावा? शकुंतला देवभोळी नव्हती, परंतु या घटकेला मानवी कर्तृत्वाची हद्द संपली होती. तिनं आपला चेहरा ओंजळीत लपवून घेतला आणि ती मनोमन देवाला शरण गेली. तिला माहीत होतं, की असलं काही आश्चर्य जगात घडत नसतं. जे काही होणार आहे ते प्रार्थनेने बदलत नसतं. पण या वेळी तिच्याजवळ अन्य उपायच नव्हता. मानवी प्रयत्नांची मर्यादा संपली, की मनुष्य हतबुद्ध होतो एवढाच त्याचा अर्थ. पळशीकर कणाकणानं तिच्या डोळ्यांसमोर हरवत होते. डॉक्टरांच्या एखाद्या औषधाला त्यांचे स्नायू जबाब देत. पण ते अत्यंत क्षीणपणानं. डॉक्टरांनाही त्याबद्दल फारसा उत्साह नसावा.

आणि तो निर्णायक क्षण आला. तिच्यापासून नव्हे तर जगापासून पळशीकर दूर गेले. परंतु जे काय घडलं, ते समजण्यापलीकडे शकुंतला गेली होती.

ती पुन्हा शुद्धीवर आली, तेव्हा एक नर्स तिच्याशी बोलत होती. आपण हॉस्पिटलमधल्या एका खोलीत आहोत, हे तिच्या लक्षात आलं. बराच वेळ मध्ये लोटून गेला असावा. नेमका कालचा अंदाज ती लावू शकत नव्हती. हळूहळू तिला समजेल अशा पद्धतीनं त्या नर्सनं तिला सर्व सांगितलं. काल संध्याकाळी पळशीकर वारल्यानंतर ती बेहोष झाली. तिचीच चिंता वाटावी, असा नवाच प्रश्न उत्पन्न झाला. डॉक्टरांनी तिला सिडेटिव्ह दिलं आणि झोपवून ठेवलं. पळशीकरांचे सर्व संस्कार काल रात्री झाले.

म्हणजे पळशीकरांचं आता काही उरलं नाही, त्यांना आपण पाहूसुद्धा शकणार नाही; त्यांचं शेवटचं दर्शनसुद्धा आपण घेऊ शकलो नाही, आपल्या हातून कर्तव्यात कसूर झाली, स्वत:च्या दु:खात बुडून जाऊन आपण शेवटचा स्पर्शसुद्धा त्यांना करू शकलो नाही. पळशीकर गेले. त्यांची गाठ पडणार नाही इतक्या दूर दूर गेले. मग ते आपल्याजवळ आले तरी कशाला? आपल्या अस्तित्वाला त्यांनी अर्थतरी दिला कशासाठी? पहाटे पडलेल्या दवाप्रमाणे ते आले काय अन् गेले काय? त्यांचं नि आपलं नातं काय? लोक आपल्याला कोणत्या नात्यानं ओळखणार? ते म्हणत होते, तेव्हा आपण लग्नाची चेष्टा केली. लग्नाचा आणि प्रेमाचा संबंध काय, असाही प्रश्न केला. लग्नाशिवाय तसेच आपण राहिलो तर काय बिघडलं, असा प्रश्न जेव्हा विचारला, तेव्हा ते संतापानं लाल झाले. ते म्हणाले, "लोक तुला माझी रखेली समजतील. तुझा असा उल्लेख मला चालणार नाही; आणि काही नात्यांना काही पावित्र्य असते. प्रेमसुद्धा काही मर्यादेत कोंडावं लागतं. प्रियकर आणि प्रेयसी यांचं नातं कितीही उच्च असलं, तरी पतिपत्नीच्या नात्यातील शब्दांत न बोलता येणारा अनामिक

जिव्हाळा या स्वीकारलेल्या बंधनातून निर्माण होतो.''

पळशीकर म्हणत होते, त्याला अर्थ होता. निदान त्यांच्या नावावर तिचा आपला हक्क राहिला असता. ज्या नावात गुंतण्यात अभिमान होता आणि आता आपल्या मालकीचं असं काहीच राहिलं नव्हतं.

तिला वाटलं, हॉस्पिटलमधून जावं आणि एकदा पळशीकरांच्या अस्तित्वानं गंधित झालेल्या त्यांच्या लायब्ररीत, बेडरूममध्ये स्वत:ला झोकून द्यावं. आता कुठल्यातरी अनामिक आकर्षणानं ती सुजाण झाली. दु:खानं माणसाचे पाय खचतात आणि अतिदु:खानं एक नवा उमाळा निर्माण होतो. तिच्या गात्रांत कुठून तरी अनामिक धैर्य निर्माण झालं. ती अंथरुणावरून उठण्याचा यत्न करू लागली. तिचं अंग जड झालं होतं. पण इथून गेलंच पाहिजे, पळशीकरांच्या घरी गेलंच पाहिजे या विचारानं ती उभी राहू लागली. नर्सनं तिला अडविलं आणि ती म्हणाली, ''डॉक्टर येईतोपर्यंत तुम्ही जाऊ नका.'' डॉक्टर येईपर्यंत ती चुळबूळ करीत होती. डॉक्टर आले. तिच्या खांद्यावर थोपटत ते म्हणाले, ''झालं ते फार वाईट झालं. पण म्हणून तुला खचता येणार नाही. यू मस्ट फिनिश हिज जॉब.''

''जॉब? कोणता?''

''यू नो इट बेबी! ऑपरेशनच्या पूर्वी पळशीकर म्हणाले, 'मला जगायचंय दोन गोष्टींसाठी. एक, जे पुस्तक मी लिहितो आहे त्यासाठी आणि दुसरं, तुझ्यासाठी.' ते म्हणाले, 'मी हिला माझ्यात गुंतवायला नको होतं. कारण हिला मी काहीच देऊ शकणार नाही. निदान मला तिच्याशी ताबडतोब लग्न करायचंय.' ही वॉज हिस्टेरिक. ते म्हणाले, 'ऑपरेशन करण्यापूर्वी मला तिच्याशी लग्न करू द्या.' 'वेल्, वुई कुड् नॉट अॅरेंज! म्हणून तुझी जबाबदारी वाढलीय. निदान त्यांचा अपुरा ग्रंथ तुला पुरा करणं शक्य आहे. यू मस्ट डू इट!''

डॉक्टरांच्या गाडीतून ती घरी परत आली. घरात पळशीकरांचे भाऊ आणि बहीण आलेली होती. शकुंतलेला पाहताच त्यांची बहीण पुढं झाली आणि म्हणाली, ''आम्ही तुमच्याकडेच येणार होतो.''

शकुंतला काहीच बोलली नाही. तशी ती माणसं तिला अपरिचितच होती. एकदोनदा तिनं पाहिलं असेल इतकंच. त्यामुळं त्यांच्याशी काय बोलावं, हाही प्रश्नच होता. ती खालच्या मानेनं म्हणाली,

''माझ्याबद्दल तुमच्या मनात प्रेम असेल, असं गृहीत धरीत नाही. पण निदान राग असू देऊ नका. मला पळशीकरांचं काहीही नकोय. मला ते हवे होते. पण आता ते सारं संपलंय. मी आजच हे घर सोडून जाणार आहे. फक्त एक

विनंती आहे, की त्यांनी एक मोठा ग्रंथ गेली पाचसहा वर्षं लिहायला घेतला होता. त्याची हस्तलिखितं, टिपणं तेवढी तुम्ही मला द्या. त्यांचं ते काम मला पुरं केलं पाहिजे.''

क्षणभर कुणीच बोललं नाही. सदानंदांचा थोरला भाऊ जगन्नाथ लष्करात मोठ्या हुद्द्यावर होता. त्यातल्या त्यात पळशीकरांचे आणि त्याचे संबंध थोडे अधिक होते. अलीकडे तो मुंबईला असल्यामुळे कधीमधी भावाकडे येतही असे. ओझरता शकुंतलेला दिसत असे. तो म्हणाला,

''वहिनी!''

त्याच्या त्या उद्गाराबरोबर दिवाणखान्यातील सारेजण एकदम हादरले. शकुंतलेच्या अंगावर तर एकदम रोमांच उभे राहिले. तिला काय बोलावं हेच कळेना. जगन्नाथ पुढं म्हणाला,

''तुमचे आणि सदाचे संबंध काय होते, ते मला माहीत आहे. तुमचं लवकरच लग्न होणार होतं. दुर्दैवाचा भाग, आपली इच्छा अपुरी ठेवून त्याला अकस्मात जावं लागलं. तसा तो एकांडा होता. अन्य कुटुंबांत असतात, तसे आमचे फार जिव्हाळ्याचे संबंध नव्हते; पण त्याच्याबद्दल आम्हा सर्वांनाच आदर आहे. त्याची इच्छा आम्हांला प्रमाण आहे. त्याच्या लेखी तुम्ही पत्नी होता. आमच्या लेखी तुम्ही आमच्या वहिनी आहात. आम्हांला त्याच्या संपत्तीचा लोभ नाही; कारण आम्ही फार पूर्वीच विभक्त झालो आहोत. शिवाय आमच्या सदिच्छेचाही प्रश्न नाही. त्यानं मृत्युपत्र केलंय, त्यानं सारी इस्टेट तुम्हाला दिली आहे.''

''मला खरंच त्यांची इस्टेट नको आहे.''

''तुमच्या इच्छेचा हा प्रश्न नाही. तुम्हांला हे घर सोडून जाता येणार नाही. ह्या घरात तुम्ही दोघं एकत्र वावरलात. हे घर सोडून तुम्हीतरी कुठं जाणार? आणि का जायचं? तुम्ही इथंच राहा. सदाचा ग्रंथ पुरा करा. आम्ही अधूनमधून कधीतरी तुमच्या समाचाराला येऊ. नाहीतरी तुम्ही आता आमच्या कुटुंबातीलच आहात. काही लागलं-सवरलं तर आम्हांला सांगा.''

का कुणास ठाऊक, शकुंतलेनं इतका वेळ अडवून ठेवलेला अश्रूंचा बंधारा मुक्तपणे वाहू लागला. सदानंदांच्या भावंडांचेही डोळे ओलावले. या कुटुंबात आपण कशा येऊन पोचलो, हेच तिला कळेना. एखादी स्त्री एखाद्या पुरुषाच्या सावलीत येते, तेव्हा केवळ ती प्रियकर-प्रेयसी म्हणून येत नाही, तर दीर-नणंदा, सासू-सासरे असा सारा मोठा परिवार तिला लाभतो. सदानंद आता असते, तर नेहमीचा गंभीरपणा टाकून ते मोकळेपणे बोलले असते. हसले

असते. बहीण-भावंडांच्या या मेळाव्यात कदाचित गृहस्वामिनीची त्यांना आठवणही झाली नसती. पण एरवी उपेक्षेचं जे दु:ख तिला झालं असतं, ते ह्या वेळी झालं असतं का?

तेवढ्यात नारगोळकर आत आला आणि त्याचं अस्तित्व शकुंतलेला असह्य झालं. त्यानं दिवाणखान्यात येऊन बसू नये, म्हणून तीच पुढं झाली. नारगोळकर अर्थात समाचारासाठी आला असला पाहिजे. उभ्याउभ्याच तो काहीतरी बोलत होता. ती ऐकत होती. मग तो म्हणाला,

"पळशीकर त्यांच्या ब्रीफ्सबद्दल काही बोलले आहेत काय?"

"नाही नाही. का?"

"आता लगोलग जी अपिलं बोर्डावर येणार आहेत, त्यांसंबंधी तुम्ही काही व्यवस्था केली आहे काय? आपल्यामुळे आपल्या अशिलांचं कधीही नुकसान होता कामा नये, असं पळशीकर म्हणायचे. गेल्या महिन्यात त्यांनी माझ्याकडं पाच-सात तरी क्लायंट्स पाठविले. मला थोडं आश्चर्य वाटलं. एकदा मी त्यांना विचारलंसुद्धा तेव्हा ते म्हणाले, 'माझ्या गैरहजेरीत मला एक कुणीतरी चांगला मदतनीस हवा म्हणून तुमच्याकडं मी काम पाठविलं. यू मस्ट हेल्प मी व्हेनेवर आस्क्ड फॉर.' मला माहीत आहे, या अवस्थेत तुम्हांला त्रास देणं बरोबर नाही. पण जर कधी गरज लागली, तर मला केव्हाही हाक मारा आणि लक्षात ठेवा, जेव्हा तुमच्याशी मी जवळिकीनं वागायचा प्रयत्न केला, तेव्हा तुमचे नि पळशीकरांचे संबंध मला माहीत नव्हते. पळशीकरांनी उत्तेजन दिलं, म्हणून खरंतर मी तुमच्याकडं येत होतो. पण एक दिवस माझ्या लक्षात आलं, पळशीकर सत्यापासून पळण्याचा प्रयत्न करीत आहेत. ही वॉज इनव्हॉल्व्ह्ड इन यू! आणि ते तरीही मनाविरुद्ध त्या गुंतागुंतीशी भांडत होते. माझ्याबद्दल गैरसमज मात्र करून घेऊ नका. तुम्हांला कधीच दुखवायचं माझ्या मनात नव्हतं. आता तर नाहीच नाही. एनी वे, मी रजा घेतो..."

शकुंतलेला काहीतरी बोलायचं होतं; पण नक्की शब्द सापडत नव्हते. मग ती काही बोललीच नाही. मात्र नारगोळकर निघून गेल्यावर तिच्या डोक्यात साऱ्या घटना पुन्हा एकदा गरगरा फिरून गेल्या. "मी कपडे बदलून येते", असं सांगून तिनं पळशीकरांच्या लायब्ररीकडे धाव घेतली. पळशीकरांच्या 'मूलभूत हक्का'वरील ग्रंथाची टिपणं तिनं टेबलावर काढून ठेवली. ती समोरच्या खुर्चीत बसली. भगतने खालच्या मानेनं चहाचा ट्रे आणून ठेवला. एरवी तिने चहा नको म्हणून सांगितलं असतं. भगत निघून गेला आणि पळशीकरांच्या नेहमीच्या

खुर्चीकडं तिनं पाहिलं. पळशीकरच खुर्चीवर बसून आपल्याला डिक्टेशन देत आहेत, असा भास होत होता. नंतर तिनं अगदी नकळत चहाचा ट्रे पुढं ओढला. दोन कपांत चहा ओतला. साखर घालण्यासाठी चमचा हातात घेतला. अर्धा चमचा साखर घातली. तो कप पळशीकरांच्या खुर्चीच्या दिशेनं सरकवला; आणि म्हणाली, ''नो मोअर शुगर डार्लिंग!'' चहाच्या कपातून वाफा उसळत होत्या. पळशीकरांचे मिश्कील डोळे तिच्याकडे पाहत होते. स्वप्न आणि सत्य यांच्या सीमारेषेवर ती उभी होती. आणि मग एकदम स्वप्नभंग झाला. आपण एकट्याच या खोलीत आहोत, हे तिच्या लक्षात आलं. रिकामपण तिच्या अंगावर चालून आलं. एखाद्या वैराण वाळवंटात मध्यभागी आपण उभे आहोत, असं तिला वाटलं. त्या भयानक, धास्तावलेल्या मन:स्थितीत एक अनावर राग तिच्या अंत:करणात पेटून उठला. त्या रागाच्या भरात तिनं समोरचा चहाचा पेला जोरानं ढकलून दिला. कपबशीच्या त्या खळखळ होणाऱ्या आवाजानं तिच्या अश्रूंचा बंधारा मोकळा झाला; आणि ती खळखळून रडू लागली. कालच्या रात्रीच्या चीत्कारात आताचे हुंदके मिसळत होते आणि त्यातलं खरं काय आणि खोटं काय, हे समजण्याचं बळ मात्र तिच्यात उरलं नव्हतं.

- ० - ० - ० -

www.ingramcontent.com/pod-product-compliance
Lightning Source LLC
Chambersburg PA
CBHW031203260626
47169CB00004B/1228
* 9 7 8 9 3 8 2 9 8 8 3 1 1 *